தரணி கண்ட தனிப்பிறவி எம்.ஜி.ஆர்.

எ.சங்கர்ராவ்

எழுத்தாக்கம் : கதிரவன்

நக்கீரன்
வெளியீடு

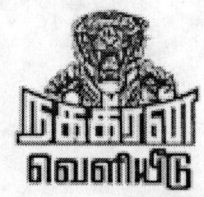

தரணி கண்ட தனிப்பிறவி

சங்கர்ராவ்
&
கதிரவன்

பதிப்பு 2024
பக்கங்கள் 264
நூலின் அளவு (14X21.5) டெமி
விலை ரூ.250/-

வெளியீடு
நக்கீரன் பப்ளிகேஷன்ஸ்
105, ஜானி ஜான்கான் சாலை
இராயப்பேட்டை
சென்னை 14
செல்: 044- 2688 1700

அட்டை வடிவமைப்பு
ஆர்.சி.மதிராஜ்

கட்டமைப்பு
சாருபிரபா பிரிண்டர்ஸ் லிட்.,
சென்னை 14

அச்சாக்கம்
என் பிரிண்டர்ஸ்
சென்னை 14

THARANIKANDA THANIPIRAVI

Sankar rao
&
Kathiravan
Edition 2024
Pages 264
Book Size (14X21.5) Demy
Price Rs. 250/-

Published by
Nakkheeran Publications
105, Jani JahanKhan Road
Royapettah, Chennai 14
Ph 044- 2688 1700

Wrapper Designed by
R.C.Mathiraj

Binding by
Saaruprabha Printers Ltd.,
Chennai 14

Printed at
N Printers
Chennai 14

சமர்ப்பணம்

மக்கள் திலகத்தின் கோடான கோடி பக்தர்களுக்கு...

நன்றி

இப்புத்தகம் வெளிவருவதற்கு
ஊக்கம் தந்து
உறுதுணையாய் இருந்த
எனது ஆசிரியர் அண்ணன்.
திருமிகு. நக்கீரன்கோபால் அவர்களுக்கும்,

என் அன்னை திரு. **இராஜேஸ்வரி** அவர்களுக்கும்,
நண்பர் திரு. **போட்டோ ஞானம்** அவர்களுக்கும்,
என் உளப்பூர்வமான நன்றிகளை தெரிவித்துக்கொள்கிறேன்.

- கதிரவன்

நூற்றுக்கு நூறு சதவிகிதம் உண்மை

நான் திரைப்படத் துறையில் ஏறக்குறைய 46 வருடங்களுக்கு மேலாக பணிபுரிந்த அனுபவமுள்ளவன். எனது மாமாவும் மூத்த திரைப்பட புகைப்படக் கலைஞரான திரு. ஆர்.என்.நாகராஜராவ் அவர்களின் கீழ் உதவியாளராக 22 வருடங்கள் பணியாற்றினேன்.

பூம்புகார் (1960) படத்தில் ஆரம்பித்த என் சினிமா வாழ்கை திரு. எம்.ஜி.ஆர்., திரு.கருணாநிதி, செல்வி.ஜெயல தா, திரு. என்.டி.ஆர். என்ற நான்கு முதலமைச்சர்களுடன் பணியாற்றும் பாக்கியத்தை கொடுத்தது.

மாமாவிடம் உதவியாளராக தமிழ், ஹிந்தி, தெலுங்கு, கன்னடம், மலையாளம் ஆகிய 5 மொழிகளில் 200 படங்களுக்குமேல் பணியாற்றினேன்.

1979 முதல் மாமாவிடம் இருந்து வெளியே வந்து தனிப்பட்ட முறையில் 62 படங்களுக்குமேல் பணிபுரிந்துள்ளேன். ரஜினி, கமல், விஜயகாந்த், சத்யராஜ், ராமராஜன் ஆகியோரின் படங்களிலும், எஸ்.பி.முத்துராமன், பாரதிராஜா, பாக்யராஜ், மணிவண்ணன் முதலானோரின் படங்களிலும் பணிபுரிந்துள்ளேன்.

1986-87ல் தென்னிந்திய புகைப்படக் கலைஞர் தலைவராக நான் தேர்ந்தெடுக்கப்பட்டேன்.

மக்கள் திலகம் நடித்த 34 படங்களுக்கு நான் உதவி புகைப்படக் கலைஞராக பணிபுரிந்துள்ளேன். மக்கள் திலகம் என்னை 'உலகம் சுற்றும் வா பன்' படத்திற்காக வெளிநாடுகளுக்கு அழைத்துச் சென்றது நான் செய்த பாக்கியம். அதனால்தான் ஜப்பான், ஹாங்ஹாங், தாய்லாந்து, சிங்கப்பூர், கோலாலம்பூர் ஆகிய நாடுகளுக்குச் சென்று அரிய புகைப்படங்கள் எடுத்த தமிழ் திரைப்பட புகைப்படக் கலைஞர் என்ற பெருமை எனக்கு வந்தது. மக்கள் திலகம் முதல்வர் ஆனதும் முதன்முத ல் நானும் மாமாவும்தான் புகைப்படம் எடுத்தோம். அந்தப் பெருமையும் எனக்கு உண்டு என்பதில் மகிழ்ச்சி அடைகிறேன்.

35 படங்களில் பணியாற்றியதால் மக்கள் திலகத்தின் பெரும்பான்மையான விசயங்களை நான் அறிவேன். மக்கள் திலகத்தின் ஒவ்வொரு அசைவுக்கும் ஒரு அர்த்தம் இருக்கும். அதெல்லாம் எனக்கு அத்துப்படி. அதனால்தான் இயக்குநர்கள் திரு. ப.நீலகண்டன்,

திரு. கிருஷ்ணன்-பஞ்சு, திரு. எ.ஜெகன்நாதன், திரு. திருமுகம் மற்றும் திரு. மு.க.முத்து, திரு. மு.க.அழகிரி எல்லோரும் எம்.ஜி.ஆரைப்பற்றி அணு அணுவாக தெரிந்து வைத்திருக்கிறாய். அவரின் ஒவ்வொரு அசைவுக்கும், ஒவ்வொரு பார்வைக்கும் ஒரு அர்த்தம் சொல்லுகிறாய். அது அப்படியே சரியாக இருக்கிறது என்று சொல்லுவார்கள்.

நக்கீரனில் பணிபுரியும் தம்பி கதிரவன் என்னிடம் மக்கள் திலகம் பற்றிய நினைவுகளை சொல்லச் சொன்னார். நான் நான்கு மாதங்களாக சொன்ன தகவல்களையெல்லாம் எழுதி தனிப் புத்தகமாக கொண்டு வந்திருக்கிறார். இந்த புத்தகம் மக்கள் திலகம் பக்தர்களுக்கு மகிழ்ச்சியளிக்கும் என்று உறுதியுடன் கூறிக்கொள்கிறேன்.

இந்த புத்தகத்தில் உள்ள தகவல்கள் அனைத்தும் நூற்றுக்கு நூறு சதவிகிதம் உண்மை என்று உறுதி கூறுகிறேன். அப்படி ஏதாவது சிறு தவறுகள் நடந்திருந்தால் மக்கள் திலகம் பக்கதர்கள் என்னை மன்னிக்க வேண்டுகிறேன்.

பண்புள்ளம் கொண்ட மக்கள் திலகம் பற்றிய இப்புத்தகத்தை பத்திரிகை பண்பாளர் திரு. நக்கீரன்கோபால் அவர்கள் வெளியிடுவதில் பெருமகிழ்ச்சி அடைகிறேன்.

எ. சங்கர்ராவ்
புகைப்படக்கலைஞர்
சென்னை.

பெரு மழையின் ஈரம்

நேரில் பார்க்கும்போது திரைக் கலைஞர்களை ரசிகர்கள் மரியாதையாக அழைப்பார்கள் என்பது இயல்பு. ஆனால் திரையில் பார்க்கும்போதே அவர், இவர் என்று மரியாதையாக அழைக்கப் பட்டார் மக்கள் திலகம்.

எம்.ஜி.ஆர். என்ற காந்த சக்தியில் எனக்கு ஈர்ப்பு வந்ததற்கு இது மட்டும் காரணமல்ல. இன்னும் சிலவும் இருக்கின்றன.

எனக்கு ஓரளவிற்கு விபரம் தெரிந்த வயதில் பாட்டியுடன் எங்க ஊர் கோட்டூர் (திருவாரூர் மாவட்டம், ராஜ மன்னார்குடி வட்டம்) தேனாம்பிகா டூரிங் டாக்கீஸில் 75 பைசா தரை டிக்கட்டில் அமர்ந்து சிவாஜி நடித்த 'பழனி' படம் பார்த்தேன். படம் முடியும்வரை அமைதின்னா அமைதி அப்படி ஒரு அமைதி.

அடுத்து அதே தேனாம்பிகாவில் தாத்தாவுடன் 1 ரூபாய் பெஞ்ச் டிக்கெட்டில் அமர்ந்து மீண்டும் சிவாஜி நடித்த 'அரிச்சந்திரா' படம் பார்த்தேன். அப்போதும் அதே அமைதிதான்.

மூன்றாவதாக நான் பார்த்த படம் 'படகோட்டி'. பக்கத்து வீட்டு அக்கா, பெரியம்மா எல்லாரும் படம் பார்க்க கிளம்பினார்கள். அப்போது தேனாம்பிகாவில் பாடல் ஒ த்துக்கொண்டிருந்தது. எங்க ஊர் டாக்கீஸில் படம் ஆரம்பிக்கும்வரை பாடல்கள் ஒ க்கும். படம் ஆரம்பிக்கப் போகுது என்பதை அறிவிக்கும்விதமாக சில நிமிடங்களுக்கு நாதஸ்வர இசையை ஒ பரப்புவார்கள்.

வீட்டி ருந்து ஒன்றரை கிலோமீட்டர் தொலைவில் தேனாம்பிகா. குறுக்கு வழியாக வயல், வாய்க்கால், ஆறு கடந்து

ஓடுவது என்று முடிவெடுத்துவிட்டார்கள். 'நீ வாடா நாங்க டிக்கெட் போட்டுக்கிறோம்' என்று என்னை அழைத்துக்கொண்டார்கள்.

குளம், மாந்தோப்பு, வயல், ஆறு கடந்து புள்ளமுழுங்கி தோப்பு நெருங்கியதுமே, படம் ஆரம்பிக்க கொஞ்ச நேரம் தான் இருக்கிறது என்பதற்காக பாடல் முடிந்து மேளக் கச்சேரி ஒ த்தது.

மேளக்கச்சேரியும் நின்றுவிட்டது. அய்யய்யோ படம் போட்டுட்டாண்டி என்று ஓட்டத்தின் வேகத்தை கூட்டினார்கள். மூச்சிறைக்க ஓடி டிக்கெட் கவுண்டருக்குப் போனால் நீண்ட க்யூ. ஆனால் உள்ளே படம் ஓடிக்கொண்டிருந்தது. அடித்து பிடித்துக் கொண்டு உள்ளே போனால் டூரிங் டாக்கீஸுக்குள் இடமில்லை. சிறுநீர் கழிக்கும் இடம் வரை கூட்டம் நின்றிருந்தது. பெரும்பாலா னோர் ஒ ச்சித்திரம்தான் கேட்டுக்கொண்டிருந்தார்கள். எனக்கும் அதுதான் நேர்ந்தது.

'தரைமேல் பிறக்க வைத்தான்...எங்களை தண்ணீரில் பிழைக்க வைத்தான்...' என்ற பாடல் ஒ த்ததும் விசில் சத்தமும், கரவொ யும், ஓ..என்ற சத்தமும் ஆஸ்பெட்டாஸ் கொட்டகையை அதிரச்செய்தது. எனக்கு ஆர்வம் தாங்கவில்லை. கிடைத்த இடுக்குகளில் எல்லாம் புகுந்து பாய்ந்தேன். 'உள்ள போகாதடா இந்த கூட்டத்துல உன்ன எங்க தேடுறது' என்று பிடித்து இழுத்தார்கள். அதையும் மீறி பாய்ந்தேன். ஆனாலும் முடியவில்லை. இரண்டுபேருக்கு இடையில் கொஞ்சம் தலையை நுழைத்ததில் கொஞ்சம் திரை தெரிந்தது.

எம்.ஜி.ஆர். முகம் தெரியவில்லை. டேப்பும், அதில் தாளமிடும் அவரது விரல்கள் மட்டும் தெரிந்தன. ஆனால் ரசிகர்கள் சத்தம் காதை கிழித்தது.

நான் இதற்கு முன்பு இரண்டு படங்கள் பார்த்த்போது திரையைச் சுற்றி சீரியல் லைட் கிடையாது. ஆனால் இந்த படத்திற்கு திரையைச் சுற்றி கலர் கலராக மின்னியது.

எவ்வளவு நேரத்திற்குத்தான் தலையை நுழைத்துக் கொண்டி ருப்பது? இழுத்துக்கொண்டுவிட்டேன். படம் முழுக்கவே ரசிகர்கள் கைதட்டல், விசில், ஆ... ஊ... என்று உற்சாகத்தை வெளிப்படுத்திக் கொண்டிருந்ததால் ஒ ச்சித்திரமும் சரியாக கேட்கவில்லை.

'கொடுத்ததெல்லாம் கொடுத்தான் அது யாருக்காக கொடுத்தான்' பாடல் ஒ த்ததும்தான் தாமதம்... முன்பு இருந்த சப்தத்தைவிட நூறு மடங்கு அதிகமாக சத்தம். முன்பை விடவும் வேகமாக பாய்ந்து தலையை நுழைத்தால் அடக் கொடுமையே என்றிருந்தது.

உள்ளே உட்கார்ந்திருந்த கூட்டமெல்லாம் எழுந்து நின்று ஆரவாரம் செய்துகொண்டிருந்தது. எங்க ஊர் டாக்கீஸின் நடுவே யாராவது ஒருவர் எழுந்து நின்றாலும் புரஜக்டரில் இருந்து வரும் ஒளி அவர் மேல் பட்டு அவர் உருவம் திரையில் விழும்.

புரஜக்டர் ஒளி வரும் துவாரத்திற்கு கொஞ்சம் கீழ்தான் சேர் டிக்கெட். சேர் டிக்கெட்டில் இருப்பவர்களும் எழுந்து நின்றதால் அவர்களின் முதுகில்தான் படம் ஓடிக்கொண்டிருந்திருக்கும். ஆனால் அவர்களும் திரையைப் பார்த்து விசிலடித்துக்கொண்டிருந்தார்கள். திரையின் பெரும்பகுதி இருளாகவே இருந்தது.

கொஞ்சம் பேர் அமர்ந்ததும் பாலத்தில் இருந்து எம்.ஜி.ஆர். பாடிக்கொண்டு வருவது தெரிந்தது. பூக்களும், காகித பேப்பர்களும் திரையில் வந்து விழுந்து அதையும் மறைத்தது.

தஞ்சாவூர், கும்பகோணத்தில்தான் புதுப்படங்கள் ரிலீஸாகும். இரண்டு மூன்று வருடங்கள் கழித்துதான் எங்க ஊர் டாக்கீஸுக்கு வரும். ஆனால் அப்போதுதான் ரிலீஸ் என்பது மாதிரி இருக்கும். அதுவும் எம்.ஜி.ஆர். படங்கள் என்றால் எத்தனை முறை திரையிட்டாலும் ஆரவாரமும், ஆர்ப்பாட்டமும் அன்றுதான் படம் ரிலீஸானது மாதிரி இருக்கும்.

அப்படி ஒருமுறை வந்த 'படகோட்டி'க்குத்தான் இப்படி ஒரு ஆர்ப்பாட்டம் என்பதை பின்பு உணர்ந்தேன். இந்தப் படம் ரிலீஸானது 1964-ல். படம் ரிலீஸாகி 14 வருடங்களுக்கு பிறகுதான் நான் பிறந்திருக் கிறேன். எனக்கு 7 வயசு இருக்கும் போதுதான் இந்தப் படத்தை பார்த்தேன்.

'இருபத்தோரு வருடங்கள் ஆகியும் இப்போதுதான் ரிலீசான மாதிரி இருக்குதே' என்கிற ஆச்சரியத்தை தந்தது 'படகோட்டி' பரபரப்பு. அப்போதுதான் எம்.ஜி.ஆர். என்னைப் பெரிதும் ஈர்த்தார். மேலும் அவர் பெரிய வள்ளல், அவர் மாதிரி குணம் யாருக்கும் வராது என்று பலரும் பேச கேட்க நேர்ந்தபோது ஈர்ப்பு இன்னும் இன்னும் அதிகமானது.

டிசம்பர்-24, 1987. அப்போது எனக்கு ஒன்பது வயசு. இப்போது உள்ளதுபோல் வீட்டுக்கு வீடு டி.வி. இல்லை அப்போது. பக்கத்து ஊரான கீழப்பனையூரில் அக்ரஹாரத்தில் ஒரு வீட்டில் மட்டும் டிவி இருந்தது. எல்லோரும் அந்த வீட்டுக்கு ஓடிக்கொண்டிருந்தார்கள். எனக்கு எல்.கே.ஜி. வகுப்பில் டீச்சராக இருந்தவரின் வீடு என்பதால் வீட்டுக்குள் ஓடிவிட்டேன்.

வீட்டின் முற்றத்தில் டிவியை வைத்திருந்தார்கள். முற்றம் முழுவதும் கூட்டம்.

இப்போது உள்ளது போல் இத்தனை தனியார் தொலைக்காட்சி சேனல்கள் அப்போது இல்லை. பொதிகை என்ற ஒரே ஒரு அரசு சேனல் மட்டும்தான். அந்த சேன ல்தான் மக்கள் திலகத்தின் இறுதி அஞ்ச யை நேரடி ஒளிபரப்பு செய்தார்கள்.

எம்.ஜி.ஆரின் காரை ரொம்ப நேரம் காட்டிக் கொண்டிருந் தார்கள். அடுத்து அவரின் உடலைப் பார்த்து ஆண்களும் பெண்களும் தலையிலும் முகத்திலும் அடித்துக்கொண்டு அழுததைப் பார்த்தேன்.

நாள் முழுவதும் மக்கள் திலகம் வாழ்ந்த வீடு, அவரின் கார், மற்றும் பொதுமக்களின் கண்ணீர் அஞ்ச யை ஒளிபரப்பிக் கொண்டிருந்தார்கள்.

பின்னணியில் வய னில் சோக இசை ஒ த்துக்கொண்டிருந்தது. டி.வி. முன் நின்றிருந்தவர்கள் முகத்திலும் சோகம், கண்ணீர்.

முதன்முறையாக ஒரு மனிதரின் மரணத்திற்கு ஒரு நாடே கண்ணீர் அஞ்ச செலுத்தியதைக் கண்டதும் அந்த மனிதரின் மேல் இருந்த ஈர்ப்பு பன்மடங்கானது. அந்த ஈர்ப்பு இன்றுவரை மாறாமல் அப்படியே இருக்கிறது.

எனக்கு மட்டுமல்ல என் குடும்பத்தினருக்கும், உறவினர் அனைவருக்கும் அதிகம் பிடித்த தலைவர் மக்கள் திலகம்தான்.

எங்களுக்கு மட்டுமல்ல எம்.ஜி.ஆர். என்கிற அந்த பெருமழை பெய்து ஓய்ந்து 23 வருடங்கள் ஆனபின்னும் ஈரம் மட்டும் கொஞ்சமும் காயாமல் இன்னமும் அப்படியே இருக்கிறது. கோடான கோடி பேர் அந்த ஈரத்திலேயே நிற்கிறார்கள். அவர்களுக்கெல்லாம் இந்த புத்தகக் காற்று குளிர்வீசும்; சி ர்க்க வைக்கும்.

மக்கள் திலகத்தின் ஆஸ்தான புகைப்படக்கலைஞர் ஆர்.என். நாகராஜராவ். அவரின் மருமகனும், உதவியாளருமான எ.சங்கர்ராவ் அவர்கள், மக்கள் திலகத்தின் 34 படங்களுக்கு பணிபுரிந்திருக்கிறார். அந்தவகையில் மக்கள் திலகம் பற்றி அணுஅணுவாய் அறிந்து வைத் திருக்கிறார்.

ஒவ்வொரு அசைவுக்கும் ஒரு அர்த்தம் உண்டு என்று 'மக்கள் திலகம்' பற்றிய நினைவுகளை சங்கர்ராவ் என்னிடம் சொன்னபோது, மக்கள் திலகத்தின் கொடையுள்ளம், அன்பு, பாசம், வீரம், தன்னம்பிக்கை, உழைப்பு, சிரிப்பு, அழுகை, எல்லாம் கண் முன்

தெரிந்தது. அந்த காட்சிகளை அப்படியே எழுத்துக்களில் பதிவு செய்திருக்கிறேன்.

எத்தனை, எத்தனை இன்னல்கள் வந்தாலும் அவற்றை எல்லாம் தூள் தூளாக்கிவிடும் மக்கள் திலகம் என்னும் ஒரு சாதனையாளர் பற்றிய இந்த புத்தகத்தை, பத்திரிகை சாதனையாளர் எனது ஆசிரியர் அண்ணன் திரு.நக்கீரன்கோபால் அவர்கள் பதிப்பித்து, வெளியிடுவதில் பெருமையடைகிறேன்.

கதிரவன்
9677081381
t.r.kathiravan@gmail.com

ஏ.சங்கர்ராவ் பணிபுரிந்த மக்கள் திலகம் படங்கள்

1. *தாயின் மடியில்* *(1964)*
2. *தெய்வத்தாய்*
3. *படகோட்டி*
4. *எங்க வீட்டு பிள்ளை* *(1965)*
5. *நான் ஆணையிட்டால்* *(1966)*
6. *முகராசி*
7. *தனிப்பிறவி*
8. *பெற்றால்தான் பிள்ளையா*
9. *அரசகட்டளை* *(1967)*
10. *தாய்க்கு தலைமகன்*
11. *காவல்காரன்*
12. *விவசாயி*
13. *தேர்த்திருவிழா* *(1968)*
14. *குடியிருந்த கோயில்*
15. *காதல்வாகனம்*
16. *ஒளிவிளக்கு*
17. *கண்ணன் என் காதலன்*
18. *அடிமைப்பெண்* *(1969)*
19. *நம் நாடு*
20. *மாட்டுக்கார வேலன்* *(1970)*
21. *எங்கள் தங்கம்*
22. *என் அண்ணன்*
23. *ரிக்ஷாக்காரன்* *(1971)*
24. *நீரும் நெருப்பும்*
25. *குமரிக்கோட்டம்*
26. *நல்ல நேரம்ம்* *(1972)*
27. *ராமன் தேடிய சீதை*
28. *நான் ஏன் பிறந்தேன்*
29. *அன்னமிட்ட கை*
30. *உலகம் சுற்றும் வா பன்* *(1973)*
31. *நேற்று இன்று நாளை* *(1974)*
32. *நினைத்ததை முடிப்பவன்* *(1975)*
33. *இதயக்கனி*
34. *உழைக்கும் கரங்கள்* *(1976)*
35. *ஊருக்கு உழைப்பவன்*

மக்கள் திலகத்துடன் உலகம் சுற்றிய பாக்கியம்

என் மாமா நாகராஜராவ் மக்கள் திலகத்திற்கு ஆஸ்தான போட்டோகிராபராக இருந்தார். அவரிடம் நான் உதவியாளராக

இருந்தேன். அந்த வகையில் மக்கள் திலகம் நடித்த 35 படங்களுக்கு உதவியாளராக இருந்தேன். 'தாயின் மடியில்.' படம்தான் நான் மக்கள் திலகத்திடம் பணியாற்றிய முதல் படம். தொடர்ந்து 'தெய்வத்தாய்', 'தொழிலாளி' என்று மூன்று படங்களுக்கும், மாமா நாகராஜராவுடன் சேர்ந்து வேலை செய்தேன்.

இந்த மூன்று படங்களிலும் நான் வேலை செய்த விதம் மக்கள் திலகத்திற்கு பிடித்துவிட்டது. அதனால் 'படகோட்டி' படத்திற்காக கேரளா சென்றபோது, என் மாமாவை அழைத்த மக்கள் திலகம், "சங்கர் வொர்க் ரொம்ப நல்லாயிருக்கு. அதனால கேரளாவுக்கு அழைச்சிக்கிட்டு போகவா" என்று கேட்டார்.

ஒரே நேரத்தில் தமிழ், தெலுங்கு, மலையாளம், கன்னடம், இந்தி என்று எல்லாமொழிப் படங்களையும் கையில் வைத்துக்கொண்டு பம்பரமாய் சுற்றிக்கொண்டிருந்தார் மாமா. அந்த நேரத்தில் மக்கள் திலகம் இப்படிக் கேட்கவும், "நீங்களே சொல் ட்டீங்க. அதுக்கு அப்பீல் ஏது" என்று சிரித்தார்.

'தாயின் மடியில்' படம் முதல் 'எங்கள் தங்கம்'வரை 7 வருடத்தில் மக்கள் திலகத்தின் 20 படங்களில் பணியாற்றியிருந்தேன். அதனால் என் மீது அவருக்கு நல்ல நம்பிக்கை இருந்தது. அதனால்தான் 'உலகம் சுற்றும் வா பன்' படத்திற்காக என்னை வெளிநாடுகள் அழைத்துப் போக முடிவெடுத்தார்.

மக்கள் திலகம் மாமாவுக்கு போன் செய்தார். என்னை அழைத்துப் போகவா என்று கேட்கவில்லை. "சங்கரை நான் வெளிநாடுகளுக்கு கூட்டிட்டுப்போறேன்... அதனால பாஸ்போர்ட் எடுக்க வேண்டியிருக்கு. அதற்குண்டான சர்டிபிகேட் எல்லாம் கொடுத்தனுப்புங்க..." என்று சொன்னார்.

ஒண்ணு சொல்றேன் மிஸ்டர் வீரப்பன்....

'உலகம் சுற்றும் வா பன்' படத்திற்காக மொத்தம் 25 பேர் வெளிநாடு போனோம். ஜப்பானில் போய் இறங்கியதும் மக்கள் திலகம், ஜானிகி அம்மா, லதா, மஞ்சுளா, சந்திரகலா எல்லோரும் ஒரு ஓட்ட ல் தங்கினார்கள்.

அசோகன், நாகேஷ், டாக்டர் பி.ஆர்.சுப்ரமணியன், இதயம் பேசுகிறது மணியன், சித்ராகிருஷ்ணசாமி, அவரது மனைவி யோகாம்பாள், டான்ஸ் மாஸ்டர் பி.கோபாலகிருஷ்ணன், அவரது உதவியாளர் பு யூர் சரோஜா, ஆர்.எம்.வீரப்பன், இயக்குநர் ப.நீலகண்டன், ஒப்பனைக் கலைஞர் பீதாம்பரம், அவரது உதவியாளர் ராமு, நான், கேமராமேன் ராமமூர்த்தி, அவரது உதவியாளர் ராமகிருஷ்ணன், 'பட்டிக்காட்டு பொன்னையா' படத்தின் கேமராமேன் ஹரி, காஸ்டியூமர் எம்.ஜி.நாயுடு, கதாசிரியர் சொர்ணம், சத்யா ஸ்டூடியோ பத்மநாபன் எல்லோரும் ஒரு ஓட்ட ல் தங்கியிருந்தோம்.

ஷூட்டிங் ஆரம்பித்த முதல் நாள் காலை 7 மணிக்கே மக்கள் திலகம், ஜானகியம்மா, மஞ்சுளா, லதா, சந்திரகலா எல்லோரும் ரெடியாக ஸ்பாட்டில் காத்துக்கொண்டிருந்தார்கள். நாங்கள் ரொம்ப தாமதமாக சென்றோம்.

முதல்நாள் மக்கள் திலகம் எதுவும் கேட்கவில்லை. இரண்டாவது நாளும் ரொம்ப தாமதமாகப் போகவும், ஆர்.எம். வீரப்பன் சாரிடம், "ஏன் எல்லோரும் இவ்வளவு தாமதமாக வர்றாங்க" என்று கேட்டார்.

"அவுங்க தங்கியிருக்கிற ரூம் ரொம்ப தூரத்துல இருக்கு. அதனாலதான் இங்க வர்றதுக்கு தாமதமாகிடுது" என்று சொன்னார்.

"ஏன் அவுங்களுக்கு தூரத்துல ரூம் போட்டிருக்கீங்க...?"

"நீங்க தங்கியிருக்கிற ஓட்டல் ரூம் வாடகை ரொம்ப அதிகம். அதனாலதான் அவுங்களுக்கு தூரத்துல ரூம் போட்டிருக்கிறேன்" என்று சொன்னார்.

"ஒண்ணு சொல்றேன் மிஸ்டர் வீரப்பன். பணத்தைப் பற்றி நீங்க கவலைப்படாதீங்க. அவுங்க தங்கியிருக்குற ஓட்ட லேயே எனக்கும் ரூம் போடுங்க. இல்லேன்னா நான் தங்கியிருக்குற ஓட்ட லேயே அவுங்களுக்கும் சேர்த்து ரூம் போடுங்க" என்று சொல் விட்டார்.

மறுநாளில் மக்கள் திலகம் தங்கியிருந்த ஓட்ட லேயே எல்லோருக்கும் ரூம் புக் பண்ணிட்டாங்க.

ஜப்பானில் மட்டுமல்ல; உலகம் சுற்றும் வா பன் படத்திற்காக சென்ற ஜப்பான், ஹாங்காங்க், பாங்காக், சிங்கப்பூர், கோலாலம்பூர்

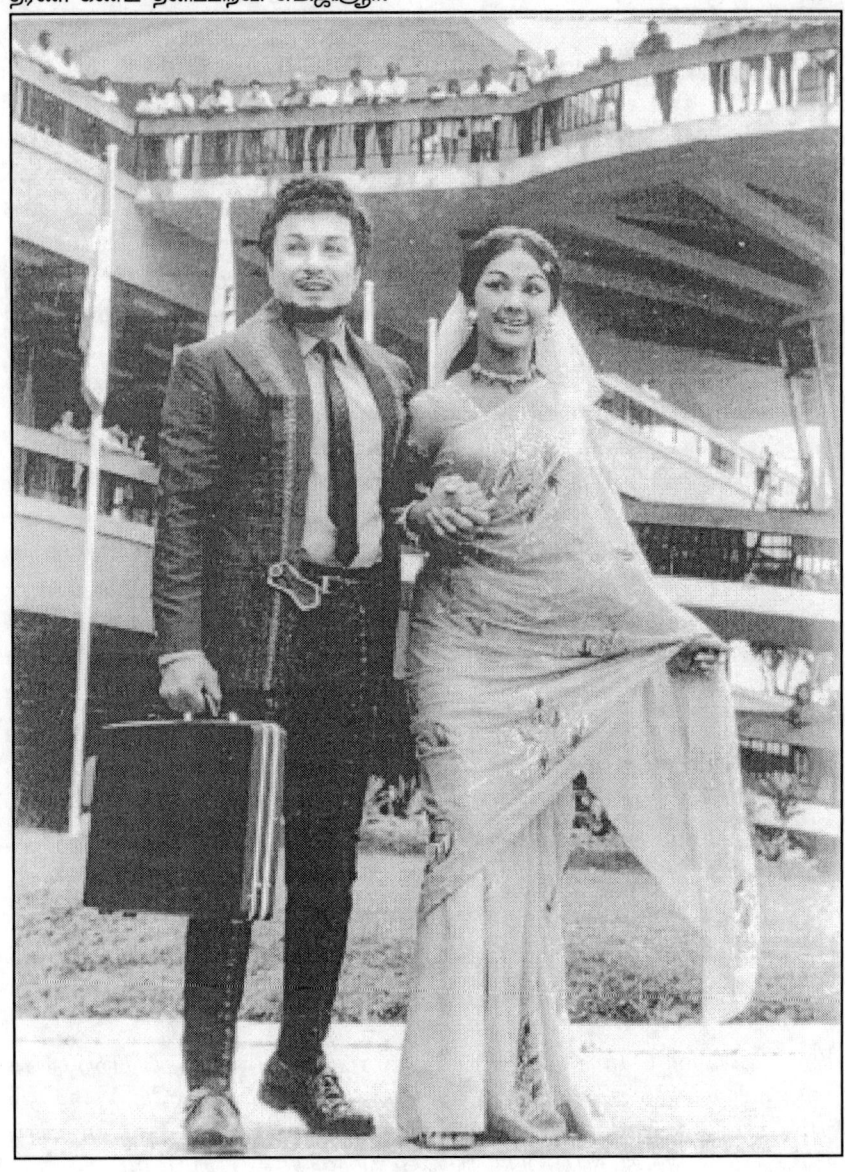

ஆகிய எல்லா நாடுகளிலும் மக்கள் திலகம் தங்கியிருந்த ஓட்ட ல்தான் எல்லோருக்கும் ரூம் போடப்பட்டது.

போகும்போது ப்ளூ வரும்போது கோல்டு

சென்னையில் இருந்து ஜப்பான் போகும் போது ஆண்கள் எல்லோருக்கும் புல் ஷூட். ப்ளூ சர்ட், ப்ளூ கோட், ப்ளூ பேண்ட், ப்ளூ டை, ப்ளூ ஷூ. மக்கள் திலகத்தின் காஸ்ட்யூமர் எம்.ஜி.நாயுடுதான் இதையெல்லாம் தைத்தார். பெண்கள் எல்லோருக்கும் பட்டுப்புடவை. 'எம்.ஜி.ஆர். பிக்சர்ஸ்' என்ற டாலர் போட்டிருப்போம். 'எக்ஸ்போ -70'ல் அதைக் காட்டித்தான் அங்கே இங்கே போய்க் கொண்டிருப் போம்.

அந்த டாலரில் 'எம்.ஜி.ஆர். பிக்சர்ஸ் பிரைவேட் மிடெட், தமிழ்நாடு, இந்தியா' என்பது ஆங்கிலத்தில் பொறிக்கப்பட்டிருக்கும். ஒரு ஆணும் பெண்ணும் கையில் கருப்பு-சிகப்புக் கொடியை ஏந்திக்கொண்டு நிற்கும் படமும் இருக்கும். மைலாப்பூர் பேட்டா ஷோரூமில்தான் எல்லோருக்கும் 'ஷூ' வாங்கினார் மக்கள் திலகம்.

சிங்கப்பூரில் ஷூட்டிங்கை முடித்துக்கொண்டு இந்தியா வரும் போது எல்லோருக்கும் தங்கநிற கோட், ஷூட்.

ஹாங்காங்க்கில் ஷூட்டிங் நடந்தபோது, கோட், ஷூட்டுக்கு ரொம்ப புகழ்பெற்ற இடம் ஹாங்காங்க்கில் இருக்கிறது என்று கேள்விப்பட்டார் மக்கள் திலகம். உடனே அந்தப் புகழ்பெற்ற கம்பெனியில் இருந்து தையல்காரரை வரவழைத்துவிட்டார். மணியனை அழைத்து, "எல்லோரையும் அவரவர்கள் ரூமில் சென்று அளவு எடுத்து வரச்சொல்லு" என்று சொல் விட்டார்.

அன்றுதான் ஹாங்காங்க்கில் கடைசிநாள் ஷூட்டிங். அடுத்த நாள் தாய்லாந்தில் ஷூட்டிங். காலையில் அளவு கொடுத்துவிட்டு போய்விட்டோம். எந்த நாட்டுக்குச் சென்றாலும் நான், நாகேஷ், அசோகன் மூவரும் ஒரே ரூமில்தான் தங்கினோம். மாலையில் ஷூட்டிங் முடிந்து ரூமை திறந்தால், மூன்று பேக் இருந்தது. அதில் வித் மேட் ஃபார் சங்கர் , வித் மேட் ஃபார் அசோகன், வித் மேட் ஃபார் நாகேஷ் என்று ஒவ்வொரு பேக்கிலும் இருந்தது. திறந்து பார்த்தால் தங்க நிற கோட், ஷூட். இதே மாதிரி தான் இதே கலரில்தான் எல்லோருக்கும் தைக்கப்பட்டிருந்தது.

பெண்கள் எல்லோருக்கும் தமிழ்நாட்டில் இருந்து பட்டுப்புடவை வரவழைக்கப்பட்டிருந்தது. சிங்கப்பூரில் ஷூட்டிங்கை முடித்துக் கொண்டு ஆண்கள் எல்லோரும் தங்கநிற கோட்டில் மெட்ராஸுக்குத் திரும்பினோம். பெண்கள் எல்லோரும் அந்தப் பட்டுப்புடவையை கட்டிக்கொண்டு வந்தார்கள்.

எகிறி அடித்த துணிச்சல்

எக்ஸ்போ 70-ல் ஒரு நாளைக்கு 10 லட்சம் பேர் இருப்பார்கள். அவ்வளவு பெரிய கூட்டத்தில்தான் பாடல் காட்சி படமாக்கப்பட்டது. லதாவுக்கு அன்று ஷாட் இல்லாததால் ஜானகி அம்மாவை அழைத்துக்கொண்டு அவர் எக்ஸ்போ 70-ஐ சுற்றிப் பார்க்கச் சென்றுவிட்டார்.

ஷூட்டிங் பிரேக்கில் மஞ்சுளாவும், சந்திரகலாவும் தனித்தனி சேரில் உட்கார்ந்திருந்தார்கள். அவர்களுக்கு பத்து அடி தூரத்தில் மக்கள் திலகம் உட்கார்ந்திருந்தார். நானும், நாகேஷும் ஒரே சேரில் உட்கார்ந்திருந்தோம். பைட் மாஸ்டர் ஸ்யாம்சுந்தர் தூரத்தில் நின்றுகொண்டிருந்தார்.

அப்போது ஜப்பான் கராத்தே ஸ்கூல் வேன் ஒன்று வந்தது. அதிருந்து கராத்தே ஸ்டூடண்ட்ஸ் இறங்கினார்கள். அவர்களில் சில பேர் மஞ்சுளாவும், சந்திரகலாவும் புடவை கட்டிக்கொண்டு உட்கார்ந்திருப்பதைப் பார்த்து, வேற்று மொழிக்காரர்கள் என்பதை புரிந்துகொண்டுவிட்டார்கள்.

மஞ்சுளா, சந்திரகலா அருகில் நின்றுகொண்டு ஜப்பான் மொழியில் ஏதோ பேசி சிரித்துக்கொண்டிருந்தார்கள்.

அப்போது நாகேஷ் என்னைத் தட்டி, 'டேய் ஏதோ நடக்கப்போகுதுடா... நம்மாளு கூ ங் கிளாஸ் வழியா அங்கேயே பார்த்துகிட்டு இருக்குறாருடா...' என்று சொன்னார். அப்போதுதான் கவனித்தேன்... மக்கள் திலகம் முகம் கராத்தே ஸ்டூடண்ட்ஸ் பக்கமே இருந்தது.

கமெண்ட் அடித்து சிரித்துக்கொண்டிருந்த கராத்தே மாணவர்களில் இரண்டு பேர், சட்டென்று மஞ்சுளாவின் தோளில் கை வைத்துவிட்டார்கள்.

அவர்கள் கை வைத்ததுதான் தாமதம், கோட்டை கழற்றிவிட்டு, முழுக்கை சட்டையை கொஞ்சம் மடித்துவிட்டார் மக்கள் திலகம். பத்து அடி தூரத்தில் உட்கார்ந்திருந்த அவர் கராத்தே ஸ்டூடண்ட்ஸ் மீது பாய்ந்தார். ரெண்டு பேருக்கும் ரெண்டு குத்துவிட்டார். சினிமாவில் வருவது மாதிரி ரெண்டு பேரும் 5 அடி தூரத்தில் போய் விழுந்தார்கள்.

இது எல்லாமே ஒரு சில நொடிகளில் நடந்துவிட்டன. புல்லட்

கூட லேட்டாகத்தான் போயிருக்கும். சட்டென்று எழுந்து கோட்டை கழற்றி, முழுக்கை சட்டையை மடக்கிவிட்டதுதான் தெரியும். அதற்கு அப்புறம் என்ன நடந்தது என்று தெரியாத அளவிற்கு இருந்தது அவரின் வேகம்.

நாகேஷ் பேயறைந்தது மாதிரி நின்றார். 'இங்க உட்கார்ந்திருந்த மனுசன் அதற்குள் எப்படிடா அங்க போனாரு' என்று வாயில் கை வைத்தார்.

கராத்தே ஸ்டூடண்ட்ஸ் எல்லோரும் அவர்களுக்குள்ளாகவே ஏதோ பேசிக்கொண்டார்கள். பிறகு தாங்கள் செய்ததுதான் தவறு என்பது மாதிரி கொஞ்ச நேரம் நின்றார்கள். பிறகு சென்றுவிட்டார்கள்.

ஸ்யாம் சுந்தருக்கு பயம் ஒரு பக்கம். ஆச்சரியம் ஒரு பக்கம். "பத்துலட்சம் பேர் கூட்டத்துல இருக்குறோம். இந்தக் கூட்டத்துல உள்ளூர்க்காரங்ககூட அவ்வளவு சீக்கிரத்துல தப்பித்தும் ஓட முடியாது.

நாமளோ வெளிநாட்டுக்காரங்க. அவனுங்க உள்ளூர்க்காரனுங்க. 40 பேருக்கு மேல இருக்கானுங்க அவனுங்க. இவரு ஒருத்தரு, எவ்வளவு துணிச்சலா அடிச்சிருக்காறு. அடிச்ச அடியில தூரத்துல போய் விழுறானுங்க. அப்படீன்னா எவ்வளவு வேகத்துல அடிச்சிருக்காரு.

இந்த துணிச்சலும், வேகமும் யாருக்கும் வராதுப்பா" என்று அன்று முழுவதும் சொல் க்கொண்டே இருந்தார்.

ஜப்பானில் ஷூட்டிங் பார்த்த சிவாஜி சார் பிள்ளைகள்

எக்ஸ்போ 70-ல் ஷூட்டிங். மக்கள்திலகம், லதா, மஞ்சுளா எல்லோரும் பிரேக்கில் உட்கார்ந்திருந்தார்கள். அப்போது என்னைப் பார்த்து தூரத்தில் நின்றிருந்த மூன்று சிறுவர்கள் சைகையால்

அழைத்தார்கள். நெருங்கியபோதுதான் அவர்கள் சிவாஜி மகன்கள் ராம்குமார், பிரபு, சிவாஜி மூத்த அண்ணன் தங்கவேலுவின் மகன் மனோகர் என்று தெரிந்தது.

மூன்றுபேரும் பச்சைக்கோட், வெள்ளை ஆப் பேண்ட் போட்டிருந்தார்கள். சிவாஜி சார் படங்களில் பணிபுரிந்தபோது நல்ல பழக்கம் இருந்ததால் 'அங்கிள் எப்படி இருக்கீங்க' என்றார்கள்.

"பெங்களூர் கான்வென்ட்டில்தானே படிக்கிறீங்க. இங்கே எப்படி வந்தீங்க. அதுவும் கான்வென்ட் யூனிஃபார்மில் வந்திருக்கீங்களே" என்று கேட்டேன்.

"எக்ஸ்போவை சுற்றிப் பார்க்க எங்கள் கான்வென்ட்டில் இருந்து வந்திருக்கிறோம். எம்.ஜி.ஆர். பெரியப்பா ஷுட்டிங் என்பதால் அப்படியே நின்றுவிட்டோம். பெரியப்பாவுடன் நாங்க ஒரு போட்டோ எடுத்துக்கணும்" என்றார் பிரபு.

கொஞ்சம் இங்கேயே இருங்க என்று சொல் விட்டு, மக்கள் திலகத்திடம் சென்று விசயத்தைச் சொன்னேன். ரிலாக்ஸாக சாய்ந்து உட்கார்ந்திருந்த அவர் விருட்டென்று சீட்டின் நுனிக்கு வந்து, "எங்க... எங்க... ஏன் அந்த குழந்தைகளை அங்கேயே நிறுத்தி வச்சிட்ட சங்கர். உடனே அழைச்சுக்கிட்டு வா" என்றார்.

அவர்கள் வந்ததும் சேரில் உட்கார வைத்தார். அசிஸ்டெண்ட் மேக்கப்மேன் முத்துவை கூப்பிட்டு, "குழந்தைகளுக்கு முத ல் சாப்பாடு கொடு" என்றார்.

"எங்களுக்குச் சாப்பாடு வேண்டாம் பெரியப்பா" என்று சொல் விட்டார்கள். "வேறு வழியில்ல... நானும் சாப்பிட்டாத்தான் நீங்களும் சாப்பிடுவீங்க" என்று சொல் க்கொண்டே அவரும் உட்கார்ந்து சாப்பிட்டார்.

சாப்பிட்டு முடிந்ததும், "நீங்க எங்க தங்கியிருக்கீங்க" என்று கேட்டுக்கொண்டார். அப்புறம், "இங்கேயே இருங்க. ஷுட்டிங் முடிந்ததும் நானே உங்கள கொண்டுவந்து விட்டுடுறேன்" என்று சொன்னார்.

ஈவ்னிங் ஷுட்டிங் முடியும்வரை வேடிக்கை பார்த்துக் கொண்டிருந்தார்கள். மக்கள் திலகமே அவர்களை காரில் அழைத்துக் கொண்டு போய் விட்டுவிட்டு வந்தார்.

எப்படியாவது ஸ்டில் எடுத்துவிடு

தாய்லாந்தில் புத்தர் கோயில் உள்ளே படம் பிடிக்க அனுமதி கொடுக்கவில்லை. கண்டிப்பாக புகைப்படம் எடுக்கக்கூடாது என்று ஆங்கிலத்தில் எழுதப்பட்டிருந்தது. புகைப்படமே எடுக்கக்கூடாது என்று எழுதி வைத்திருப்பவர்கள் எப்படி சினிமா படம் பிடிக்க அனுமதி கொடுப்பார்கள். அதனால் வெளிப்புறத்தில் மட்டும் சில காட்சிகள் படம் பிடிக்கப்பட்டது.

புத்தர் கோயிலை விதவிதமாக போட்டோ எடுத்துக் கொள்ளச் சொன்னார் மக்கள் திலகம். எதற்கு என்று அவரும் சொல்லவில்லை. நானும் கேட்கவில்லை. அவர் சொன்னபடி நானும் விதவிதமாக 30 கோணங்களில் ஸ்டில் எடுத்தேன்.

ஆனால் புத்தர் கோயில் உள்ளே போட்டோ கூட எடுக்கக் கூடாதே.

அதனால் மக்கள் திலகமும், பநீலகண்டன் சாரும் சேர்ந்து நின்று கொண்டு புத்தர் சிலையை பார்ப்பதுபோல் பாவனை செய்துகொண்டிருந்தார்கள். பின்னால் ஒளிந்துகொண்டு எப்படியாவது ஸ்டில் எடுத்துவிடு என்று மக்கள் திலகம் சொல் விட்டார்.

நான் இருவருக்கும் பின்னால் நின்றுகொண்டேன். யாரும் பார்த்தால் மூவரும் நின்றுகொண்டு புத்தர் சிலையை ரசிப்பது மாதிரி தெரியும். கேமராவை மக்கள் திலகம், நீலகண்டன் சார் இருவரின் இடுப்புக்கு இடையே நுழைத்து வைத்துக்கொண்டேன்.

லென்ஸ் பார்த்து எல்லாம் எடுக்க முடியாத சூழ்நிலை. "நீ பாட்டுக்கு எடு... ரிசல்ட் நல்லா வரும். ப்ளாஷ் அடிக்க வேண்டாம். காட்டிக் கொடுத்துவிடும்" என்று மக்கள் திலகம் சொல் விட்டார். அதன்படியே நான் க்ளிக் செய்தேன்.

ஒன்று எடுத்து அதுவும் சரியாக வரவில்லையென்றால் என்ன செய்வது. அதனால் க்ளிக்... க்ளிக்... என்று வரிசையாக அடித்துத் தள்ளி விட்டேன்.

ப்ரிண்ட் போடும்வரை எப்படி வந்திருக்குதோ எப்படி வந்திருக்குதோ என்ற பதட்டம் இருந்தது. ப்ரிண்ட் போட்டுப் பார்த்தால் ஒரு ப் ம்கூட வேஸ்ட் ஆகவில்லை. எல்லா ப்ரிண்டும் நல்லா வந்திருந்தது.

சென்னை வந்ததும் 6 மாதம் கழித்து அந்த போட்டோக்களை

ஆர்ட் டைரக்டர் அங்கமுத்துவிடம் கொடுத்தார் மக்கள் திலகம். மேற்கொண்டு புத்தர் கோயிலை பற்றி விவரித்தார். அவ்வளவுதான்; அதே புத்தர்கோயில் மாதிரி செட் போட்டுவிட்டார் அங்கமுத்து.

அங்கமுத்து ஃபாரினுக்கு வரவில்லை. ஆனால் நேரில் பார்த்தது மாதிரி செட் போட்டிருந்தார். புத்தர் கோயிலை நேரில் பார்த்த மக்கள் திலகம், நீலகண்டன் சார் உட்பட அனைவரும் இந்த செட்டை பார்த்துவிட்டு மீண்டும் ஒருமுறை நாம் தாய்லாந்து வந்திருக்கோமா என்று கேட்டார்கள்.

புத்தர் கோயி ல் மக்கள் திலகமும் நம்பியாரும் போடும் சண்டைக்கு ரசிகர்களிடையே அப்படியொரு வரவேற்பு. ஜப்பான் புத்தர் கோயி ல் எடுத்த சண்டைக்காட்சி என்று மக்கள் பேசிக் கொண்டார்கள். ஆனால், நம்பியார் ஜப்பானுக்கே வரவில்லை.

சத்யா ஸ்டூடியோ டி.ஃபுளோரில்தான் புத்தர் கோயில் செட் போடப்பட்டு எடுக்கப்பட்டது. மக்களும், சினிமாக்காரர்களும்கூட இதை நம்பவில்லை. அந்த அளவிற்கு தத்ரூபமாக செட் போட்டிருந்தார் அங்கமுத்து.

நம்பியாருடன் நடந்த வாக்குவாதம்

புத்தர் கோயில் சண்டைக்காட்சி எடுக்க 20 நாள் ஆனது. தினமும் நம்பியாருக்கு மேக்கப் போடுவதற்குத்தான் அதிக நேரம் பிடிக்கும். அதனால்தான் அந்த சண்டைக்காட்சி எடுக்க அத்தனை நேரமானது.

நம்பியார் உடல் வழவழப்பாகவும், மினுமினுப்பாகவும் இருக்க வேண்டும் என்பதால் உடம்பு முழுவதும் அவருக்கு தினமும் சேவிங் செய்யப்படும். அதன்பிறகு உடல் முழுவதும் ஆ வ் ஆயில் பூசப்படும். நம்பியாருக்கு பல் செட்டப் பண்ணுவதற்கென்றே டாக்டர் ஒருவர் இருந்தார்.

இந்த சண்டைக்காட்சியை எடுக்க ஒரு மாதத்திற்கு மேல் ஆகும் போல் தெரிந்தது. அதனால் 20 நாட்களுக்குள் முடித்துவிடலாம் என்று திட்டமிட்டு தினமும் டபுள் கால்ஷீட்டில் ஷூட்டிங் நடந்தது.

அதாவது காலை 7 மணி முதல் மாலை 6 மணி வரை ஒரு கால்ஷீட். மாலை 6 முதல் இரவு 2 மணி வரை ஒரு கால்ஷீட். ஆனால் 2 மணி வரை வேண்டாம் 10 மணி வரை வைத்துக்கொள்ளலாம் என்று சொன்னார் மக்கள் திலகம்.

இரண்டு நாள் இப்படி ஷூட்டிங் நடந்தது. மூன்றாவது நாள் நம்பியார் சேவிங் செய்துகொள்ள மறுத்துவிட்டார். மக்கள் திலகம் வந்து ஏன் என்று கேட்டார்.

"தினமும் சேவிங் செய்வதால் உடம்பு முழுவதும் எரியுது. ஆ வ் ஆயில் வேறு பூசிக்கொண்டு ரொம்ப நேரம் நிற்பதால் உடம்புக்கு ஒத்துக்கொள்ளவில்லை. சளி பிடித்துவிட்டது. அதனால் தினமும் ஒரு கால்ஷீட் மட்டும் நடிக்கிறேன். ஒன்னு 7 டு 6 நடிக்கிறேன். இல்லேன்னா 6 டு 2 நடிக்கிறேன்" என்று சொன்னார்.

மக்கள் திலகம் பிடிவாதமாக, "தினமும் டபுள் கால்ஷீட் தந்து தான் ஆகவேண்டும்" என்று சொன்னார்.

"இல்ல... அதோட கஷ்டம் எனக்குத்தான் தெரியும்" என்று சொன்னார் நம்பியார்.

"முயற்சி பண்ணுங்க உங்களால முடியும்" என்று மக்கள் திலகம் சொல்ல, "இது முயற்சி அல்ல; ரிஸ்க். இந்த மாதிரி ரிஸ்க் நான் எடுக்க மாட்டேன்" என்று சொன்னார் நம்பியார்.

மக்கள் திலகம் பிடிவாதமாக கேட்டுக்கொண்டிருந்தார்.

"அப்படின்னா இந்தப் படமே வேண்டாம்" என்று போய் விட்டார் நம்பியார்.

நான்கு நாட்கள் மக்கள் திலகமும் இதுபற்றி எதுவும் பேசவில்லை. ஷூட்டிங்கும் நான்கு நாட்கள் நடக்கவில்லை. அப்புறம் யோசித்து பார்த்த மக்கள் திலகம், "அவர் சொல்றதும் சரிதானே... நாம இத யோசிச்சுப் பார்க்காம 20 நாள்ல எடுத்து முடிச்சிடனும்னு திட்டம் போட்டது தவறு. அதனால தினமும் ஒரு கால்ஷீட்டில் மட்டும் எடுப்போம். ஒரு மாசம் ஆனா ஆகட்டும்" என்று சொல் விட்டார்.

அதன்பிறகு வந்து நம்பியார் தினமும் ஒரு கால்ஷீட்டில் நடித்துக் கொடுத்தார்.

நம்பியார் எகிறிக்குதிக்கும் போது ஸ்டில் எடுக்க முடியுமா?

புத்தர் கோயில் சண்டைக்காட்சியில் மக்கள் திலகம் சின்ன பெட்டியின் மேல் படுத்துக்கொண்டு மேலே பார்ப்பார். அப்போது நம்பியார் எகிறிக்குதித்து மக்கள் திலகம் மேல் விழுவார்.

"இதை ஆக்ஷனில் எடுக்க முடியுமா" என்று கேட்டார் மக்கள் திலகம்.

நான் அதை சவாலாக எடுத்துக்கொண்டேன்.

நின்ற இடத்தில் இருந்தே 5 அடிக்கும் மேல் எகிறிக் குதித்தார் நம்பியார். அதை க்ளிக் செய்தேன். பிரிண்ட் பார்த்துவிட்டு மக்கள் திலகமும், நம்பியாரும் பாராட்டினார்கள்.

என்னை வில்லனாவே ஆக்கிப்புட்டாங்க

'சவாலே சமாளி' பட ஷூட்டிங்கிற்காக மாயவரம் போயிருந்தோம். சிவாஜி, ஜெயல தா, நம்பியார், டைரக்டர் மல் யம் ராஜகோபால் எல்லொரும் பேசிக்கொண்டிருந்தபோது 'படகோட்டி' படம் மாயவரத்தில் ஓடுவதாக பேச்சு வந்தது.

நம்பியார் என்னை அழைத்து 'வாடா படத்துக்கு போயிட்டு வரலாம்' என்று கூப்பிட்டார். அவர் மக்களுக்கு தன்னை தெரியக் கூடாது என்பதற்காக தலையில் துண்டு போட்டுக்கொண்டார். அதையே வைத்து முகத்தையும் மூடிக்கொண்டார்.

தியேட்டரின் மாடியில் போய் உட்கார்ந்துவிட்டோம். எப்படியோ தியேட்டர் மேனேஜருக்கு இந்த விசயம் தெரிந்து வந்து விட்டார். நல்ல வசதியான சேர்களை எடுத்து வந்து உட்காரச் சொன்னார். படத்தில் மக்கள் திலகம், நம்பியாரை நாலு அடி அடிக்கும் போது விசில் சத்தம் பறந்தது. அப்படித்தான்... அப்படித்தான் என்று ஒரே சத்தம்.

ஆனா நம்பியார் திருப்பி மக்கள் திலகத்தை ஒரே ஒரு அடி அடித்ததும், 'டேய்... வாத்யார் மேல கை வைக்காத ஏய் ஏய்...' என்று கத்தினார்கள்.

படம் முடிந்து வெளியே வந்ததும், 'பாருய்யா... இந்த மக்கள் பண்றத... என்னை வில்லனாவே ஆக்கிப்புட்டாங்க' என்று நொந்து கொண்டார் நம்பியார்.

என்னண்ணே இப்படி பண்றீங்க...

ப.நீலகண்டன் சார் லாட்டரிப் பிரியர். எந்த நேரமும் லாட்டரிச் சீட்டு வைத்துக்கொண்டு இருப்பார். அவரிடம் அசிஸ்டெண்ட்டாக இருந்த ஒருவர், தான் வாங்கும் பேட்டாவில் இவருக்கு லாட்டரிச் சீட்டு வாங்கிக் கொடுப்பார்.

'உலகம் சுற்றும் வா பன்' படத்திற்காக வெளிநாடு புறப் பட்டோம். எல்லோரும் பரபரப்பாக சென்னை விமான நிலையத்தில் நின்றோம். அப்போதும் அந்த அசிஸ்ட்டெண்ட் டைரக்டர், ஓடோடி வந்து நீலகண்டன் சாரிடம் லாட்டரிச்சீட்டு கொடுத்தார்.

இதைக் கவனித்துவிட்ட மக்கள் திலகம், “என்னண்ணே இப்படி பண்றீங்க... அவரு வாங்குற பேட்டாவே ரொம்ப கம்மிதான். இதுல முக்கால்வாசி உங்களுக்கு லாட்டரிச் சீட்டு வாங்கிக் கொடுத்திடுறாரு போ ருக்கே” ன்னு கேட்டார்.

“நானும் இதத்தான் பலமுறை சொல் ட்டேன். எங்கே கேட்கு றான். என் மேல் உள்ள பிரியத்துல இப்படி வாங்கிட்டு வந்துடுறான்” என்று சொன்னார்.

‘‘பிரியத்துனாலயா, பயத்துனாலயா’’ என்று கேட்டுவிட்டு சிரித்தார் மக்கள் திலகம்.

என்ன இப்படி கேட்டுட்டீங்க.. என்று அவரை பார்த்தார் நீலகண்டன் சார்.

"சரி, சரி, சீக்கிரம் பணக்காரனாகணும்னு ஒரு ரூட்டைப் புடிச்சிருக்கீங்க. ஆனா, உங்க சொந்தக் காசுல வாங்குற லாட்டரிக்குத் தான் பரிசு கிடைக்கும்" என்று சொல் விட்டு சிரித்துக்கொண்டே போனார் மக்கள் திலகம்.

ஜப்பான், சிங்கப்பூர், மலேசியா என்று நாடுவிட்டு நாடு விமானத்தில் போகும்போது எல்லோரும் அமைதியாக இருப்போம். எதையாவது பேசி எல்லோரையும் சிரிக்க வைத்து கலகலப்பாக்கிக் கொண்டிருப்பார் நாகேஷ்.

இப்போது எந்த இடத்தை கடந்துக்கிட்டு இருக்கிறோம் என்று யாராவது கேட்டால், 'வழி முழுக்க மைல் கல் நட்டிருக்கான். கொஞ்சம் பொறு அத பார்த்துட்டு சொல்லுறேன்..' என்பார்.

ஒசாகா நோக்கி போய்க்கொண்டிருந்தபோது, விமானம் மேலும், கீழும் இறங்கி பயமுறுத்தியது. 'என்ன இப்படி மேலேயும் கீழேயும் போகுது' என்று அசோகன் கேட்க, "ஒசாகா எங்கே இருக்குன்னு குனிஞ்சு குனிஞ்சு தேடுறான்யா" என்று கலகலப்பூட்டுவார்.

நீலகண்டன் சார் ஜன்னல் கண்ணாடி வெளியே உற்று உற்றுப் பார்த்துக்கொண்டே வந்தார். இதைக் கவனித்துவிட்ட நாகேஷ், "பாருங்கய்யா இந்த மனுசன்... இங்க வந்தும் லாட்டரிச்சீட்டு கடை இருக்கான்னு உத்து உத்து தேடுறாரு" என்று சொல்லவும், எல்லோரும் வயிறு குலுங்க சிரித்தோம்.

எல்லோரும் சிரித்து முடித்த பிறகும் சிரித்துக்கொண்டே இருந்தார் நீலகண்டன் சார்.

O

ரெடி பொசிஷன்

டெக்னீஷியன்களை மதிப்பதிலும் பாராட்டுவதிலும் மக்கள் திலகத்திற்கு நிகர் மக்கள்திலகம்தான்.

ஹாங்காங்க்கில் ஃபோட் டில், 'தங்கத்தோனியிலே...தவழும் பெண்ணழகே' பாட்டு எடுத்துக்கொண்டிருந்தோம். மக்கள் திலகமும் சந்திரகலாவும் ஆடினாங்க. அந்த பாட்டு எடுக்கப்பட்ட இடத்தைச் சுற்றித் தண்ணீர், நடுவில் ஏர்போர்ட்.

விமானம் ஏறும்போதும் இறங்கும்போதும் மக்கள் திலகம் கவனித்துக்கொண்டே இருந்தார். சட்டென்று டைரக்டர் பநீலகண்டனை கூப்பிட்டார்.

"நானும் சந்திரகலாவும் விமானம் கிளம்பும்போது போட் மேல் நின்று பாடிக்கொண்டிருக்கிறோம். அப்போது கேமராவை கீழே வைத்து ஷூட் பண்ணுங்க. கால்களுக்கு இடையில் விமானம் போவது போல் இருக்கும். நல்லா இருக்கும் இந்த காட்சி" என்றார்.

அவர் சொன்ன மாதிரியே ஷாட்டுக்கு தயாரானோம். கேமராமேன் ராமமூர்த்தி கீழே உட்கார்ந்து கேமராவை ஓடவிட்டுக் கொண்டிருந்தார். விமானம் வரும் நேரத்தில் கேமராவை இயக்கினால் அந்த நேரத்தில் ஏதோ சொதப்பலாகிவிடும், விமானம் பறந்துவிடும் என்பதால் ஓடவிட்டுக்கொண்டிருந்தார். அவருக்கு பக்கத்திலேயே நானும் ஸ்டில் கேமராவை ரெடியாக வைத்துக் கொண்டிருந்தேன்.

நினைத்தது மாதிரியே அந்தக் காட்சி பதிவாகிவிட்டது ராம மூர்த்தி கேமராவில். ஆனால் மக்கள் திலகம் கொஞ்சமும் நினைக்காத அளவிற்கு என் கேமராவிலும் பதிவாகிவிட்டது அந்த காட்சி.

சென்னை வந்ததும் பிரிண்ட் போட்டு எடுத்துக்கொண்டு போனேன். 'நம்நாடு' ஷூட்டிங்கில் இருந்தார் மக்கள் திலகம். 'வாங்க வாங்க வாத்தியாரய்யா...' என்ற பாடல் படமாகிக்கொண்டிருந்தது. மேக்கப் அறையில் இருந்த மக்கள் திலகத்திடம் அந்த போட்டோவை காட்டினேன்.

"இது எப்ப எடுத்தது" என்று கேட்டார். "ராமமூர்த்தி சாருக்கு பக்கதுல உட்கார்ந்து எடுத்தேன் சார்" என்று சொன்னேன்.

என் கன்னத்தைக் கிள்ளி முத்தமிட்டு, "அந்த கேமரா ஓடிக் கொண்டே இருக்கும், அதில் பதிவாவது ஒன்றும் பெரிதல்ல. ஆனால் இது அப்படியல்ல. கொஞ்சம் கேமரா ஆடினாலும் காட்சியும் ஆடியிருக்கும். என்ன டைமிங்ல எடுத்திருக்க... இவ்வளவு அழகாக பதிவாகியிருக்கு. நீ நல்லா எடுப்பேன்னு தெரியும். ஆனால் இவ்வளவு நல்லா எடுப்பேன்னு தெரியல" என்று பாராட்டினார்.

துணிவு இருந்தால் எதையும் சாதிக்கலாம்

'தங்கத்தோணியிலே...' பாடல் காட்சி 3 கேமரா வைத்து படமாகிக் கொண்டிருந்தது. இரண்டு கேமராவுக்கு உதவி ஒளிப்பதிவாளர் இருந்தார்கள். ஒளிப்பதிவாளர் ராமமூர்த்தி சாருக்கு உதவியாளர் இல்லை.

மக்கள் திலகம் என்னை அழைத்து, "சங்கர் நீ உதவிக்கு இரு..." என்று சொன்னார்.

"அய்யோ சார் எனக்கு அதைப்பற்றி எல்லாம் தெரியாது. நான் வெறும் ஸ்டில் கேமராவில்தான் வேலை செய்திருக்கிறேன். மூவி கேமரா பற்றி எல்லாம் தெரியாது" என்று பதறினேன்.

"எல்லோரும் எல்லாத்தையும் கத்துக்கிட்டா வர்றோம். உனக்கு கத்துக்கிறதுக்கு இது வாய்ப்பு. போ! உன்னால் முடியும்" என்று சொன்னார்.

ராமமூர்த்தி சார் சொல்யபடி செய்தேன். கேமரா லென்ஸ் எல்லாம் ஃபோகஸ் செய்தேன்.

அந்தக் காட்சியை ஜப்பானிலேயே கழுவிப் பார்த்தார் மக்கள் திலகம். என்னை அழைத்து, "சங்கர்.. நீ ஃபோகஸ் செய்த காட்சி

ரொம்ப சிறப்பா வந்திருக்கு" என்று என்னை பாராட்டினார்.

'ரொம்ப நன்றி சார்' என்று நான் நெகிழ்ந்து நின்றதும், "எதையும் துணிந்து செய். துணிவு இருந்தால் எதையும் சாதிக்கலாம்" என்று என் முதுகில் தட்டிக்கொடுத்தார் மக்கள்திலகம்.

○

கூடப்பிறக்காத தம்பி ஆர்.எம்.வீ.

ஆர்.எம்.வீ. சார் சின்ன பட்ஜெட்டில் ஜெய்சங்கர், லட்சுமி, வாணிஸ்ரீ ஆகியோரை வைத்து 'கன்னிப் பெண்' படமெடுத்தார். இந்த படத்தின் முதல்நாள் ஷூட்டிங்கில் வந்து க்ளாப் அடித்து தொடங்கி வைக்க மக்கள் திலகம், வெள்ளை வேட்டி -வெள்ளை சட்டையில் தொப்பி -கண்ணாடியுடன் வணக்கம் வைத்துக்கொண்டே வந்தார். அப்போது நான் ஸ்டில் எடுத்தேன். அந்த ஸ்டில் ரொம்ப பிரபலமாகி விட்டது.

மக்கள் திலகம் க்ளாப் அடித்து துவைக்கி வைத்த அந்தக் காட்சி படமானதும் மக்கள் திலகம், ஜெய்சங்கரை கூப்பிட்டார். அவரின் தோளில் கைப்போட்டு, "ஆர்.எம்.வீ. இன்னமும் எம்.ஜி.ஆர். பிக்சர்ஸில் பணிபுரிந்துகொண்டிருக்கிறார். அவருக்கு மாதச்சம்பளம் 2 ஆயிரம் தருகிறேன்.

ஆர்.எம்.வீ. உழைப்பால் உயர்ந்தவர்; நேர்மையானவர்; பண்பானவர்; சுருக்கமாக சொன்னால்... அவர் என் கூடப்பிறக்காத தம்பி. இந்தப்படத்தை எவ்வளவு சீக்கிரம் முடித்துக்கொடுக்க முடியுமோ அவ்வளவு சீக்கிரம் முடித்துக்கொடுங்கள்" என்று சொன்னார்.

மக்கள் திலகம் சொன்னது மாதிரி ஆர்.எம்.வி. சாரை தம்பியாகத் தான் நினைத்தார். அதை நான் பல சந்தர்ப்பங்களில் உணர்ந்திருக் கிறேன்.

சத்யா மூவீஸ் ஆர்.எம்.வீரப்பன் மகள் செல்விக்கும்-வீனஸ் பிக்சர்ஸ் கோவிந்தராஜ் மகனுக்கும் திருமண நிச்சயதார்த்தம்.

தி.நகர். அபிபுல்லா சாலையில் உள்ள ஆர்.எம்.வீ. இல்லத்தில் நடந்த இந்த விழாவிற்கு மக்கள் திலகமும், சிவாஜி சாரும் வந்தார்கள். சேப்பாக்கம் சில்ரன் தியேட்டரில் மக்கள் திலகம் தலைமையில் திருமணம் நடந்தது.

ரசிகர்களுக்காக 10 ஆயிரம் பிரிண்ட்

'உலகம் சுற்றும் வா பன்' படத்துக்காக வெளிநாடு கிளம்பிய போது மக்கள் திலகம் என்னிடம், "கன்னிப் பெண் பட பூஜையில் வெள்ளை வேட்டி கட்டி, தொப்பி போட்டுக்கொண்டு நடந்துவந்த அந்த ஸ்டில் ரொம்ப நல்லாயிருக்கு .

இந்த படத்தை பத்தாயிரம் காப்பி போட்டுவா" என்று சொன்னார். பத்தாயிரம் காப்பி போட்டு வந்து கொடுத்தேன். அதை அப்படியே வெளிநாடு கிளம்பியபோது எடுத்து வந்தார்.

ஜப்பானில் அந்த போட்டோவைத்தான் அவரைப் பார்க்க வந்த ரசிகர்களுக்கு கொடுத்தார். ஆயிரம் பிரிண்டுகள் அங்கே கா யாகி விட்டன. ஹாங்காங்கில் தமிழர்கள் அதிகம். ஹாங்காங்க்கில் மட்டுமே 6 ஆயிரம் பிரிண்டுகள் கா யாகிவிட்டன.

ஹாங்காங்க்கில் உள்ள தமிழ்ச் சங்கத்துக்கு மக்கள் திலகம், 2 ஆயிரம் அமெரிக்க டாலர் நிதியுதவி கொடுத்தார். நாடு விட்டு நாடு ஷூட்டிங் போன இடத்தில் இவ்வளவு தொகை கொடுத்தது எல்லோருக்கும் ஆச்சர்யமாக இருந்தது.

பாங்காங்க் அதிகாரிகள் நெகிழ்ச்சி

பாங்காங்க்கில் ஷூட்டிங்கிற்காக 15 நாள் அனுமதி கேட்டதற்கு 10 நாள்தான் அனுமதி கொடுத்தார்கள். அதனால் 15 நாள் ஷூட்டிங்கை 10 நாளிலேயே முடிக்க வேண்டிய கட்டாயம்.

அப்படிப்பட்ட அவசர சூழ்நிலையில் இருக்கும்போது அந்த நாட்டில் ஒரு பெரிய டி.வி. நடிகர் சண்டைக்காட்சி படப்பிடிப்பில் ஹெ காப்டரில் இருந்து தொங்கும்போது கீழே விழுந்து இறந்து விட்டார் என்ற செய்தி வந்தது.

இதைக்கேட்டதும் ஷூட்டிங்கை மதியம் 1 மணிக்கே நிறுத்தி விட்டார் மக்கள் திலகம். எல்லோரும் 4 மணிக்கு அந்த நடிகருக்கு இறுதி அஞ்ச செலுத்திவிட்டு வருவோம் என்று சொல் விட்டார். மக்கள் திலகத்துடன் எல்லோரும் சென்று அஞ்ச செலுத்திவிட்டு வந்தோம்.

மறுநாள் அந்த நாட்டு பத்திரிக்கைகளில், 'இந்தியாவில் இருந்து ஷூட்டிங்கிற்காக வந்திருக்கிறார் நடிகர் எம்.ஜி.ஆர். அவருக்கு அனுமதி கொடுக்கப்பட்டதே 10 நாட்கள்தான். ஆனால் அவர் நம்ம நாட்டு நடிகர் இறந்ததற்காக ஷூட்டிங்கையே நிறுத்திவிட்டார். நேரிலும் வந்து அஞ்ச ல் செலுத்தினார்' என்று எழுதியிருந்தார்கள்.

இதையெல்லாம் அறிந்த அந்நாட்டு அரசு அதிகாரிகள், எம்.ஜி. ஆரின் மனிதாபிமானத்தால் 'அவர் கேட்டபடி 15 நாள் அனுமதி தருகிறோம்' என்று சொல் விட்டார்கள்.

நாகேஷுக்கு அன்புக்கட்டளை

மக்கள் திலகத்திற்கும் நாகேஷுக்கும் பல முறை மனஸ்தாபம் வந்ததுண்டு. ஆனால் நாகேஷ் மீது வைத்திருந்த பாசத்தை மக்கள் திலகம் என்றுமே குறைத்துக்கொண்டதில்லை. அதனால்தான் மக்கள் திலகத்தின் பெரும்பாலான படங்களில் நாகேஷ் நடித்தார்.

'உலகம் சுற்றும் வா பன்' படத்தில் நாகேஷ்தான் நடிக்க வேண்டும் என்று விரும்பினார். அந்த நேரத்தில் நாகேஷ் பிஸியாக பல படங்களில் நடித்துக்கொண்டிருந்தார். வெளிநாடுகளுக்கு சென்றுவிட்டால் பல படங்களில் நடிக்க முடியாமல் போய்விடுமே என்று 'உலகம் சுற்றும் வா பன்' படத்தில் நடிக்க முத ல் மறுத்தார்.

"வெளிநாடுகள் எல்லாம் இலவசமாக சுற்றிப்பார்க்கலாம்... யோசித்து சொல்லு" என்று மக்கள் திலகம் சொன்னார்.

"பரவாயில்லை.... நான் சொந்த செலவிலாவது பிறகு போய் பார்த்துக்கொள்கிறேன்" என்றார் நாகேஷ்.

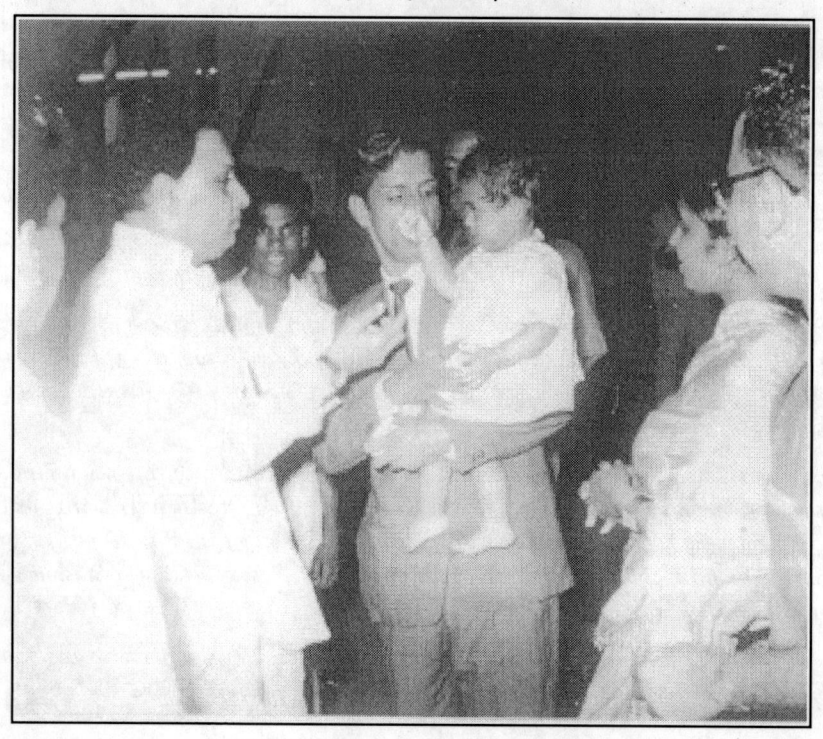

மக்கள் திலகம் விடவில்லை. 'நீ வந்துதான் ஆகவேண்டும்' என்று சொன்னார்.

"இல்ல... நான் என்ன சொல்றேன்னா...." என்று இழுத்தார் நாகேஷ்.

"நான் என்ன சொல்றேன்னா.. நீ வரணும்.." என்று அன்புக் கட்டளை போட்டுவிட்டு போய்விட்டார் மக்கள் திலகம். அதன்பிறகு அந்த அன்புக்கட்டளைக்கு கட்டுப்பட்டு வெளிநாடு கிளம்பினார் நாகேஷ்.

நாகேஷ் வீட்டில் சின்ன விசேஷம் என்றாலும் தவறாமல் கலந்துகொள்வார் மக்கள் திலகம். நாகேஷின் மூன்று மகன்களின் பிறந்தநாளுக்கும் அவரின் வீட்டுக்குச் சென்று பரிசு கொடுத்து வாழ்த்தினார் மக்கள் திலகம். மூன்று பிறந்த நாளுக்கும் நான் ஸ்டில் எடுத்தேன்.

(நாகேஷின் மூத்த மகன் ஆனந்த்பாபுவின் பிறந்த நாளில் மக்கள் திலகம் கலந்துகொண்டபோது எடுத்த படம்தான் இங்கே.)

அந்த மோதிரத்தை சாகும் வரையில் போட்டிருந்தார்

யார், யார் பிறந்த நாள் எப்போது வருகிறது என்று மக்கள் திலகம் டைரியில் எழுதி வைத்திருந்தார். ஹாங்காங்கில் 'அவள் ஒரு நவரச நாடகம்' பாடல் எடுத்துக் கொண்டிருந்தபோது, நாகேஷ் பிறந்த நாள். 6 மணிக்கு ஷூட்டிங் முடிந்ததும் மக்கள் திலகம் எல்லோரையும் அழைத்து, 'இன்னைக்கு நைட் பத்து மணிக்கு சின்ன ஃபங்ஷன் இருக்கு' என்று சொன்னார். என்ன ஃபங்ஷன் என்று எல்லோரும் கேட்டுக்கொண்டோம்.

சலசலப்பு இருந்த போது, மக்கள் திலகமே சஸ்பென்சை உடைத்தார். "இன்று நாகேஷ் பிறந்தநாள்" என்று சொன்னார்.

அதே மாதிரி இரவு 10 மணிக்கு ஃபங்ஷன் நடந்தது. அது சின்ன ஃபங்ஷன் இல்லை. உண்மையில் பெரிய ஃபங்ஷன். ஒன்பது கல் வைத்த வைர மோதிரத்தை நாகேஷுக்கு பரிசளித்தார் மக்கள் திலகம்.

அந்த மோதிரத்தை சாகும்வரை கையில் போட்டிருந்தார் நாகேஷ்.

வெளிநாட்டில் போய் ஒருவரின் பிறந்த நாளை இவ்வளவு விமரிசையாக கொண்டாடியது சாதாரண விசயமா? எல்லோரும் ஆச்சரியப்பட்டோம். பணத்தை பற்றியே மக்கள் திலகம் கவலைப் படவில்லை.

இது நாலு சுவற்றுக்குள்ள இருக்கட்டும்

'**நா**னும் நாகேஷும் வாடா, போடா என்றுதான் பேசிக் கொள்வோம்.'

சிங்கப்பூரில் இப்படி பேசிக்கொண்டிருந்த போது மக்கள் திலகம் எங்களை கூப்பிட்டார். "நீங்க உரிமையில் வாடா, போடா என்று பேசிக்கிறீங்க. ஆனா இது நாலு சுவற்றுக்குள்ள இருக்கட்டும். நாலு பேருக்கு முன்னால இப்படி பேசிக்கொண்டால் அது நாகரிமாக இருக்காது" என்று சொன்னார்.

உடனே நாகேஷ், "அவரே இப்படி சொல்ட்டாருடா.. இனிமே வாங்க போங்கன்னே பேசிக்க வேண்டியதுதான்" என்று சொன்னார். அதன்பிறகு நானும், நாகேஷும் 'வாங்க, போங்க' என்றுதான் பேசிக் கொண்டோம்.

'உலகம் சுற்றும் வா பன்' பட அனுபவத்தை மக்கள் திலகம் 'பொம்மை' பத்திரிக்கையில் எழுதினார். அதில் இந்த சம்பவத்தையும் குறிப்பிட்டிருந்தார்.

என் மேல் நம்பிக்கை இல்லையா?

ஒரு நாட்டில் இருந்து இன்னொரு நாட்டுக்கு ஷூட்டிங் போவதற்கு முன்பு முதல் நாளே அந்த நாட்டிற்கு சென்று ஷூட்டிங் ஸ்பாட் ஏற்பாடு செய்துவிடுவார் மக்கள் திலகம். அவருடன் சில பேர் செல்வார்கள்.

பாங்க்காங்கில் மேட்டா ரூங்ராத் என்ற தாய்லாந்து நடிகையுடன் 'பச்சைக்கிளி முத்துச்சரம்' பாடல் காட்சி படமானது. அந்த காட்சி முடிந்ததும் மக்கள் திலகம் சிங்கப்பூருக்கு சென்று ஷூட்டிங் ஸ்பாட்டுக்கு ஏற்பாடு செய்ய புறப்பட்டார்.

அப்போது மக்கள் திலகம் என்னை அழைத்தார்.

என்னிடம் பத்தாயிரம் பட்ஸ் கொடுத்து, "இத வச்சுக்க...யாரு என்ன கேட்குறாங்களோ அதை வாங்கிக்கொடு. சிங்கப்பூரில் வந்து கணக்கு கொடு" என்று சொன்னார்.

இதை பார்த்துக்கொண்டிருந்த நாகேஷ், "நான் இருக்கும் போது எதுக்கு சங்கர்கிட்ட கொடுக்குறீங்க. என் மேல நம்பிக்கை இல்லையா" என்று கேட்டார்.

"என்ன சொன்ன...?"

"என் மேல நம்பிக்கை இல்லையா?"

"அது இல்லாததாலதான நான் உன்கிட்ட கொடுக்கல. உன்கிட்ட கொடுத்தா அது எப்படியெல்லாம் செலவாகும்னு தெரியும்" என்று சொல் விட்டு சிரித்தார் மக்கள் திலகம்.

"ரைட், ரைட்.." என்று சொல் விட்டு நாகேஷூம் சிரித்தார்.

சிங்கப்பூர் வந்ததும் செலவுக்கணக்கை கொண்டு போனேன். "என்ன சங்கர்.. எவ்வளவு செலவாகியிருக்கு" என்று கேட்டார்.

நான் எழுதி வைத்திருந்த கணக்கை கொடுத்துவிட்டு, '3 ஆயிரம் பட்ஸ் மிச்சமிருக்கு' என்று அதை டேபிளில் வைத்தேன்.

அதை கையில்கூட எடுக்கவில்லை. 'நீயே வச்சுக்க சங்கர்' என்று சொல் விட்டார். யாருக்கு வரும் இந்த மனசு. மக்கள் திலகம் மக்கள் திலகம்தான்.

இன்றைக்கு முக்கியமான நாள்

வெளிநாட்டில் இருக்கும் போதே இயக்குநர் ப.நீலகண்டனுக்கும் பிறந்த நாள் வந்தது. எல்லோரின் பிறந்த நாளையும்தான் மக்கள் திலகம் டைரியில் குறித்து வைத்திருக்கிறார். ஆனாலும் எங்கே அவர் மறந்துவிடுவாரோ என்று நினைத்த நீலகண்டன் சார் எங்கள் எல்லோரிடமும், 'நாளைக்கு என் பிறந்த நாள் வருது. எம்.ஜி.ஆர் கிட்ட நீங்க சொல் ஞாபகப்படுத்துங்க' என்று சொன்னார்.

நாகேஷ் பிறந்த நாளை விமரிசையாக கொண்டாடியதை நினைவில் வைத்துதான் தனக்கும் அவ்வாறு செய்வார் என்று சொல்லச்சொன்னார் நீலகண்டன் சார். 'நீங்களா சொல்வது மாதிரி சொல்லுங்க' என்றுதான் அவர் சொன்னார்.

ஆனால் நாங்க மக்கள் திலகத்திடம், 'எனக்கு பிறந்த நாள் வருது. போய் சொல் ஞாபகப்படுத்துங்க'ன்னு சொல்லுறார் சார் நீலகண்டன் என்று சொன்னோம்.

உடனே மக்கள் திலகம், "அப்படியா சரி, சரி" என்று சிரித்தார்.

மறுநாள் ஷூட்டிங் முடிந்ததும் எல்லோரையும் கூப்பிட்டு 'ஃபங்ஷன் இருக்கு என்று மக்கள் திலகம் சொல்லுவார் என்ற எதிர்பார்ப்பில் இருந்தார் நீலகண்டன் சார். ஆனால் மறுநாள் ஷூட்டிங் ஆரம்பமானதுமே மக்கள் திலகம் எல்லோரையும் அழைத்தார்.

"இன்றைக்கு முக்கியமான நாள். நம்ம டைரக்டருக்கு பிறந்த நாள். அதனால இன்றைக்கு முழுவதும் எல்லோருக்கும் அவர் செலவுலதான் சாப்பாடு" என்று சொன்னார்.

நீலகண்டன் சார் முகம் ஒருமாதிரி ஆகிவிட்டது. அன்றைய சாப்பாடு செலவையெல்லாம் அவர்தான் ஏற்றுக்கொண்டார்.

வாரிக்கொடுக்கும் வள்ளலா இன்னொருவரை செலவு செய்ய விட்டு ரசிப்பார். பிறகு தனியே பெரிய அளவில் நீலகண்டன் சாருக்கு எதுவும் கொடுத்திருப்பார் மக்கள் திலகம்.

பெருசா போட்டுக்கொடுத்து பெருசா வாங்கிக்க

ஜப்பானில் 'உலகம்... உலகம்... அழகு கலைகளின் சுரங்கம்...' பாடல் படமாகிக்கொண்டிருந்தது. வி.ஜி.பி. சகோதரர்கள் தூரத்தில் நின்று பார்த்துக்கொண்டிருந்தார்கள். இதை நான் கவனிக்கவும், அவர்கள் என்னை கவனிக்கவும் சரியாக இருந்தது.

வி.ஜி.பி. நிறுவன நிகழ்ச்சிகளுக்கு நான் ஸ்டில்ஸ் எடுத்துக் கொடுத்திருக்கிறேன். அந்த பழக்கம் இருந்ததால் அவர்கள் அருகில் சென்று பேசிக்கொண்டிருந்தேன்.

மக்கள் திலகத்துடன் ஒரு போட்டோ எடுத்துக்கொள்ள வேண்டும் என்ற ஆசையைச் சொன்னார்கள். 'கொஞ்சம் இருங்க வந்துடுறேன்' என்று சொல் விட்டு மக்கள் திலகத்திடம் சென்று விசயத்தைச் சொன்னேன்.

"நல்ல உழைப்பாளிகளாச்சே அவுங்க... உடனே கூப்பிடு..." என்று சொன்னார்.

மக்கள் திலகத்துடன் போட்டோ எடுத்துக்கொண்டு, சில விசயங்களை பறிமாறிக்கொண்டு போனார்கள்.

இது நடந்து சில வருடங்களுக்கு பிறகு சென்னையில் வி.ஜி.பி. தங்க கடற்கரையில் 'இன்று போல் என்றும் வாழ்க' படத்தின் ஷூட்டிங் நடந்தது. மக்கள் திலகமும்-ராஜசுலோச்சனாவும் நடித்துக் கொண்டிருந்தார்கள்.

அப்போதும் வி.ஜி.பி. சகோதரர்கள் பன்னீர்தாஸூம், சந்தோசமும் வந்தார்கள். "வாங்க..தலைவர்களே.." என்று அவர்களை வரவேற்றார்.

''என்ன விசயம் சொல்லுங்க... நான் என்ன பண்ணணும் சொல்லுங்க'' என்று அவர்களிடம் மக்கள் திலகம் கேட்டார். 'ஒண்ணுமில்ல. ..போட்டோ எடுத்துக்கணும்' என்றார்கள்.

போட்டோ எடுத்துக்கொண்டதும் மக்கள் திலகம் என்னைப் பார்த்து, ''சங்கர்... ரெண்டு பேருக்கும் பெருசா (பிரிண்ட்) போட்டுக்கொடுத்து பெருசா (பணம்) வாங்கிக்க.." என்று சிரித்துக் கொண்டே சொன்னார்.

பன்னீர்தாஸ் சாரும், சந்தோசம் சாரும் என்னைப்பார்த்து , "அப்படியே செஞ்சுடுங்க.." என்று சிரித்துக்கொண்டே சொன்னார்கள்.

மக்கள் திலகம் மீது அதிகமான பாசமும், மரியாதையும் வைத்திருந்தார்கள் வி.ஜி.பி. பிரதர்ஸ்.

25 பேருக்கும் ப்ரூட் செண்ட்

சிங்கப்பூர் ஏர்ப்போர்ட் அருகில் நான் ஒரு ஷோரூம் கண்ணாடி யையே வைத்த கண் வாங்காமல் பார்த்துக்கொண்டிருந்தேன்.

"அப்படி என்ன பார்க்குற சங்கர்?" என்று கேட்டார் மக்கள் திலகம்.

'ப்ரூட் செண்ட் சார். நல்லாயிருக்கும். ஆனா ரொம்ப காஸ்ட் ' என்று சொன்னேன்.

"அப்படியா 25 வாங்கு" என்றார்.

உடனே நாகேஷ், "நீங்க என்னங்க... பசங்களுக்கு கம்பி மத்தாப்பூ வாங்குறது மாதிரி வாங்குறீங்க" என்று கேட்டார்.

மக்கள் திலகம் சிரித்துக்கொண்டே, எல்லோருக்கும் கொடு என்றார். 25 செண்ட் பாட்டிலையும் எல்லோருக்கும் கொடுத்தேன்.

எல்லா குழந்தைகள் வீட்டுக்கும் பொம்மை

சிங்கப்பூர் டைகர் பாம் கார்டனில் 'சிக்கு மங்கு சிக்கு மங்கு சின்ன பாப்பா' பாடல் படமானது. அந்தப்பாட ல் நடித்த குழந்தைகள் எல்லோரும் பணக்கார குழந்தைகள். மக்கள் திலகம் மேல உள்ள பிரியத்துல அந்த குழந்தைகளோட அம்மா, அப்பா நடிக்க வைத்தார்கள்.

அந்தப்பாடல் எடுத்து முடித்ததும் அந்தக்குழந்தைகளை அழைத்துப்போக அம்மா,அப்பா காரில் வந்திருந்தார்கள். எல்லா குழந்தைகள் வீட்டு முகவரியையும் வாங்கிக்கொண்டார் மக்கள் திலகம்.

எதுக்காக முகவரியெல்லாம் வாங்குகிறார் என்று அப்போது எல்லோருக்கும் புரியவில்லை.

மறுநாள் காலையில் எல்லோருடைய வீட்டுக்கும் பொம்மை வாங்கி அனுப்பினார்.

அந்த விழாவுக்கு போட்ட கண்டிஷன்

சிங்கப்பூரில் 10 நாள் ஷூட்டிங் நடந்த போது அங்குள்ள தமிழர்கள் விருப்பத்திற்காக உலகம் சுற்றும் வா பன் படக்குழுவினரை வைத்து மக்கள் திலகம் ஒரு விழா நடத்தினார். அந்த விழாவுக்கு மக்கள் திலகம் ஒரு கண்டிஷன் போட்டுவிட்டார்.

யாரும் தண்ணி அடிக்கக்கூடாது. இந்த விருந்து விழாவிலும் அது இருக்காது என்று சொல் விட்டார்.

அந்த விழாவில் மக்கள் திலகம் பேசும் போது, "முக்கியமான ஒரு விசயம் சொல்ல வேண்டியிருக்கு. மெட்ராஸில் இருந்து கிளம்பியது முதல் இதுவரை எனக்கு இரண்டு கண்களாக இருக்கிறார்கள் நாகேஷும், சங்கரும். நாகேஷைப்பற்றி உங்கள் எல்லோருக்கும் தெரியும். ஆனால் சங்கரை அறிமுகம் செய்து வைக்கிறேன்" என்று சொல் விட்டு என்னை மேடைக்கு கூப்பிட்டார்.

"இவர்தான் என் போட்டோகிராபர் சங்கர்" என்று அறிமுகப்படுத்தினார்.

பிறகு பேசிய அவர், "இவுங்க ரெண்டு பேரும் ஷூட்டிங் வேலை நேரம் போக, எனக்கு அத்தனை உதவிகள் செய்கிறார்கள். சாப்பாட்டுத் தட்டு கழுவி வைப்பது, சாப்பாடு வைப்பது என்று எல்லாம் செய்கிறார்கள். இப்படியெல்லாம் செய்யணும்னு அவர்களுக்கு தலை யெழுத்தா என்ன. என் மேல் உள்ள பிரியத்தால் அப்படி செய்கிறார்கள்" என்று சொன்னார்.

அப்போது மக்கள் திலகம்-நாகேஷுடன் என்னையும் சேர்த்து வைத்து போட்டோ எடுத்து சிங்கப்பூர் பத்திரிகைகளில் வெளியிட்டார்கள்.

ஆர்.எம்.வீ. ஏன் ஆத்திரப்பட்டார்

சிங்கப்பூரில் உலகம் சுற்றும் வாலிபன் ஷூட்டிங் முடிந்து சென்னை திரும்பும் நாள். மதியம் மூன்று மணிக்கு பிளைட். காலை 7 மணிக்கு மக்கள் திலகம் என்னை கூப்பிட்டார். நான் போய் நின்றதும், "என்ன சங்கர்.... ஊருக்கு கிளம்புறோம். உனக்கு தேவையானது எதுவும் வாங்கிட்டியா" என்று கேட்டார்.

நான் பதில் சொல்வதற்குள் அவரே, ''உனக்கு கேமரா வாங்கிட்டியா" என்று கேட்டார்.

"பணம் இல்ல சார்" என்று சொன்னேன்.

"என்னை நம்பி இவ்வளவு தூரம் வந்திருக்கே. போகும் போது நீ சந்தோசமா இருக்க வேண்டாமா. சரி, கேமரா வாங்க எவ்வளவு வேண்டும்" என்று கேட்டார்.

"200 டாலர் சார்" என்று நான் கேட்டதும், "அவ்வளவு பணம் எதுக்கு கேமரா வாங்குவதற்கு?" என்று கேட்டார்.

"கேமரா வாங்கினது போக டிரஸ்,செண்ட் எல்லாம் வாங்கணும் சார்" என்று சொன்னேன்.

''சரி, ஆர்.எம்.வீரப்பன்கிட்ட போய் வாங்கிக்க என்று சொன்னார்.

ஆர்.எம்.வீரப்பன், மஞ்சுளா, லதா, சந்திரகலா எல்லோரும் உட்கார்ந்திருந்தார்கள். நான் ஆர்.எம்.வீ. அருகில் போய் நின்றேன். அவர் முகம் கடு கடுவென்று இருந்தது. கொஞ்ச நேரம் கழித்து சார், ''எம்.ஜி.ஆர். சார் உங்ககிட்ட வாங்கிக்க சொன்னார்'' என்று சொன்னேன். கேட்டதும்தான் தாமதம், "ஆளாளுக்கு வந்து என்கிட்டே கேட்டா என்னய்யா அர்த்தம். நான் எங்க போறது பணத்துக்கு?" என்று ஆத்திரமாய் சத்தம் போட்டார்.

சுற்றி நடிகைகள் இருக்கும் போது இப்படி ஆத்திரப்பட்டதும், சின்ன வயசு எனக்கு ஒரு மாதிரி ஆகிவிட்டது. "அதுக்கு ஏன்யா இப்படி கத்துற" என்று சத்தம் போட்டுவிட்டு வந்துவிட்டேன்.

உலகம் சுற்றும் வாலிபன் படத்திற்கு மக்கள் திலகம்தான் புரொடியூசர். பெரிய புரொடியூசராக இருந்த ஆர்.எம்.வீ., மக்கள் திலகத்தின் படம் என்பதால் தயாரிப்பு நிர்வாகியாக இருந்தார் அந்தப்படத்திற்கு.

ஜானகியம்மா என்னை கூப்பிட்டு, "கோபப்பட்டு திட்டுனீங்க ளாமே" என்று வருத்தப்பட்டாங்க. "இல்லம்மா... பொம்பளைங்களுக்கு முன்ன என் மீது கோபப்பட்டார். அதுதான் ஒரு மாதிரி ஆச்சு" என்று சொன்னேன்.

ஜானகியம்மா ஒரு பொட்டலத்தை கொடுத்தாங்க. பிரித்து பார்த்தால் அதில் 500 டாலர் இருந்தது. அப்போதுதான் ஆர்.எம்.வீ. ஏன் ஆத்திரப்பட்டார் என்ற உண்மை தெரிந்தது.

நான் கேட்ட 200 டாலரே அதிகம். அதனால்தான் மக்கள் திலகம் அவ்வளவு பணம் எதுக்கு என்று கேட்டார். அவ்வளவு பணம் எதுக்கு என்று என்னிடம் சொல் விட்டு, ஆர்.எம்.வீயிடம் சங்கர் வருவார், அவருக்கு 500 டாலர் கொடுத்திடுங்க என்று சொல் யிருக்கிறார்.

500 அமெரிக்க டாலர் என்றால் பெரிய தொகை. இவ்வளவு பெரிய தொகையை ஒரு ஸ்டில் கேமராமேனின் உதவியாளருக்கு கொடுப்பதா என்றுதான் ஆத்திரப்பட்டிருக்கிறார்.

இந்த விசயமெல்லாம் தெரியாததால்தான் நானும் ஆத்திரப்பட்டு பேசிவிட்டேன்.

ஒண்ணு எனக்கு இன்னொண்ணு என் அண்ணனுக்கு

ஐநூறு டாலர் கொடுத்ததோடு அல்லாமல், வா, உனக்கு கேமரா வாங்கித்தருகிறேன் என்று என்னை அழைத்துக்கொண்டு போனார். கூடவே, நாகேஷ், அசோகன், கேமராமேன் ராமமூர்த்தியும் வந்தார்கள்.

"நல்ல கேமராவாக பார்த்து செலக்ட் பண்ணு" என்று சொன்னார் மக்கள் திலகம்.

இந்த கேமரா நல்லாயிருக்கும் சார் என்று ஒரு மாடலை காட்டினேன். அப்படியா என்று கேட்ட மக்கள் திலகம், "அந்த மாடல்ல 5 கேமரா கொடுங்க" என்றார்.

அங்கேயே ஒரு கேமராவை என் கழுத்துல மாட்டிவிட்டு, இது நான் உனக்கு தர்றேன்..வச்சுக்க..என்றார். நாகேஷுக்கு ஒரு கேமராவும், அசோகனுக்கு ஒரு கேமராவும் கொடுத்தார்.

மற்ற ரெண்டும் யாருக்கு சார் என்று கேட்டேன்.

"ஒன்னு எனக்கு... இன்னொன்னு என் அண்ணனுக்கு (எம்.ஜி.சக்கரபாணி)" என்று சொன்னார். அப்போது கேமராமேன் ராமமூர்த்தி மக்கள் திலகத்தையே பார்த்துக் கொண்டிருந்தார். "என்ன அப்படி பார்க்குறீங்க... இந்தாங்க" என்று அவருக்கு ஒரு கேமராவை கொடுத்துவிட்டார்.

இப்படியும் விசுவாசமான ஆட்கள்

தாய்லாந்தில் இரவு பகலாக ஷூட்டிங். எல்லோரும் ஓய்வு இல்லாமல் வேலை பார்த்துக்கொண்டிருந்தோம். காலையில் இருந்து மாலை வரை பச்சைக்கிளி முத்துச்சரம் பாடல் காட்சி படமானது. இரவில் சாப்பிடும் காட்சி. மக்கள் திலகம் மீன் சாப்பிடும் காட்சி படமானது. நாகேஷ் குச்சியால் சாப்பிட முடியாமல் அவதிப்படும் காட்சியும் படமானது. கைக்கு எட்டியது வாய்க்கு எட்டல... என்று நாகேஷ் டயலாக் பேசும் காட்சி படமானதும் நான் வெளியே வந்தேன்.

ரொம்ப அசதியாக இருந்ததால் வெளியே இருந்த கேமரா ஸ்டாண்ட்டை பிடித்துக்கொண்டு உட்கார்ந்தேன்; அப்படியே தூங்கிவிட்டேன்.

ஷூட்டிங் இடைவேளையில் வெளியே வந்த மக்கள் திலகம் கேமரா ஸ்டாண்ட் சாய்ந்த நிலையில் இருப்பதைக் கவனித்துவிட்டு அப்படியே உட்கார்ந்து கேமராவை பிடித்துக்கொண்டிருந்தார்.

எதேச்சையாக கண்விழித்துவிட்ட நான் இதைக்கவனித்து விட்டேன். பதட்டமாய் எழுந்தேன்.

"எனக்காக எப்படியெல்லாம் கஷ்டப்படுறீங்க. நேரம் காலம் பார்க்காம எனக்காக எல்லோரும் இப்படி வேலை பார்க்குறீங்களே... இப்படியெல்லாம் விசுவாசமான ஆட்கள் எனக்கு இருக்காங்களே... ரொம்ப பெருமையா இருக்கு" என்று நெகிழ்ந்தார்.

பிறகு, "இப்ப எதுக்கு எழுந்திருக்குற..அப்படியே கொஞ்ச நேரம் தூங்கு. ஸ்டாண்டை நல்லா வச்சுக்கிட்டு தூங்கு" என்று சொல் விட்டு அவரே ஸ்டாண்ட்டை சரியாக வைத்துவிட்டு போனார்.

இதையெல்லாம் எதுக்கு அந்த பொண்ணுக்கிட்ட சொல்ற..

தாய்லாந்து தண்ணீர் மார்க்கெட்டில் ஷுட்டிங்கிற்கு முன்பாக மக்கள் திலகம் அந்த ஏரியாவை சுற்றிப்பார்த்தார். நானும் அவருடன் சென்றேன்.

மிதந்து வரும் படகில் நடந்துவந்த காய்கனி வியாபாரம் பார்த்து ரசித்துக்கொண்டிருந்தார். கரையோர மக்கள் பேரம் பேசி வாங்குவதை பார்த்து சிரித்துக்கொண்டிருந்தார்.

கரையோரக்கடைகளில் உள்ள அழகுசாதன கடைகளை நோட்டமிட்டார். ஒரு மொம்மை கடை முன்பு நின்றார். அது ரொம்ப சின்ன கடை. அந்த தாய்லாந்து பெண், மொம்மையை எடுத்துக்கொடுத்தார்.

தாய்லாந்து பாஷை எங்களுக்குத்தெரியாததால் ஆங்கிலத்தில் அந்தப்பெண்ணிடம் பேசினோம்.

இது எவ்வளவு என்று ஆங்கிலத்தில் கேட்டார்.

அந்தப்பெண் விலையைச்சொன்னதும், “என்னம்மா இவ்வளவு விலையைச்சொல்லுறீங்க...” என்றார்.

“நல்ல பொருள் அதனால்தான் அத்தனை விலை”.

“எனக்கு 25 மொம்மைகள் வேணும். மொத்தமா வாங்குறதால குறைச்சுக்கொடுப்பீயாம்மா”

“மொத்தமா வாங்கினாலும், சில்லறையா வாங்கினாலும் அதே விலைதான். அதில் மாற்றமில்லை” என்று அந்தப்பெண் கறாராக சொன்னதும்,

நான் குறுக்கிட்டு, “இந்தா பாரும்மா..அவரு இந்தியாவுல பெரிய ஆர்ட்டிஸ்ட். அவரு நினைச்சா இந்த கடைத்தெருவையே விலைக்கு வாங்கிடுவாரு” என்று சொன்னேன்.

“இதையெல்லாம் எதுக்கு அந்த பொண்ணுக்கிட்ட சொல்ற... உழைக்கிறவங்ககிட்ட பேரம் பேசக்கூடாது. அதுவும் சின்னக்கடையில் பேரம் பேசுறதே தப்பு. நான் சும்மா பேசிக்கொண்டிருந்தேன்...” என்று சொல் விட்டு சிரித்தவர், அந்தப்பெண் கேட்ட தொகையை கொடுத்து விட்டார்.

மொம்மைகளை வாங்கி என்னிடம் கொடுத்து, நம்மளோட வந்திருக்கும் எல்லோருக்கும் கொடு என்று சொன்னார். எது வாங்கினாலும் 25 பேருக்கும் வாங்கிடுவார் மக்கள் திலகம். எல்லோருக்கும் ஒரே மாதிரிதான் வாங்குவார். ஒருவருக்கு விலை உயர்ந்தது என்றும், இன்னொருவருக்கு விலை குறைந்தது என்று பிரித்து செய்யமாட்டார்.

ஆர்.எம்.வீக்கு என்ன வாங்குவாரோ அதைத்தான் பீதாம்பரத்துக்கும் வாங்குவார். மஞ்சுளாவுக்கு என்ன வாங்குவாரோ அதைத்தான் புயூர் சரோஜாவுக்கும் வாங்குவார். நாகேஷுக்கு என்ன வாங்குவாரோ அதைத்தான் சங்கர்ராவுக்கும் வாங்குவார்.

தண்ணீர் தொட்டிக்குள்...

'அவள் ஒரு நவரச நாடகம்' பாடல் காட்சி ஜப்பான் டோக்கியோவில் உள்ள நீச்சல் குளத்தில் படமாக்கப்பட்டது. மக்கள் திலகமும் லதாவும் நீந்திப்பாடும் அந்த காட்சியை அண்டர்கிரவுண்ட் கேமரா வைத்து ஷூட் செய்யப்பட்டது. இதற்காக அந்த கேமரா ஜப்பானில் வாடகைக்கு எடுக்கப்பட்டது.

அந்த காட்சியை மேட்ச் பண்ணுவதற்காக சென்னையில் சத்யா ஸ்டூடியோவில் 15 அடி நீளத்தில், 4 அடி ஆழத்தில் சிமெண்ட் தொட்டி தயாரானது.

அந்த தொட்டிக்குள் தண்ணீர் நிரப்பப்பட்டு முதல் நாள் ஷூட்டிங் நடந்துகொண்டிருந்த போது தொட்டி உடைந்துவிட்டது. பிறகு இரண்டு நாட்களில் தொட்டி தயாரானதும், மீண்டும் ஷூட்டிங் நடந்தது.

பாடல் காட்சி பார்க்கும்போது எந்த வித்தியாசமும் தெரியாது. இங்கே மேட்ச் செய்யப்பட்டது என்று தெரியாது. அந்த அளவிற்கு தத்ரூபமாக இருக்கும்.

ஸ்கேட்டிங் - மும்பை டூப்

அசோகனும், வி.கோபாலகிருஷ்ணனும் மக்கள் திலகத்திற்கு விஷ ஊசி போட துரத்துவார்கள். மக்கள் திலகம் தப்பித்துச்செல்வார். உலகம் சுற்றும் வா பன் படத்திற்காக மூவரும் கா ல் ஸ்கேட்டிங் கட்டிக்கொண்டு செய்யும் அந்த சேசிங் காட்சி சத்யா ஸ்டூடியோவில் 20 நாட்கள் படமாக்கப்பட்டது.

மக்கள் திலகம் கா ல் ஸ்கேட்டிங் கட்டிக்கொண்டு சேசிங் செய்தார். எல்லோரும் பயந்தார்கள். பெரிய பொருட்செலவில் எடுக்கப்பட்டு வரும் படம். ஏதாவது ஆகிவிட்டால் என்ன செய்வது. அதனால் இந்த காட்சிக்கு டூப் போட்டுவிடலாம் என்று சொன்னார்கள்.

மக்கள் திலகம் மறுத்துவிட்டார். பின்பு பிடிவாதமாக அவரை சம்மதிக்க வைத்துவிட்டார்கள். மும்பையைச் சேர்ந்த ஒருவர் டூப் போட்டார்.

மாமாவின் பிடிவாதம்....
மக்கள் திலகத்தின் கோபம்

'உலகம் சுற்றும் வா பன்' ஷூட்டிங் முடிந்து வெளிநாட்டில் இருந்து சென்னைக்கு வந்த மறுவாரம் 'ராமன் தேடிய சீதை' ஷூட்டிங் கிற்காக காஷ்மீர் சென்றோம்.

காஷ்மீரில் 20 நாள் தங்கியிருந்தோம். அப்போது மக்கள் திலகம், "வெளிநாட்டில் எடுத்த ஸ்டில்ஸை எல்லாம் பார்க்கணும்... மாமாகிட்ட சொல் உடனே ப்ரிண்ட் போடச்சொல் டு" என்று சொன்னார்.

நான் ட்ரங்க் கால் செய்து மாமாவிடம் பேசி விசயத்தை சொன்னேன். அதற்கு மாமா, "5 ஆயிரம் இருந்தால்தான் ப்ரிண்ட் போடமுடியும்" என்று சொன்னார்.

''இல்ல.. மாமா... எம்.ஜி.ஆர்.சார் கேட்குறாரு...'' என்று சொன்னேன். "அதுக்கு நான் என்ன பண்ண முடியும். ப்ரிண்ட் போடனும்னா பேப்பர் வாங்கணும். பேப்பர் வாங்க என்கிட்ட பணம் இல்ல..." என்று சொன்னார்.

"முடிவா என்ன சொல்றீங்க மாமா... நான் அவருகிட்ட என்ன சொல்றது..." என்று கேட்கவும், "நான் சொன்னத அப்படியே சொல்லு" என்று சொன்னார்.

இத நான் எப்படி மாமா அவருகிட்ட சொல்றது என்று தயங்கவும், "உனக்கு எதுக்கு தயக்கம். 5 ஆயிரம் இருந்தாதான் பிரிண்ட் போட முடியும்னு சொல் ட்டேன்னு பளிச்சுன்னு சொல் டு" என்று சொல் விட்டார்.

நான் மக்கள் திலகத்திடம் வந்து தயங்கி தயங்கி விசயத்தைச் சொன்னேன். அவருக்கு கடுமையான கோபம் வந்துவிட்டது.

உடனே சென்னையில் உள்ள சத்யா ஸ்டுடியோவுக்கு போன் போட்டார்.

சத்யா ஸ்டுடியோ நிர்வாக இயக்குநர் குஞ்சப்பனிடம் பேசினார். (எம்.ஜி.சக்ரபாணி மனைவி தம்பி) " 5 ஆயிரம் பணத்தை இப்பவே நாகராஜராவ் சார் வீட்டில் கொண்டு கொடுத்திடுங்க'' என்று சொல் விட்டு போனை வைத்துவிட்டார்.

இந்த சம்பவம் நடந்து நான்கு நாட்களில் ஷூட்டிங் முடிந்துவிட்டது.

காஷ்மீரில் இருந்து சென்னை விமான நிலையத்திற்கு இரவு 10 மணிக்கு வந்தோம். நான் டெக்னீஷியன்களுடன் வேனில் ஏறிக் கொண்டிருந்தேன்.

மக்கள் திலகம் என்னை கூப்பிட்டு, தனது காரில் ஏறிக்கொள்ளச் சொன்னார். அவர், காரின் பின் சீட்டில் உட்கார்ந்திருந்தார். என்னை முன் சீட்டில் உட்காரச்சொன்னார்.

பின் சீட்டி ருந்து, “காரை நாகராஜராவ் வீட்டுக்கு விடு , சங்கர் நீ டிரைவருக்கு வழி சொல்லு” என்று கோபமாக உத்தரவுகள் வந்தன.

10.30க்கு கீழ்ப்பாக்கம் மாமா வீட்டு முன் கார் நின்றது. மக்கள் திலகம், “நான் வந்திருக்கிற விசயத்தைச்சொல்லு” என்று சொல் விட்டு காரிலேயே உட்கார்ந்துகொண்டார்.

நான் மாடிக்குச்சென்றேன். சட்டை போடாமால் வேட்டியுடன் இருந்த மாமா, “என்னடா... ஷூட்டிங் எல்லாம் முடிஞ்சிடுச்சா” என்று சாவகாசமாய் கேட்டார்.

கீழே எம்.ஜி.ஆர். சார் காரில் வெயிட் பண்ணிக்கிட்டு இருக்கு றாரு என்று சொன்னதும், “ஏண்டா.. என்னாச்சு... எதுக்குடா இந்த நேரத்துல...” என்று பதறியவர், துண்டை மட்டும் எடுத்து உடம்பில் போட்டுக்கொண்டு வேக வேகமாக கீழே இறங்கினார்.

மாமா சிரித்துக்கொண்டே, “என்ன சார் இந்த நேரத்துல...” என்று கேட்க,

“பிரிண்ட் ரெடியாச்சா முதலாளி...” என்று மக்கள் திலகம் கோபமான முகத்துடன் கேட்டார்.

“இல்ல சார்”

“ஏன் என்னாச்சு... நீங்க கேட்ட 5 ஆயிரம் கொடுத்திட்டாங்கல்ல... அப்புறம் என்ன...” என்று கேட்டார்.

“பேப்பர் எல்லாம் வாங்கிட்டேன். பி ம் டெவலப் செய்து பிரிண்ட் போடவேண்டியதுதான் பாக்கி.”

“நாளை மறுநாள் கொடுத்திடுங்க” என்று சொன்னார். வேறு எதுவும் சொல்லவில்லை. கார் புறப்பட்டுவிட்டது. அடுத்த இரண்டு நாள் இரவு பகலாக பிரிண்ட் போட்டு மக்கள் திலகத்திடம் கொடுத்தார் மாமா.

எம்.ஜி.ஆர். - ஆர்.ஜி.எம்.

தி.நகர். கிருஷ்ணா தெருவில் பாரதிராஜா வீட்டுக்கு எதிரில்தான் வாடகை வீட்டில் இருந்தார் கே.என். குஞ்சப்பன். அவர் சினிமா தயாரிக்க முன்வந்தார். எம்.ஜி.ஆர். பிக்சர்ஸ் என்பதை திருப்பிப் போட்டார். அதாவது ஆர்.ஜி.எம். (RGM) பிக்சர்ஸ் என்று ஆரம்பித்தார். பாக்யராஜ் மேல் அவருக்கு ரொம்ப பிரியம். முதன் முத ல் அவரை வைத்து படம் இயக்க வேண்டும் என்று விரும்பினார்.

பாக்யராஜ் நடித்து, இயக்குவது என்று முடிவாகி சத்யா ஸ்டுடியோவில் பூஜை போடப்பட்டது. மக்கள் திலகம் வர முடியாததால், ஜானகியம்மா வந்திருந்தார்.

மற்ற நடிகர், நடிகைகளின் தேர்வு நடந்துகொண்டிருந்தது. அதன்பிறகு குஞ்சப்பன் உடல்நிலை சரியில்லாமல் இறந்துவிட்டார். இதனால் அந்தப்படம் ஆரம்ப நிலையிலேயே நின்றுவிட்டது.

ஜனங்க அவுங்க மேல ஆத்திரத்தை காட்டிடுவாங்க...

'உலகம் சுற்றும் வா பன்' படத்திற்காக 72 ஆயிரம் அடி படமாக்கப்பட்டது வெளிநாடுகளில். சென்னை திரும்பியதும் சத்யா ஸ்டுடியோவில் 'நேற்று இன்று நாளை' படத்தில் நடித்துக்கொண் டிருந்தார் மக்கள் திலகம் (1972).

சத்யா ஸ்டுடியோ மேனேஜர் பத்மநாபன் வேக வேகமாக வந்தார். பரபரப்புடனும் பதட்டத்துடனும் மக்கள் திலகம் காதில் கிசுகிசுத்தார். அப்படியா! மகிழ்ச்சி என்று சிரித்த மக்கள் திலகம் ஷூட்டிங்கை நிறுத்தச்சொல் விட்டார்.

"நான் போய் குளிச்சிட்டு ரெடியாகி வந்துடுடறேன்" என்று அவர் சொல் க்கொண்டிருந்தார். அதற்குள் எப்படித்தான் தெரிந்ததோ தெரியவில்லை. ஸ்டுடியோவுக்கு வெளியே ஜனங்க கொஞ்சம் கொஞ்சமாக கூட்டம் கூடுவது தெரிந்தது.

உடனே மக்கள் திலகம், "கேட்டை திறந்துவிடுங்க.... ஜனங்களை யெல்லாம் உள்ளே விடுங்க..." என்று சொல் விட்டார்.

என் பக்கம் திரும்பி, "என்ன சங்கர்.... பி ம் ரோல் வச்சிருக்கியில்ல..." என்று கேட்டார்.

வச்சிருக்கேன் சார் என்று சொன்னதும், "ஒன்று ரெண்டுதான் வச்சிருப்ப. அது போதாது. 10 ரோல் வாங்கி ரெடியா வச்சிரு" என்று சொன்னார்.

"குளிக்கப்போனவர் மீண்டும் திரும்பி வந்து, இதுக்கு மேல இவுங்க இங்க இருந்தா நல்லதல்ல. ஜனங்க அவுங்க மேல ஆத்திரத்தை காட்டிடுவாங்க" என்று சொல் க்கொண்டே, கலைஞரின் உறவினர்கள் அமிர்தம், சொர்ணம் ஆகிய ரெண்டு பேரையும் தனித்தனி காரில் அனுப்பிவைத்தார்.

பத்மநாபனை கூப்பிட்டு, ஜானகிக்கு போன் பண்ணி... "சாப்பாடு லேட்டா அனுப்பினாலும் பரவாயில்ல... முதல்ல ஒரு அண்டா பாயசம் அவசரமா அனுப்பி வைக்க சொல்லு" என்று சொல் விட்டு போனார்.

பத்மநாபனிடம் விசயத்தை கேட்டு தெரிஞ்சுக்கிட்டேன். அவசரம் என்பதையும், அவசியம் என்பதையும் புரிந்துகொண்டு மயிலாப்பூர் சென்று 10 பி ம் ரோல் வாங்கி வந்துவிட்டேன். மக்கள் திலகமும் குளித்து ரெடியாகி வந்துவிட்டார்.

அவரைக் கண்டதும் ஜனங்க ஓடிவந்து, "தம்பி உனக்கா இந்த நிலைமை. உன்ன கட்சியில் இருந்து நீக்குறதுக்கு எப்படி மனசு வந்துச்சு" என்று எல்லோரும் ஆவேசமாய் கத்தினார்கள்.

"எல்லோரும் அமைதியா இருங்க. இந்த நேரத்துலதான் நாம கடமை, கண்ணியம், கட்டுப்பாட்டை காப்பாற்றணும்" என்று சொன்னார். கூட்டத்தினர் அருகில் வந்து ஆவேசமாகவும், அழுகை யுடனும் பேசுவதை படம் எடுத்துக்கொண்டே இருந்தேன்.

அதற்குள் வேனில் பாயசம் வந்தது.

நல்ல சேதி சொல் யிருக்கிறார்கள். ரொம்ப சந்தோசமான செய்தி. அதனால எல்லோரும் பாயசம் சாப்பிடுங்க என்று சொல் விட்டு மக்கள் திலகமே ஊற்றி ஊற்றி கொடுத்தார். அவருக்கு வேண்டியப்பட்டவர்கள் எல்லோரும் வந்து சோகமாக, கட்சியில் இருந்து நீக்கியதை சொன்னார்கள்.

"இன்னைக்குத்தான் நான் ரொம்ப சந்தோசமா இருக்குறேன். நீங்க எதுக்கு சோகமா இருக்குறீங்க" என்று கேட்டுக்கொண்டே அவர்களுக்கும் பாயசம் கொடுத்தார்.

ரகசிய இறுதிக் கட்ட பணிகள்

திமுகவில் இருந்து நீக்கப்பட்ட அந்த சமயத்தில் உலகம் சுற்றும் வா பன் படத்திற்கு கடும் எதிர்ப்பு இருந்தது. வெளிநாடுகளில் சென்று மிகவும் சிரமப்பட்டு எடுத்து வந்த 72 ஆயிரம் அடியையும் கொளுத்தப்போவதாக மிரட்டல்கள் வந்தன.

மக்கள் திலகத்தின் கனவுப்படம் இது. கலைக்க விடுவாரா? இதனால் ஜெமினி ஸ்டூடியோவில் ரகசியமாக படத்தின் இறுதிக்கட்ட பணிகள் நடந்தன. இரண்டு நாட்கள் வீட்டுக்கு செல்லாமல் அங்கேயே இருந்து இரவு பகலாக வேலைகளை கவனித்தார்.

மறுநாள் படத்தை முழுவதுமாக போட்டுப்பார்த்தோம். மக்கள் திலகம், ப.நீலகண்டன், ராமமூர்த்தியுடன் நானும் உட்கார்ந்து படம் பார்த்தேன். வெளியே பத்மநாபன் நின்றுகொண்டு உள்ளே யாரையும் அனுமதிக்காமல் இருந்தார்.

இரண்டு நாளும் பத்மநாபன் தீவிர கண்காணிப்புடன் இருந்தார். படம் பார்த்துவிட்டு பி ம் பெட்டியை அங்கே வைக்க விரும்பவில்லை மக்கள் திலகம். மும்பைக்கு அனுப்பிவிட்டார். மும்பையில் உள்ள ஆர்.கே. (ராஜ்கபூர்) ஸ்டூடியோவில் பாதுகாப்பாக இருந்தது படப்பெட்டி.

ஜெமினி ஸ்டூடியோவில் நடந்த இறுதிக்கட்ட பணி வெளியே தெரியாமல் இருந்ததால் அந்த வேலைகள் முடியும் வரை எந்த இடைஞ்சலும் இல்லை. ஆனாலும் படம் முடிந்து வெளியே வந்ததும் மக்கள் திலகத்தின் முகத்தில் ஒரு இறுக்கம்.

சட்டென்று என் தோளில் கைபோட்டு, "நீ கொஞ்சம் போல்டா பேசுறவன். கரெக்ட்டா சொல்லுவ. படம் எப்படியிருக்கு?" என்று கேட்டார்.

"சத்தியமா சொல்லுறேன் சார்... இந்த படம் இதுவரை நீங்க நடிச்ச படங்கள்லயே அதிகமா நாள் ஓடுன படமா இருக்கும். இந்த படத்தை வேறு எந்த மொழியில வேறு யாரு நடிச்சாலும் ஓடாது. இந்தப்படம் நல்லா ஓடப்போறதுக்கு காரணம்... முக்கியமா உங்க முகம். அப்புறம் பாட்டும், பாரீன் ஷூட்டிங்கும் காரணமா இருக்கும்" என்று சொன்னேன்.

"நீ சொல்றது மட்டும் நடந்தா உனக்கு ரோலக்ஸ் வாட்ச் தருவேன்" என்று சொல் புன்னகைத்தார்.

நான் சொன்னது நடந்தது. ஆனால் ரோலக்ஸ் விசயத்தை மக்கள் திலகம் மறந்துவிட்டார். அவர் மட்டுமல்ல நானே மறந்துவிட்டேன். ஞாபகம் வந்தபோது அவரிடம் ஞாபகப்படுத்த வேண்டாம் என்று விட்டுவிட்டேன்.

மன்னத்து பத்மநாபன் மரணம்

'**அ**ன்னமிட்ட கை' படத்திற்காக 1970-ல் கேரளா போயிருந் தோம். அங்கே வண்டிப்பெரியார், பீளமேடு இடங்களில் ஷூட்டிங் செய்தோம். பதினாறு வயதினிலே பதினேழு குழந்தையம்மா பாடல் படமாக்கப்பட்டது. பாடலுக்கு முன் மக்கள் திலகமும், ஜெயல தாவும் பேசிக்கொண்டிருப்பது போல் காட்சி எடுக்கப்பட்டது.

அப்போது மன்னத்து பத்மநாபன் இறந்துவிட்டார் என்று செய்தி வந்தது. 1878-ல் பிறந்த மன்னத்து பத்மநாபன் சுதந்திரப் போராளியாகவும், சமூக சீர்திருத்த வாதியாகவும் வாழ்ந்தவர். அவரை கேரளப்பெரியார் என்று சொல்லுவார்கள்.

மக்கள் திலகம் ஷூட்டிங்கை நிறுத்திவிட்டார். உடனே அஞ்சலி செலுத்த கிளம்பிவிட்டார். மன்னத்து பத்மநாபன் உடலுக்கு மலர்வளையம் வைத்து அஞ்சலி செலுத்தினார்.

கேரளத்தில் வெளியான மலையாளப் பத்திரிகைகளில் எல்லாம், கேரளாவில் இருக்கும் பிரேம் நசீர் உட்பட பலரும் வருவதற்கு முன்பே தமிழ்நாட்டில் இருந்து ஷூட்டிங்கிற்காக வந்திருக்கும் எம்.ஜி.ஆர். முதல் வந்து அஞ்சலி செலுத்தினார் என்று எழுதினார்கள்.

பத்தாவது அடி உனக்கு வரும்...

அதே 'அன்னமிட்ட கை' படத்திற்காக மைசூர் போயிருந்தோம். அங்கே சிலம்பு சண்டை.

ஃபைட் சீன் எடுக்கும் போது மக்கள் திலகம் டைமிங்கில் அதிகம் கவனமாக இருப்பார். அவரோடு டைமிங்கிற்கு ஈடுகொடுக்கும் ஒரே ஆள் நம்பியார்தான்.

சிலம்பு சண்டையின்போது சுற்றி 20 பேர் நின்றார்கள். அப்போது திருமலை ஃபைட்டரிடம், "பத்தாவது அடி உனக்கு வரும்... பார்த்துக்கோ... டைமிங் மிஸ் ஆச்சுன்னா சுண்டு விரல் அடிபட்டுவிடும். சுண்டுவிரல் ஜாக்கிரதை" என்று சொன்னார் மக்கள் திலகம்.

"எதற்கும் ரிகர்சல் பார்த்துக்கோ" என்று சொன்னார்.

'சரிண்ணே சரிண்ணே' என்று தலையாட்டினார் திருமலை. அவர் சும்மா குச்சியை அப்படி இப்படி சுற்றி ரிகர்சல் பார்த்தார்.

ரெடி ஸ்டார்ட் என்றதும் கடவுள் கொடுத்த வரம் என்று சொல்லும் அளவிற்கு புல்லட் மாதிரி பாயுது வேகமான அடி. பத்தாவது அடி வரும் போது திருமலை கொஞ்சம் திரும்பிட்டார். அஜாக்கிரதையாக இருந்துவிட்டார். புல்லட் பாய்ந்தது மாதிரி அடிபட்டு சுண்டுவிரல் கிழிந்துவிட்டது. ரத்தம் கொட்டிக்கொண்டே இருந்தது.

மக்கள் திலகம் எப்போதும் காரில் முதலுதவி பெட்டி வைத்திருப் பார். அதை எடுத்துவரச்சொல் மருந்துபோட்டு விட்டார். என் மேல தப்பு இல்ல நான் முன்னமேயே சொல் விட்டேன் என்று சொன்னார் மக்கள் திலகம்.

இல்லேண்ணே நான் தான் கொஞ்சம் அலட்சியமாக இருந்துவிட்டேன் என்று தவறை உணர்ந்துகொண்டார் திருமலை.

தென்னிந்திய நடிகர்ன்னா அவ்வளவு கேவலமா...?

'**ஊ**ருக்கு உழைப்பவன்' படத்திற்காக பாம்பே போயிருந்தோம். அது சேசிங் சீன். முன்னே போகும் ஃப்ளைட்டில் தேங்காய் சீனிவாசன், குமாரி பத்மினி இருப்பாங்க.

பின்னே துரத்தும் ஃப்ளைட்டில் மக்கள் திலகம், வாணிஸ்ரீ இருப்பாங்க. மேலே ஃப்ளைட் பறக்கும்போது பேசுவது எப்படி கீழே கேட்கும். அதனால்தான் மக்கள் திலகம், "நான் வெள்ளைக் கொடி காட்டுனா கேமராவை ஸ்டார்ட் பண்ணுங்க. சிகப்புக்கொடி காட்டுனா ஆஃப் பண்ணுங்க" என்று சொல் விட்டு ஃப்ளைட்டில் ஏறிக்கொண்டிருந்தார்.

தமிழ்நாட்டில் அப்போது பெரிய ஃபைட்டர் ஷியாம் சுந்தர். அவர்தான் இந்த காட்சிக்கும் ஃபைட்டர். உதவிக்காக இந்திப்பட பெரிய ஃபைட்டர் ஷெட்டி அங்கு வந்திருந்தார்.

மக்கள் திலகம் முன்பு யாரும் ஸ்மோக் பண்ண மாட்டாங்க. ஆனால் ஷெட்டி கால் மேல் கால் போட்டு ஸ்மோக் பண்ணிக் கொண்டு இருந்தார். நார்த் இண்டியன் என்பதால் மக்கள் திலகமும் அவரை எதுவும் கேட்கவில்லை.

மக்கள் திலகம் கொடி காட்டுறேன்னு சொன்ன விசயத்தை பார்த்துக்கொண்டிருந்த ஷெட்டி, "எம்.ஜி.ஆர். பெரிய ஃபைட்டர்னு சொன்னாங்க. இங்க வந்து பார்த்தா வெள்ளைக்கொடிய காட்டுறேன்... சிகப்புக்கொடிய காட்டுறேன்னு.... பண்ணிக்கிட்டு இருக்குறாரு" என்று கமெண்ட் அடித்தார்.

கூ ங்க் கிளாஸ் போட்டுக்கிட்டிருந்த மக்கள் திலகம் இத கவனிச்சுட்டார். அந்த கமெண்ட் அவர் காதில் விழுந்துவிட்டது. அவர் கூ ங்கிளாஸ் போட்டுட்டாருன்னா யார பார்க்குறாருன்னு தெரியாது.

அவருக்கு தெரியாது என்று நினைத்து ஷெட்டி பேசினார். அவரும் கேட்காதது மாதிரி போய்விட்டார்.

மேலே பறக்கும் ப்ளைட்டை கீழே இருந்து சுட்டு எரித்துவிடுவது மாதிரி காட்சி எடுக்கப்பட்டது. துப்பாக்கி குண்டு ஃப்ளைட்டை தொடாதவாறு ஒரு காட்சியும். ஃப்ளைட் பற்றி எரிவது போல் ஒரு காட்சியும் எடுக்க திட்டமிட்டு ஷூட்டிங் ஆரம்பமாகிவிட்டது.

அப்போ காட்சிக்கு தயாராகி ஃப்ளைட் மேலே ஏறிவிட்டது. சடாரென்று ஃப்ளைட்டை கீழே இறக்கச்சொல் விட்டார் மக்கள் திலகம்.

பின்னாடி நடக்கப்போறது முன்னாடியே தெரியும் அவருக்கு. ஒத்திகை பார்த்துவிடுவது நல்லது என்று நடிகர்கள் இல்லாத ஃப்ளைட்டில் கீழே இருந்து சுடச் சொல் அது கரெக்ட்டாக ஃப்ளைட்டை தொடாமல் இருக்குதா என்று பார்த்துக்கொண்டார்.

இதையும் கவனித்த ஷெட்டி, "என்னமோ நினச்சேன்... ஒவ்வொன்றையும் இப்படி நுட்பமா செய்யுறாரே" என்று ஆச்சரியப்பட்டார்.

அன்று மதிய சாப்பாட்டின் போது ஷெட்டி பீர் குடித்தார். நீங்களும் சாப்பிடுங்க என்று மக்கள் திலகம் பக்கம் ஒரு பீரை நீட்டினார். "இல்லே நான் சாப்பிடமாட்டேன்" என்று மறுத்துவிட்டார்.

ஷெட்டி பீர் குடித்துக்கொண்டிருக்கும்போது, "தென்னிந்திய நடிகர்னா அவ்வளவு கேவலமா..." என்று கேட்டவுடன், ஷெட்டிக்கு புரையேறிவிட்டது. நாம பேசியது எப்படி இவருக்கு தெரிந்தது என்பது போல் பார்த்தார்.

அதற்கு மேல் இவரும் எதுவும் பேசவில்லை. அவரும் அதைப் பற்றி எதுவும் பேசவில்லை.

◯

அவர்தான் உலகத்துலேயே பெரிய ஃபைட்டர்

சவுத் இண்டியன் என்று ஷெட்டி அலட்சியமாக நினைத்ததை மனதில் வைத்துக்கொண்டிருந்திருக்கிறார் மக்கள் திலகம். 'நவரத்னம்' படம் எடுக்கும் போது ஸ்டண்ட் மாஸ்டர் ஷியாம்சுந்தரை கூப்பிட்டு, இந்த படத்துக்கு ஷெட்டியைத்தான் ஃபைட்டராக போடவேண்டும் என்று சொன்னார்.

பாக்சிங் ஃபைட் எடுக்கப்பட்டது. அப்போது ஷெட்டியிடம் டைமிங்கில் கவனமா இருக்கணும் என்று சொன்னார் மக்கள் திலகம். ஷெட்டி அலட்சியமாக இருந்தார்.

ஃபைட்டை சட்டென்று நிறுத்திவிட்டு, ''டைமிங் மிஸ் பண்ணாதீங்க. இந்த ஷாட் டுக்கு மிஸ் பண்ணுனீங்கன்னா இடுப்புல அடிபட்டுவிடும்'' என்று சொன்னார்.

ஷெட்டி அலட்சியமாக, "நோ எம்.ஜி.அர். கேரி ஆன்" என்று சொல் விட்டார்.

மக்கள் திலகத்திடமிருந்து விருட்டென்று புல்லட் அடி பாய்ந்தபோது ஹெட்டி அலட்சியமாக இருந்து டைமிங் மிஸ் பண்ணினதால விலா எலும்பை பதம் பார்த்துவிட்டது.

வ யால் துள்ளிக்குதிக்கிறார் ஷெட்டி.

ஆஸ்பத்திரியில் அட்மிட் செய்தார் மக்கள் திலகம். விலா எலும்பு உடைந்துவிட்டது என்று ஆறுமாதம் சிகிச்சை கொடுக்கப்பட்டது ஷெட்டிக்கு.

சிகிச்சைக்கு பிறகு ஷெட்டி பத்திரிகைக்கு கொடுத்த பேட்டியில், "எம்.ஜி.ஆர். என்று ஏதோ ஒரு பைட்டர் இருக்கார் சவுத் இண்டியாவுல... என்று நினைத்துக்கொண்டிருந்தேன். ஆனா அவர்தான் உலகத்துலேயே பெரிய பைட்டர்" என்று சொல் யிருந்தார்.

எம்.ஜி.ஆர். எங்களை அடித்துவிட்டார்..

புரிந்துகொள்ள முடியாத ஒரு கேரக்டர்தான் மக்கள் திலகம். ஆனால் அவர் எல்லாவற்றையும், எல்லோரையும் புரிந்து வைத்திருப் பார்.

ஊருக்கு உழைப்பவன் படத்திற்காக பெங்களூர் போயிருந்தோம். மக்கள் திலகம், லதா, வென்னிற ஆடை நிர்மலா பாடும் பாட்டு எடுத்துக்கொண்டிருந்தோம். ஷூட்டிங் பார்க்க கூட்டமுன்னா கூட்டம் அவ்வளவு கூட்டம். 20 ஆயிரம் பேருக்கு மேல் இருந்தார்கள்.

ஷூட்டிங் பிரேக்கில் லதாவும், வெண்ணிற ஆடை நிர்மலாவும் அருகருகே உட்கார்ந்திருந்தார்கள். தூரத்தில் மக்கள் திலகம் உட்கார்ந்திருந்தார். அடாவடியான ஒரு குரூப் ஷூட்டிங் ஸ்பாட்டில் கலாட்டா செய்துகொண்டிருந்தது.

அவர்கள் தமிழர்கள்தான்...ஆனால் கழுத்தில் துண்டு, பேண்ட் எல்லாம் பார்த்தாலே தெரியுது... அது போக்கிரி குரூப்னு. லதா, நிர்மலா அருகில் நின்றுகொண்டு என்ன அக்கா, என்ன அண்ணி என்று கமெண்ட் அடித்துக்கொண்டே இருந்தார்கள்.

மக்கள் திலகம் கூ ங் கிளாஸ் போட்டு உட்கார்ந்திருந்ததால் அவர் எங்கோ பார்த்துக்கொண்டிருக்கிறார் என்று நினைத்துக் கொண் டார்கள். ஆனால் அவர் இதைத்தான் கவனித்துக் கொண்டிருந் திருக்கிறார்.

ஷூட்டிங் முடிந்து எல்லோரும் கிளம்பினோம்.

அவுட்டோர் ஷூட்டிங் என்றால் எப்போதும் கடைசியாகத்தான் கிளம்புவார் மக்கள் திலகம். அதற்கேற்றவாரு அவர் காரை கடைசி யாகத்தான் நிறுத்தச்சொல்லுவார். தான் முன்னே கிளம்பிச்சென்றவுடன் ஏதும் கலாட்டா ஆகிவிடும் என்பதால்தான் அப்படிச்செய்வார்.

அன்றும் அப்படித்தான் நடந்தது. லதா, நிர்மலா உட்பட ஆர்ட்டிஸ்ட் கார் எல்லாத்தையும் அனுப்பினார். அடுத்து யூனிட் ஆட்களை எல்லாம் அனுப்பினார். நான், டைரக்டர் உட்பட சில பேர் ஒரு வேனில் புறப்பட்டுவிட்டோம்.

ரெண்டு ஃபைட்டர்கள், அவரின் உதவியாளர் சபாபதியை மட்டும் தனது காரில் ஏறச் சொல் விட்டார் மக்கள் திலகம்.

கடைசியாக மக்கள் திலகம் கார் கிளம்பி வந்திருக்கிறது. காலையில் இருந்து கலாட்டா செய்த அந்த குரூப் நடந்து போய்க்

கொண்டிருந்திருக்கிறது. அவர்கள் அருகில் சென்றவுடன் காரை ஸ்லோவாக போகச்சொல் யிருக்கிறார் மக்கள் திலகம்.

கார், அவர்கள் அருகில் வந்ததும் கார் கிளாசை இறக்கிவிட்டு, புறங்கையால் பட் பட்டென்று தட்டியிருக்கிறார். பிறகு காரை வேகமாக எடுக்கச்சொல் விட்டார்.

சில மணி நேரம் கழித்து எப்படியோ விசாரித்து மக்கள் திலகம் தங்கியிருந்த அசோகா ஓட்டலுக்கு வந்துவிட்டது அந்த குரூப். கீழே நின்றிருந்த படக் குழுவினர்களிடம், எம்.ஜி.ஆர். எங்களை அடித்துவிட்டார். உதடு, கன்னம் எல்லாம் கிழிந்துவிட்டது. வரும் வழியில் தையல் போட்டுக்கொண்டு வந்தோம் என்று சொன்னார்கள். முகம்,சட்டையில் ரத்தம் இருந்தது.

கீழே இருந்து மக்கள் திலகத்திற்கு போன் மூலம் விசயத்தை சொல்ல, அவர்களை மேலே வரச்சொல்லு என்று சொல் விட்டார்.

மேலே சென்ற அவர்கள், “நீங்க அடிச்சதால தையல் போட்டுட்டு வந்திருக்கிறோம். ஏன் அப்படி செஞ்சீங்க?” என்று கேட்டார்கள்.

“ஏன் என்று தெரியாதா உங்களுக்கு?” என்று கேட்டார் மக்கள் திலகம்.

அவர்கள் எதுவும் புரியாமல் திருதிருவென்று விழித்துக் கொண்டிருந்தார்கள்.

“அக்கா, தங்கச்சி எல்லாம் உங்களுக்கு இருக்குல்ல...ஏதோ அவுங்க பொழப்புக்காக நடிக்க வந்திருக்காங்க. அவுங்கள போய் ஏன் இப்படி கிண்டல் பண்றீங்க. நான் ஒரு நடிகன் அவுங்க ஒரு நடிகை. என் முன்னாலேயே அப்படி கிண்டல் பண்றீங்க” என்று கோபமாக சொல்லவும்,

“இதுக்குத்தான் அடிச்சாரா” என்று புரிந்து தலைகவிழ்ந்து நின்றார்கள்.

ஒவ்வொருத்தர் கையிலும் 500 ரூபாயை திணித்து, மருந்து, மாத்திரை வாங்கிக்கிட்டு நல்லா சாப்பிடுங்க என்று அனுப்பினார். எம்.ஜி.ஆரையே கிட்ட நின்று பார்த்தாச்சு, அதுவும் 500 ரூபாய் கிடைத்திருக்கிறதே என்ற சந்தோசத்தில் போனார்கள்.

உன்ன யாரு அங்க போகச்சொன்னது

மக்கள் திலகம் நடிக்கும் படத்தில் யார் யார் நடிகர்கள், டெக்னீஷியன்கள் என்று ஒரு ஸ்ட் கொடுக்கணும். அதில் மக்கள் திலகம் டிக் அடித்திருந்தால் அவரையே புக் செய்துவிடுவார்கள். வேண்டாம் என்றால் குறுக்கும் நெடுக்குமாக அடித்துவிட்டு அந்த இடத்தில் வேறு பெயரை எழுதிவைத்திருப்பார்.

மாட்டுக்கார வேலன் படத்திற்காக சண்டைக்காட்சியில் மக்கள் திலகத்திற்கு டூப் போட ராமகிருஷ்ணன் புக் ஆனார். மக்கள் திலகத்திற்கு பத்து டிரெஸ்ன்னா டூப்புக்கும் அதே செலவுல பத்து காஷ்ட்யூம் தைப்பாங்க. அப்பத்தான் காட்சிக்கும் பொருந்தும். எம்.ஜி.ஆர். போடும் டிரெஸ்தான் நமக்கும் என்று டூப் நல்லா வொர்க் பண்ணுவாங்க என்று மக்கள் திலகம் சொல்லுவார்.

மாட்டுக்கார வேலன் ஷுட்டிங்கிற்கு நாலு நாளைக்கு முன்பு தயாரிப்பாளர் கனகசபை செட்டியாரிடம் அட்வான்ஸ் வாங்க சென்றார் ராமகிருஷ்ணன். எவ்வளவு வேணும்யா என்று கேட்டார் புரொடியூசர்.

“5 ஆயிரம் வேண்டும்” என்றார்.

“என்னய்யா...... எம்.ஜி.ஆருக்கு டூப் போட 5 ஆயிரமா?” என்று கேட்டார்.

“இல்லே... குழந்தைகள பள்ளிக்கூடத்துல சேர்க்க வேண்டிய திருக்கு” என்றார் ராமகிருஷ்ணன்.

“எம்.ஜி.ஆருக்கு இணையா உனக்கு டிரெஸ் தைச்சிருக்கோம்யா”

“அது படத்துக்காக தச்சிருக்கீங்க...எனக்கு என்ன லாபம்...”

“சரி 3 ஆயிரம் வாங்கிக்க...”

“இல்லே... 4ஆயிரமாவது கொடுங்க...”

“நான் முதல்ல சொன்னதுல இருந்து 500 கூட்டிக்கிறேன்....நீ கடைசியா சொன்னதுல இருந்து 500 குறைச்சுக்க. 3500 வாங்கிக்க இந்த படத்துக்கு. நாளைக்கு வந்து மேனேஜர்கிட்ட அட்வான்ஸ் வாங்கிக்க” என்று சொல் விட்டார் செட்டியார்.

அதற்கு மேல் எதுவும் பேசாமல் சரி என்று தலையாட்டிவிட்டு வந்துவிட்டார் ராமகிருஷ்ணன்.

ராமகிருஷ்ணன் நேரே சத்யா ஸ்டுடியோவுக்கு போனார். அங்கே மக்கள் திலகம் இவரைப்பார்த்ததும், மாட்டுக்கார வேலனில் உனக்கு வொர்க் இருக்கு....சொல் ட்டேன்.... என்றார்.

"அது விசயமாத்தான் செட்டியார பார்க்க போயிருந்தேன்..."

"என்ன சொன்னாரு..."

"3500தான் தருவேங்குறாரு. எம்.ஜி.ஆருக்கு டூப்போட அஞ்சு ஆயிரமா என்று கேட்குறாரு. அப்போ எம்.ஜி.ஆருன்னா கேவலமா என்று கோபம் வந்துச்சு. அடக்கிக்கிட்டேன்."

"உன்ன யாரு அங்க போகச்சொன்னது"

"குழந்தைக செலவுக்காகத்தான் போனேன்..."

"சரி, நீ போ இங்க வந்து என்ன பார்த்த பற்றி எதுவும் சொல் க்காத" என்று சொல் விட்டார் மக்கள் திலகம்.

நாளை மறுநாள் ஷூட்டிங் என்பதால் அன்றைய ஷூட்டிங்கில் யார் யார் பங்கேற்கிறார்கள் என்று ஸ்ட் போட்டு மக்கள் திலகத்திடம் காட்ட சென்றிருக்கிறார் செட்டியார்.

ஸ்ட்டை பார்த்துக்கொண்டிருந்த மக்கள் திலகம், "இந்த ராமகிருஷ்ணன் இருக்கானே ரொம்ப கேடி, என் பேரைச்சொல் மிரட்டி நிறைய கேட்பான். நீங்க எதுவும் அவன்கிட்ட பேசாதீங்க. இவனுக்கு 20 ஆயிரத்துக்கு மேல ஒரு பைசாகூட கொடுக்காதீங்க. அதற்கு மேல கேட்டா நான் பார்த்துக்கிறேன்" என்று சொல் யிருக்கிறார்.

மறுத்து பேசமுடியுமா? ராமகிருஷ்ணன் 5 ஆயிரம்தான் கேட்டாருன்னு எதிர்த்து சொல்ல முடியுமா? சரி, சரி என்று தலையாட்டிக் கொண்டு வந்துவிட்டார் செட்டியார்.

மறுநாள் 5 ஆயிரம் அட்வான்ஸ் வாங்கிக்கொண்டு போனார் ராமகிருஷ்ணன்.

அவர் கேட்ட மொத்த சம்பளமே அவ்வளவுதான். ஆனால் அட்வான்ஸே அஞ்சு ஆயிரம் வாங்கிட்டு போகும்படி செய்துவிட்டார் மக்கள் திலகம்.

இந்த கூட்டத்துல ஸ்டில் கேட்குறியே..

கோவை விவசாய ஆராய்ச்சி பண்ணையில் விவசாயி ஷூட்டிங். மாடர்ன் டிரெஸ் போட்டு வரும் கே.ஆர்.விஜயாவை விவசாயி ஒருவர் கட்டிப்பிடித்துவிட, விஜயா கத்த, மக்கள்திலகம் வந்து காப்பாற்றுவார். உன் ட்ரெஸ்தான் அவர இப்படி செய்ய தூண்டியிருக்குது என்று கே.ஆர்.விஜயாவுக்கு அறிவுரை சொல்லும் காட்சி அங்குதான்

எடுக்கப்பட்டது.

இப்படித்தான் இருக்க வேண்டும் பொம்பள...பாடலும் அங்குதான் எடுக்கப்பட்டது.

மக்கள் திலகம் டிராக்டர் ஓட்டிக்கொண்டு பாடிவரும் காட்சியும் அங்கு எடுக்கப்பட்டது. கூட்டமுன்னா கூட்டம் அப்படி ஒரு கூட்டம்.

அப்ப போய், "சார், ஸ்டில்ஸ்..." என்று இழுத்தேன்.

"என்னப்பா இந்த கூட்டத்துல ஸ்டில் கேட்குற..." என்று சொன்னவர், டிராக்டர் ஓட்டுவது, டிராக்டரை பிடித்துக்கொண்டு நிற்பது...என்று சட சடன்னு பதினைந்துக்கும் மேல போஸ் கொடுத்தார்.

அந்த படங்கள், விவசாயி படத்தின் பிரத்யேக படங்கள் என்ற அறிவிப்போடு பேசும் படம் சினிமா புத்தகத்தில் வெளிவந்தன. ஸ்டில்ஸ் பை சங்கர்ராவ் என்று அந்த புத்தகத்தில் வந்தது.

நான் உதவியாளர்தான் என்பதால் சினிமாவில் எல்லாம் டைட்டில் கார்டில் நாகராஜராவ் என்றுதான் வரும். பத்திரிகைகளில் முதன் முதலாக என் பெயர் வந்தது. ரொம்ப சந்தோசப்பட்டேன்.

மக்கள் திலகம் ஸ்டில்ஸை பார்க்காத ஆளே இருக்க மாட்டாங்க. என் பெயர் போட்டிருந்ததால் அப்போது நான் கொஞ்சம் வெளியே தெரிந்தேன்.

காரை சைக்கிள் மேல
ஏத்திட்டு போயிடு

விவசாய ஆராய்ச்சி பண்ணையில் மக்கள் திலகம் ஷூட்டிங் என்பதால் சுத்துப்பட்டு வட்டார மக்கள் எல்லோரும் வந்து விட்டார்கள். பயிர்களையும், செடி, கொடிகளையும் துவம்சம் செய்துவிட்டார்கள்.

மக்கள் திலகம் பண்ணை நிர்வாகிகளை கூப்பிட்டு, இதுக்கு என்ன நஷ்டமோ அத நான் தர்றேன் என்று சொன்னார். பக்கத்தில் இருந்த தேவர், "நான் கொடுத்துடறேண்ணே" என்று சொன்னார்.

நிர்வாகிகள், இல்ல சார் அதெல்லாம் வேணாம் என்றார்கள்.

சட்டுன்னு மக்கள் திலகம் மேனேஜரை கூப்பிட்டு, 20 கொடுங்க (இருபதாயிரம்) என்றார். நிர்வாகிகள் ஆச்சர்யப்பட்டு அப்படியே நின்றார்கள்.

மக்களைப்பார்த்து, "என் மேல உள்ள பிரியத்தால் எல்லோரும் வந்திருக்கீங்க. ஆனா இப்படி தோட்டத்தை நாசம் செஞ்சிருக்கீங்களே நியாயமா? இது மாதிரி நடந்திருப்பதால் நாளைக்கு வேறு யாராவது ஷூட்டிங்கிற்கு அனுமதி கேட்டால் கொடுப்பார்களா?

அதனால ஒண்ணு சொல்றேன். யாரும் இங்கு இருக்க வேண்டாம். எல்லோரும் போயிடுங்க. இன்று ஷூட்டிங் முடிந்ததும், பண்ணைக்கு வெளியே வந்து எல்லோரையும் பார்த்துவிட்டு போறேன். நேரம் இருந்தா ஒரு பந்தல் போட்டு பேசிட்டுப்போறேன். எல்லோருக்கும் சந்தோசம்தானே" என்று கேட்டார்.

இதவிட வேறு என்ன வேணும் என்று சொல் போய் விட்டார்கள்.

ஆனால் யாரும் வீட்டுக்கு போகவில்லை. கேட்டுக்கு வெளியிலேயே நின்றுகொண்டிருந்தார்கள். சாயங்காலம் 5.30க்கு ஷூட்டிங் முடிந்தது. மக்கள் திலகம் கிளம்பினார்… ராமசாமி கார் ஓட்டினார். நாங்கள் எல்லோரும் வேனில் போவதற்காக கிளம்பிக் கொண்டிருந்தோம்.

முன்பக்க கேட்டை நோக்கி போன மக்கள் திலகம் கார், திரும்பி வந்து பின்பக்க கேட் நோக்கி போனது. பிறகு கொஞ்ச நேரத்துல

மூன்றாவது கேட் நோக்கிப் போனது. மீண்டும் கொஞ்ச நேரத்துல திரும்பி வந்தது. எங்களுக்கெல்லாம் ஒண்ணும் புரியல.

பிறகு முன் பக்க கேட் நோக்கி கார் ரொம்ப வேகமாக போனது. பின்பு அதே வேகத்திலேயே ரிவர்ஸில் வந்து மீண்டும் வேகமாக முன் பக்க கேட்டை நோக்கிப்போனது. சில நிமிஷத்துல கட, முட, சடார், படார்னு பெருஞ்சத்தம். பதறிப்போய் எல்லோரும் ஓடினோம். அங்கே மக்கள் திலகமும் இல்லை;அவரது காரும் இல்லை. ஆனால், பத்து, பதினைந்து சைக்கிள் அப்பளமாக கிடந்தன.

பிறகுதான் எங்களுக்கு விசயம் தெரிந்தது.

மக்கள் திலகம் சொன்னா சொன்னதுதான்..சொன்னத செஞ் சுடுவார்..ஆனா இது தெரியாத ஜனங்க அப்படி ஒரு முடிவு எடுத் திட்டாங்க.

ஷூட்டிங் முடிஞ்சு எம்.ஜி.ஆர். மேடை போட்டு பேசுறேன்னு சொன்னாரு. ஒரு வேளை அவர் பேசாமல் போய்விட்டால்....காரை நிறுத்தாமலே போய்விட்டால்...என்ன செய்யுறது? என்று யோசித்து, மூன்று கேட்டிலும் சைக்கிள்களை குறுக்கும் நெடுக்குமாக படுக்க வைத்திருந்திருக்கிறார்கள்.

இப்படிச்செய்தால் காரை நிறுத்திவிடுவார். அப்போது பார்த்து விடலாம்; பேசிவிடலாம் என்று நினைத்திருக்கிறார்கள்.

மேடை போட்டு பேசிட்டு போறேன்னு சொல் யும் இப்படி வெறுப்பேத்துற மாதிரி பண்றாங்களே என்று கோபப்பட்ட மக்கள் திலகம், “ராமசாமி.... காரை சைக்கிள் மேல ஏத்திட்டு போயிடு” என்று சொல் யிருக்கிறார். ராமசாமியும் அப்படியே செஞ்சுட்டார்.

மறுநாள் ஷூட்டிங்கிற்கு வந்த போது, என்ன சார் இப்டி பண்ணிட்டீங்களே... என்று ஜனங்க முறையிட்டாங்க. காரை விட்டு இறங்கிய மக்கள் திலகம், நீங்க செஞ்ச தப்ப உணரணும். அதனால தான் அப்படி செஞ்சேன் என்று சொல் விட்டு, யார் யார் சைக்கிள் உடைஞ்சது என்று கேட்டு அங்கேயே அத்தனை பேருக்கும் புது சைக்கிள் வாங்கிக் கொள்ளச்சொல் பணம் கொடுத்தார்.

மக்கள் திலகம் மக்கள் திலகம்தான் அவர் ஒரு தனிப்பிறவி.

1 லாரி மோர் 1 லாரி தண்ணீர்

வைகை அணையில் மாட்டுக்காரவேலன் ஷூட்டிங். 15 நாள் அங்குதான் ஷூட்டிங். தொட்டுக்கொள்ளவா தொடுத்துக் கொள்வா, பட்டிக்காடா பட்டணமா…, … பாடல்களை அங்குதான் எடுத்தோம். ரெண்டு பாடல்களை பகலும், ரெண்டு பாடல்களை இரவிலும் எடுத்தோம்.

சுற்றுவட்டார மக்கள் எல்லோரும் வண்டி கட்டிக்கொண்டு வந்துவிட்டார்கள். ஆண்களை விட பெண்கள் கூட்டம்தான் அதிகம். இரவிலும் அவர்கள் அங்கேயிருந்து போகவில்லை.

அப்போது சிலர், இந்த ஏரியா ரொம்ப மோசமானது. பக்கத்துல ஜம்ப்ளிபூச்சு ஏரியா இருக்கு. அங்க ரவுடிகள் அதிகம் என்று சொன்னார்கள். உடனே மக்கள் திலகம், "நீங்க எல்லோரும் வீட்டுக்கு போய்விட்டு காலையில வாங்க. இரவுல ஏதாவது அசம்பாவிதம் ஏற்பட்டு பொண்ணுகளுக்கு எதாவது ஆச்சுன்னா என்னையத்தான் திட்டுவாங்க.

அதனால எல்லோரும் வீட்டுக்கு போயிட்டு வர்றதா இருந்தா இங்க தொடர்ந்து ஷூட்டிங் நடக்கும். இல்லேன்னா ஷூட்டிங்கை

நடன இயக்குனர் பி.கோபாலகிருஷ்ணன், டைரக்டர் ப.நீலகண்டன், மக்கள் திலகம்.

ரத்து செய்துவிட்டு வேறு ஊருக்கு போய்விடுவோம்" என்று மக்களைப் பார்த்து சொன்னார்.

பெண்கள் எல்லோரும் வீட்டுக்கு சென்றுவிட்டு மறுநாள் காலையில் வந்தார்கள்.

காலை 9 மணிக்கு நல்ல கடும் வெயில். ஜெய தாவுக்கும் மக்கள் திலகத்திற்கும் பாட்டு.

மாட்டுக்கார வேலன் பட சமயத்துல மக்கள் திலகம் சிறுசேமிப்பு திட்டத்தில் முக்கிய பொறுப்பில் இருந்தார். அதனால் அவருக்கு செக்யூரிட்டி இருப்பார். திருநெல்வே க்காரான செக்யூரிட்டி கே.பி. ராமச்சந்திரன் எப்போதும் இடுப்பில் பிஸ்டல் வைத்திருப்பார்.

அவரை கூப்பிட்டு, ஜனங்க எல்லோரும் வெய்யி ல நிற்குறாங்க. ரொம்ப தாகமெடுக்கும். எல்லோருக்கும் மோர் ஏற்பாடு பண்ணுங்க என்று சொன்னார்.

இந்த ஏரியாவுல அந்த வசதி இல்ல..அதுவும் இவ்வளவு பேருக்கு எப்படி ஏற்பாடு பண்ணுவது... என்று கேட்டார் ராமச்சந்திரன்.

"என்ன பண்ணுவீங்களோ ஏது பண்ணுவீங்களோ... இன்னும் கொஞ்ச நேரத்துல இங்க வரணும்" என்று சொல் விட்டு போய்விட்டார் மக்கள் திலகம்.

எங்க போனாங்களோ எங்க வாங்கினாங்களோ தெரியவில்லை. 1 மணி நேரம் கழித்து 2 லாரி வந்தது. அதில் ஒரு லாரி முழுவதும் மோர். இன்னொரு லாரியில் தண்ணீர். எல்லோருக்கும் மோரும்,தண்ணீரும் கொடுக்கப்பட்டது. இது எல்லாத்தையும் மக்கள் திலகம் தனது சொந்த செலவில் செய்தார்.

O

இன்னொரு பிள்ளைதாம்ப்பா நீ..

மாட்டுக்கார வேலன் ஷூட்டிங்கில் ஒரு வயசான அம்மா வந்து மக்கள் திலகத்தை பார்க்க வந்தாங்க. அவுங்க கட்டியிருந்த புடவை கிழிந்திருந்தது. அங்க டான்ஸ் மாஸ்டர் பி. கோபாலகிருஷ்ணனின் உதவியாளர் விமலா இருந்தாங்க. உன்கிட்ட நல்ல பட்டுப்புடவை எதுவும் இருக்காம்மா என்று கேட்டார்,

"ரூம்ல இருக்கு"ன்னு சொன்னாங்க. கார்ல போய் எடுத்துட்டு

வாம்மா ன்னு அனுப்பினார்.

எடுத்திட்டு வந்ததும், பட்டுப்புடவையை அந்த அம்மாவுக்கு போர்த்திவிட்டார்.

“நீங்க எங்க இருந்து வர்றீங்க, எத்தனை பிள்ளைங்க... என்ன பண்றாங்க” என்று விசாரித்தார்.

“எனக்கு ரெண்டு பிள்ளைங்க..ஒரு பிள்ளை பட்டாளத்துல இருக்கு” என்று சொல் விட்டு நிறுத்தினார்.

“இன்னொரு பிள்ளை....” என்று கேட்டார்.

“அந்த இன்னொரு பிள்ளைதாம்ப்பா நீ...” என்றார் பாட்டி.

அப்படியே மக்கள் திலகம் அழுதிட்டார். அந்த பாட்டியை உட்கார வச்சு சாப்பாடு போட்டு அனுப்பினார். அந்த மனசெல்லாம் யாருக்கும் வராதுங்க.

கவர்னர் கொடுத்த மரியாதை

திருவனந்தபுரம் கவர்னர் ஜோதியம்மாள் மக்கள் திலகம் மீது தனி மரியாதை வைத்திருந்தார். அதனால்தான் மாட்டுக்கார வேலன் படப்பிடிப்பிற்காக அவரது காரை கேட்டதும் உடனே சம்மதித்தார்.

கவர்னரின் மாமன் மகன் மகாதேவன்தான் அந்தக் காரை வைகை அணைக்கு எடுத்து வந்தார்.

‘‘மகாதேவனை எனது அறையில் வைத்து நல்லபடியாக கவனித்துக்கொள்” என்றார் மக்கள் திலகம்.

அந்த சிறப்பு கலர் கார் 3 நாட்கள் மாட்டுக்கார வேலன் படத்தில் நடித்தது. லட்சுமி ஆடும் பாட ல் அந்த கார் இடம்பெற்றது.

மூன்றாவது நான் படப்பிடிப்பு முடிந்ததும் மகாதேவனுக்கு, அவர் வேண்டாம் என்று மறுத்தும் பிடிவாதமாக சன்மானம் கொடுத்து வழியனுப்பி வைத்தார் மக்கள் திலகம்.

என்ன காளி...
இன்னைக்கு கோழி...

சைவத்துக்கு வைத்தி அய்யர்; அசைவத்துக்கு காளி. அசைவம் செய்வதில் எக்ஸ்பர்ட் காளி. அவர் சமைக்கும் அசைவ சாப்பாட்டைத்தான் சாப்பிடுவார் மக்கள் திலகம். வெளியூர் ஷூட்டிங் என்றாலும் காளியை தனியே ஒரு காரில் அழைத்து வந்துவிடுவார்கள்.

பெரும்பாலும் அவர் போதையிலேயே இருப்பார். ஆனா மக்கள் திலகம் அவர் மேல ரொம்ப பாசமா இருப்பார்.

வீடு கட்டி கொடுத்தார். அவரின் பிள்ளைகளுக்கு கல்யாணம் பண்ணி வைத்தார்.

அவர் எப்போதாவது சமையல் குளறுபடி பண்ணிவிடுவார். மக்கள் திலகம் பெரிதாக அவரிடம் கோபப்படமாட்டார். அப்படித்தான் ஒருநாள் குளறுபடி செய்துவிட்டார். என்ன காளி... இன்னைக்கு கோழி... என்றதும், தூரத்தில் நின்று கொண்டே, அது வந்து.. அது வந்து.. என்று இழுத்தார்.

சரி,சரி, தூரத்துல நிற்கும்போதே தெரியுது....இங்க அடிக்குது என்று சொல் விட்டார்.

நடிகர் அசோகன் சென்னையில் எங்கே ஷூட்டிங்கில் இருந்தாலும் மதிய சாப்பாட்டுக்கு மக்கள் திலகம் ஷூட்டிங் ஸ்பாட்டுக்கு வந்துவிடுவார். சாதத்தை நிறைய போட்டுக்கொண்டு குழி பறித்து அதில் குழம்பை ஊற்றி சாப்பிடுவார். அவர் சாப்பிடுவதை மக்கள் திலகம் ரசித்து பார்த்துக்கொண்டிருப்பார்.

O

உன் வயசுல எனக்கு முழுக்கோழி கிடைக்கல

வறுமையில் இருந்து முன்னேறியவர்களிடம் பழகியிருக்கிறேன். ஆனால் அவர்கள் பிறக்கும் போதே பட்டுமெத்தையில் பிறந்தது மாதிரியும், பா ல் குளித்தது மாதிரியும் பேசுவாங்க.

மக்கள் திலகம் ஒருத்தர்தான் தான் பட்ட கஷ்டத்தை யெல்லாம் மறைக்காமல் சொல்லுவார். அதை சொல்லுவதற்கு சங்கடப்படவும் மாட்டார்.

சத்யா ஸ்டுடியோ இப்போது மெடிக்கல் கல்லூரியாக மாறியிருக்கிறது. ஆனால் மக்கள் திலகம் சாப்பிட்ட அந்த அறை மட்டும் இடிபடாமல் அவரின் ஞாபகார்த்தமாக இன்னும் இருக்கிறது.

அந்த அறையில்தான் மக்கள் திலகத்துடன் அமர்ந்து சாப்பிடுவோம்.

ராமாவரம் தோட்டத்தில் மக்கள் திலகத்தை யார் பார்க்கப் போனாலும் முத ல் அங்கே உள்ள சாப்பாட்டு ரூமில் போய் சாப்பிட்டுவிட்டுத்தான் போகவேண்டும். இல்லையென்றால் கோபப்படுவார். அந்த பெஞ்சில் 12 பேர் அமர்ந்து சாப்பிடலாம். அந்த டேபிளும் இன்னும் அப்படியே இருக்கிறது.

ஷூட்டிங்கில் தினமும் 50 பேருக்கு மதிய சாப்பாடு வரும். அதற்கென்றே மக்கள் திலகம் ஒரு ஜீப் வைத்திருந்தார்.

கோழி, கவுதாரி,காடை, முட்டை, மீன்,ஆட்டுக்கறி என்று சாப்பாட்டில் இத்தனை அயிட்டங்கள் இருக்கும். இத்தனையும் தினமும் வரும். கோழி முழுக்கோழியாக இருக்கும். தயிரை கத்தி வைத்துதான் வெட்டி எடுத்து போடுவார்கள். அந்த அளவிற்கு கெட்டியாக இருக்கும்.

எல்லோரும் கீழே அமர்ந்துதான் சாப்பிடவேண்டும். 10 பேர் வரிசையாக அமர்ந்து சாப்பிடுவோம். மக்கள் திலகமும் எங்களுடன் கீழே அமர்ந்துதான் சாப்பிடுவார்.

சைவ சாப்பாடு சாப்பிடுபவர்களுக்கு தனி ரூம் இருக்கும். அங்குதான் கேமராமேன் ராமமூர்த்தி எல்லாம் சாப்பிடுவார்.

சாப்பிட்டு முடித்த பிறகுதான் தண்ணீர் குடிக்க வேண்டும்.

தண்ணீர் குடித்தால் அதிகம் சாப்பிடமுடியாது என்பதால் சாப்பிடும் போது தண்ணீர் வைக்கக்கூடாது என்று சொல் விடுவார் மக்கள் திலகம்.

மக்கள் திலகத்துடன் சாப்பிடுவது என்றால் ஒரு தர்மசங்கடம் இருக்கு. நிறைய சாப்பிடவேண்டும். சாப்பிடவில்லையென்றால் பிடிவாதமாக சாப்பிட வைத்துவிடுவார். சாதத்தை அதிகம் சாப்பிடக் கூடாது. இன்னும் சொல்லப்போனால் கறி, மீன், முட்டைதான் அதிகம் சாப்பிடனும். தொட்டுக்கொள்ள ஊறுகாய் மாதிரி சாதம் சாப்பிட ணும் என்று சொல்லுவார்.

மக்கள் திலகம் கோழிக்கறி சாப்பிடுவதை பார்த்துக் கொண்டே இருக்கலாம். அப்படி ரசித்து சாப்பிடுவார். அவருக்கு இருக்கும் பல் சிங்கப்பல் மாதிரி இருக்கும். எலும்பை எல்லாம் பொடிப்பொடி யாக்கி விடுவார். எலும்பில்தான் எசன்ஸ் அதிகம் இருக்கும் என்று சொல்லுவார்.

எனக்கு முழுக்கோழியாக வைத்தார்கள். இல்ல..கொஞ்சம் போதும் என்று சொன்னேன்.

எனக்கு எதிரே அமர்ந்திருந்த மக்கள் திலகம், என்ன..என்ன... என்று குரலை உயர்த்தி கேட்டார்.

“பாதி போதும் சார்” என்று சொன்னேன்.

“உன் வயசுல எல்லாம் எனக்கு கோழியே கிடைக்கல. கிடைக் காதான்னு ஏங்கினேன். அதுவும் முழுக்கோழி சாப்பிடுவது எல்லாம் அப்போது எனக்கு பெரிய கனவு. நான் இல்லாம இருந்தேன். உனக்கென்ன.... ஆமாம் உன் வயசென்ன...?”

“25 வயசு சார்”

“இந்த வயசுல எல்லாம் எப்படி சாப்பிடனும் தெரியுமா? எனக்கு இந்த வயசுல எல்லாம் நல்லா சாப்பிட கொடுத்துவைக்கல. நீ சாப்பிடு” என்று சொல் விட்டு, “சங்கருக்கு முழுக்கோழி வையுங்க” என்று சொன்னார்.

மல்லுக்கட்டி அன்று சாப்பிட்டுவிட்டேன். அதன்பிறகு பழக்கமாகிவிட்டது.

மக்கள் திலகமும் - நடிகர் திலகமும் பரம எதிரிகளாக

'அடிமைப் பெண்' படத்திற்காக அம்மா என்றால் அன்பு என்று ஜெயல தா சொந்தக்குர ல் பாடினாங்க. அந்தப்பாடல் காட்சி சத்யா ஸ்டூயோவில் எடுத்தாங்க. அந்தப்பாட ல் மக்கள் திலகம் நடிக்கவில்லை. இருந்தாலும் எம்.ஜி.ஆர். பிக்சர்ஸ் தயாரிப்பு என்பதால் அவரும் ஷூட்டிங் ஸ்பாட்டில் நின்று கொண்டிருந்தார்.

நான் ஸ்டில் எடுத்துக்கொண்டிருந்தேன். இதே நேரம் கோடம்பாக்கம் சாரதா ஸ்டூடியோவில் சி.வி. ராஜேந்திரன் டைரக்ஷனில் சிவாஜிசார்-உஷாநந்தினி நடிக்கும் பொன்னூஞ்சல் ஷூட்டிங். அதற்கும் நான் தான் ஸ்டில் எடுக்க வேண்டும். மாமா ஊரில் இல்லை. நான் மட்டும்தான் இருந்தேன்.

அடிமைப்பெண் பாடல் காட்சிகளை கொஞ்ச நேரம் இருந்து ஸ்டில் எடுத்துவிட்டு சிவாஜி சார் ஷூட்டிங்கிற்கு போகலாம் என்று நினைத்திருந்தேன்.

ஆனால் மக்கள் திலகத்திடம் எப்படி இதைச்சொல்வது என்று பயந்துகொண்டு சத்யா ஸ்டூடியோவிலேயே இருந்தேன். மக்கள் திலகமும் -சிவாஜி சாரும் நல்ல நண்பர்கள் என்றாலும், இருவரும் அவர்களது ரசிகர்களால் பரம எதிரிகளாக சித்தரிக்கப்பட்டிருந்த நேரம் அது.

அதனால்தான் பயந்துகொண்டு நான் விஷயத்தைச் சொல்ல வில்லை.

சாரதா ஸ்டூடியோவில் இருந்து சத்யா ஸ்டூடியோவுக்கு போன் மேல் போன் வருது. இதோ வந்துடுறேன்... இதோ வந்துடுறேன்.. என்று பதில் சொல் க்கொண்டே இருந்தேன். ஒரு மணிக்கு லஞ்ச் பிரேக்கும் வந்துவிட்டது. மக்கள் திலகத்திடம் சென்று தயங்கித்தயங்கி விஷ யத்தை சொன்னேன்.

"இத ஏன் முத லேயே சொல்லல" என்று கோபப்பட்டார்.

"இல்ல சார் இந்த ஷூட்டிங்கை விட்டு எப்படி போறதுன்னு இருந்துட்டேன். நீங்க வேற திட்டுவீங்கன்னு இருந்துட்டேன்" என்று சொன்னேன்.

"பாடல் காட்சிதானே எத்தனை ஸ்டில்தான் எடுத்துக் கொண்டிருப்ப... போதும். முதல்ல நீ கிளம்பு. தப்பு உன் மேலதான்.

நீ விசயத்தை முத யேயே சொல் யிருந்தா நான் அனுப்பி வைத்திருப் பேன். தம்பிக்கிட்ட(சிவாஜி) நடந்தத சொல்லு.. கோவிச்சிக்க வேண்டாம்னு சொல்லு" என்று சொன்னார் மக்கள் திலகம்.

நான் அவசரமாக கிளம்பினேன். "சாப்பிடாம எங்க போற..." என்று கேட்டார்.

"லேட்டாயிடும் சார்..."

"நான் காருல அனுப்பி வைக்குறேன்..." என்று சொல் விட்டு என்னை சாப்பிடச்சொன்னார்.

சத்யா ஸ்டுடியோ புரடக்ஷன் மேனேஜர் சத்யநாதனை (இறந்துவிட்டார்) கூப்பிட்ட மக்கள் திலகம், "சங்கர் சாப்பிட்டதும் காருல சாரதா ஸ்டுடியோவுக்கு அனுப்பி வையுங்க" என்று சொன்னார்.

2.05க்கு சாரதா ஸ்டுடியோ சென்றேன். ஆகாய பந்த லே... பொன்னூஞ்சல் ஆடுதம்மா பாடலுக்கு சிவாஜி சாரும் உஷா நந்தினியும் ஆடிக்கொண்டிருந்தார்கள். உஷாநந்தினியை கட்டிப் பிடித்து ஆடிக்கொண்டிருந்த சிவாஜி சார், நான் செட்டுக்குள் நுழைவதை பார்த்துவிட்டார். அப்படியே அந்த காட்சியை விட்டுவிட்டு என்னிடம் வேக வேகமாக வந்தார்.

என்னைப்பார்த்து கையெடுத்து கும்பிட்டு, "பெரியவர எடுத்த கையால என்னையும் ஸ்டில் எடுங்க" என்று சொன்னார்.

இல்ல சார்... என்று நான் தயங்கியபடி விசயத்தைச் சொல்ல வாயெடுத்தேன். அதற்குள் சிவாஜி சார், "உன் நிலைமை எனக்கு புரியுது" என்று சொன்னார்.

கேமராமேன் மாருதிராவ் ரொம்ப டெக்னிக்கலா படம் பிடிப்பார். அவரிடம் பேசவே பயப்படுவார்கள். நான் தைரியமாக சென்று இந்த காட்சிக்கு இந்த லைட்டிங் போடுங்க. அப்பத்தான் ஸ்டில் நல்லா வரும் என்று சொல் விட்டு நானே சில அஜெஸ்ட்மெண்ட் செய்துவிட்டு ஸ்டில் எடுத்தேன்.

"மாருதிராவ்கிட்ட இது மாதிரி வேறு யாரும் செய்ய முடியுமா. பாருங்க சங்கர் பன்றத" என்று சிவாஜி சார் சிரித்தார். அப்போது, நான் சத்யா ஸ்டுடியோவில் நடந்தத சொன்னேன்.

உடனே, சிவாஜி சார் மக்கள் திலகத்திற்கு போன் போட்டு, "சங்கர் விசயத்த சொன்னார் அண்ணே... அவர அனுப்பி வெச்சதுக்கு ரொம்ப நன்றி" என்று சொன்னார்.

பாலையாவுக்கு ஆப்பிள் ஜூஸ்
மக்கள் திலகத்திற்கு தண்ணீர்கூட இல்லை

சத்யா ஸ்டுடியோவில் ஒரு நாள் ஷூட்டிங்கில் இருந்தபோது எல்லோரும் செட்டில் அங்கங்கே நின்று கொண்டிருந்தோம். நல்ல வெயில் நேரத்திலும் செட்டுக்கு வெளியே மக்கள் திலகம் நின்று கொண்டிருந்தார். செட்டுக்குள் இருந்தபடியே மக்கள் திலகத்தை பார்த்துக்கொண்டிருந்தேன். என்னை கைகாட்டி கூப்பிட்டார்.

நான் அவர் அருகில் சென்றதும், ஸ்டுடியோ வாட்ச்மேன் அப்பனையும் (அப்பன்) கூப்பிட்டார். அவர் வந்ததும் என்னிடம், "இவர் யாரு தெரியுமா?" என்று கேட்டார்.

"வாட்ச்மேன் சார்" என்றேன்.

சிரித்தார். பிறகு அவரே சொன்னார். அப்ப இது சத்யா ஸ்டுடியோ இல்ல. நெப்டியூன் ஸ்டுடியோவாக இருந்தது. ஜூபிடர் சோமுதான் உரிமையாளர். நான், தேவர் அண்ணன் எல்லாம் ஜூனியர் ஆர்ட்டிஸ்ட்டா இருந்த காலம்.

சின்னச்சின்ன ரோ ல் நடிச்சிட்டு அடுத்த காட்சி வரும் வரை கீழே மண் தரையில் உட்கார்ந்திருப்போம். மதியம் 12 மணி வெய்யி லும் அப்படித்தான் உட்கார்ந்திருப்போம். எழுந்து போய்விட்டால் நம்மை தேடுவார்கள். பெரிய ஸ்டார் இல்லையே...ஆள் இல்லாவிட்டால் திட்டுவார்கள். அதனால்தான் அங்கேயே உட்கார்ந்திருப்போம்.

அப்போ ஒரு நாள் எனக்கும் தேவருக்கும் கடுமையான தாகம் எடுத்தது. இவர் (அப்பன்) அங்கும் இங்கும் போய்க்கொண்டிருந்தார். கையில் செம்பு, கூஜா என்று வைத்துக்கொண்டு எங்களை கடந்து போய்க்கொண்டிருந்தார்.

அப்போது, 'அண்ணே கொஞ்சம் தண்ணி...' என்று கேட்டேன்.

இவர் எரிச்சலாக, 'இருய்யா பாலையா சாருக்கு ஆப்பிள் ஜூஸ் எடுத்துட்டு போய்க்கிட்டிருக்கிறேன். இப்பபோய் தண்ணி கிண்ணி'ன்னுட்டு என்று சொல் விட்டு போய்விட்டார்.

திரும்ப வருவார் என்று எதிர்பார்த்தோம். அவரும் வரவில்லை. தண்ணீரும் வரவில்லை.

"நெப்டியூன் ஸ்டூடியோவை நான் வாங்கி சத்யா ஸ்டுடியோ வாக்கியதும் இவரையேத்தான் வாட்ச்மேனாக போடணும் என்று சொல் விட்டேன். அவருக்கு முறைப்படி சம்பளம் 200 ரூபாய்தான். ஆனால் 400 ரூபாய் கொடுத்து வைத்திருக்கிறேன்'' என்று சொல் விட்டு சிரித்தார்.

கஷ்டப்பட்ட காலத்தில் தனக்கு உதவி செய்தவர்களுக்கு பலர் திரும்ப செய்வது என்பதே அரிது. அப்படி இருக்கும் போது மக்கள் திலகம் தன்னை உதாசீனப்படுத்தியவர்களுக்கும் உதவி செய்த அற்புத மனிதர்.

பாலையாவுக்கு ஆப்பிள் ஜூஸ் என்று ஏன் அன்று அப்பன் பதறி ஓடினார் என்றால்...அன்று அவர்தான் டாப் ஆர்ட்டிஸ்ட். அவரிடம் பேச மக்கள் திலகம், சிவாஜி, தேவர் எல்லாரும் பயப்படுவார்களாம்.

என்னண்ணே...
இப்படி பண்ணீட்டீங்க!

அப்போது அவர் செய்ததெல்லாம் ஒன்றும் பெரிதாக தெரிய வில்லை. இப்போது நினைத்துப்பார்த்தால்தான் ஆச்சர்யமாக இருக்கிறது. நரம்புகள் புடைக்க வேண்டும் என்பதில் கூட மக்கள் திலகம் எத்தனை நுட்பமாக செயல்பட்டார்.

'தனிப்பிறவி' படத்தில் சம்மட்டியை வைத்துக்கொண்டு, உழைக்கும் கைகளே உருவாக்கும் கைகளே என்று மக்கள் திலகம் பாடுவது போல் காட்சி.

தேவர் சார் சம்மட்டி கொடுத்தார். அந்த சம்மட்டியை தூக்கிப்பார்த்தார் மக்கள் திலகம்.

அது இலேசான மரத்தில் செய்யப்பட்டிருந்தது. உடனே அவர் தேவரைப்பார்த்து, "என்னண்ணே இப்படி பண்ணீட்டீங்க... நான் சம்மட்டிய தூக்கிப் பாடும் போது கை நரம்புகள் எல்லாம் புடைக்க வேண்டும். அதற்கு சம்மட்டி நல்ல கனமாக இருக்க வேண்டும். இப்படி இருந்தா எப்படி புடைக்கும்" என்று கேட்டார்.

"இல்லண்ணே... இன்னைக்கு ராத்திருக்குள்ளே புது சம்மட்டி அடிச்சுடறேன்" என்று சொன்னார் தேவர். சொன்னது மாதிரியே இரவோடு இரவாக பெரிய இரும்பில் ரொம்ப கனமான சம்மட்டி ரெடியாச்சு. மறுநாள் ஷூட்டிங் நடந்துச்சு.

அதே 'தனிப்பிறவி' படத்தில் மக்கள் திலகம் முருகன் வேடத்தில் நடித்தார். அவர் முருகன் கெட்டப்பிலும், ஜெயல தா வள்ளி கெட்டப்பிலும் இருந்தபோது போட்டோ எடுத்தேன்.

மக்கள் திலகம் ரொம்ப ஆர்வமாக, "சங்கர் இந்த வேஷம் எப்படியிருக்கு" என்று கேட்டார்.

நல்லாயிருக்கு என்று சொன்னேன். அவருக்கு இன்னும் ஆர்வம் அதிகமாகி, இந்த போட்டோவ நாளைக்கே பார்க்க முடியுமா என்று கேட்டார். நான் தேவரிடம் வந்து, "சார்.எம்.ஜி.ஆர். முருகன் வேஷம் எப்படியிருக்குன்னு கேட்டார்..." என்று ஆரம்பித்தேன்.

அதற்குள் தேவர், "அவருக்கு என்னய்யா... எந்த வேஷம் போட்டாலும் நல்லாயிருக்கும். இத சொல்ல வேண்டியதுதான" என்றார். 'சொல் ட்டேன்... அவர் ரொம்ப ஆர்வமா இருக்குறாரு' என்றேன்.

"சரி, இப்ப என்ன பண்ணனும்.. சங்கர்?" என்று கேட்டார்.

"ஒரு அரைமணி நேரம் டைம் கொடுத்தீங்கன்னா இப்பவே (நாகராஜராவ்) மாமா வீட்டுக்கு போய் ப்ரிண்ட் போட்டுட்டு வந்துடுறேன்..." என்று கேட்டேன்.

"சரி" என்றார் தேவர்.

அரைமணி நேரம் கழித்து பிரிண்டோடு வந்தேன். மக்கள் திலகம் மேக்கப் ரூமுக்குள் இருந்தார். போட்டோவை காட்டியதும்,

"என்னப்பா இது..." என்றார்.

பார்க்கணும்னு சொன்னீங்களே சார்.

"நாளைக்குத்தானே கேட்டேன்."

ரொம்ப ஆர்வமா இருந்தீங்க... அதனாலதான் இப்பவே ப்ரிண்ட் போட்டு வந்தேன் என்றேன். *சிரித்துக்கொண்டே அந்த போட்டோவை ரொம்ப நேரம் பார்த்துக்கொண்டிருந்தார்.*

முருகன் கெட்டப்பில் இருந்த அவருடன் தேவரும், அசோகனும் போட்டோ எடுத்துக்கொண்டார்கள்.

12 நாளில் முகராசி

மக்கள் திலகமும், ஜெமினி கணேசனும் சேர்ந்து நடிச்ச படம் முகராசி. 12 நாளில் இரவு பகலாக இந்த படம் எடுக்கப்பட்டது. தேவர் பி ம்ஸ் தயாரிப்பில் வந்த இந்தப்படத்தை தேவர் தம்பி திருமுகம் இயக்கினார்.

வாகினி ஸ்டுடியோவில்தான் ஷூட்டிங். யூனிட் ஆட்கள் எல்லோரும் அங்கேயே தங்கியிருந்தோம். தூக்கம், குளியல், சாப்பாடு எல்லாமே அந்த ஸ்டுடியோவில்தான்.

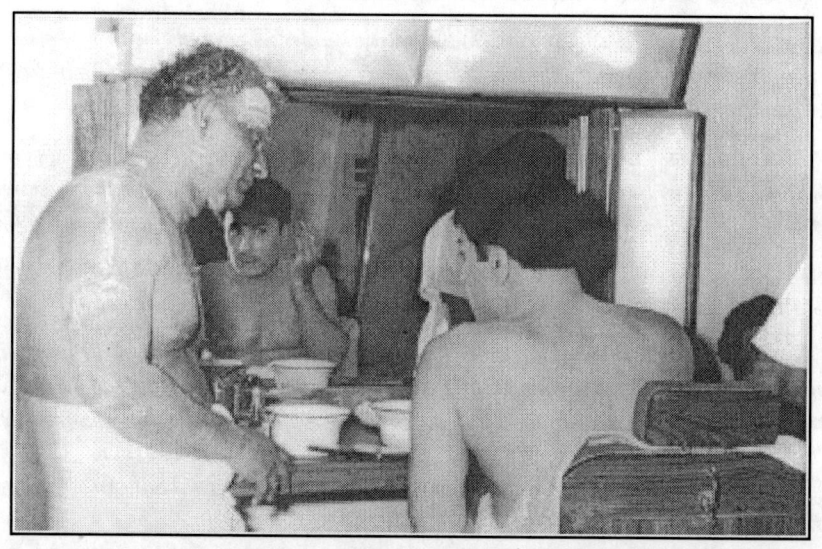

ஜெயந்தி இரவில் தூங்குவது போலவும், ஜெமினிகணேசன் தண்ணீர்க்குழாய் வழியாக ஏறிவந்து அவரை சந்திப்பது போலவும் அப்போது ஜெயந்தியின் அப்பா நம்பியார் வந்து சத்தமிடுவது போலவும் காட்சி எடுக்கப்பட்டது.

"நம்பியார் எனக்கு என்ன டயலாக்" என்று கேட்டார்.

உங்க பொண்ண ஒருத்தன் நள்ளிரவுல வந்து சந்திக்கிறான். ஒரு அப்பனா என்ன திட்டுவீங்க...அப்படி திட்டுங்க என்று சொன்னார் டைரக்டர் திருமுகம்.

ரெடி ஸ்டார்ட் கேமரா என்றதும், "எவன்டா அது என் பொண்ண

நைட்ல வந்து கெடுக்க வர்றது” என்று திட்டிக்கொண்டே வந்தார் நம்பியார்.

கட், கட் என்று சொல் விட்டு பதறியடித்தார் திருமுகம்.

“என்னண்ணே இப்படி பேசிட்டீங்க”

பின்னே, என்னைப் பேசச்சொன்னா இப்படித்தான் பேசு வேன்... என்று சிரித்தார் நம்பியார். ஒரு காதலன் தன் காத யை ரகசியமாக சந்திக்க வந்திருக்கிறான். அவனை எப்படி திட்ட வேண்டுமோ அப்படித்தான் திட்டவேண்டும் என்று சொல் விட்டு அவரே டயலாக் சொல் க் கொடுத்தார்.

அந்த டயலாக்கை பேசினார் நம்பியார்.

படபூஜை அன்றே ரிலீஸ் தேதியை அறிவித்து விடுவார் தேவர். பட ரிலீசுக்கு முதல் நாள் படப் பெட்டியை எடுத்துக்கொண்டு பழனிக்கு சென்று பூஜை செய்து வருவார்.

மத்தவங்க பத்துரூபா என்று சொல்லுவாங்க ஆனா அஞ்சு ரூபா கூட கொடுக்க மாட்டாங்க. ஆனால் தேவர் பேசும் போதே சம்பளத்தை குறைத்து பேசுவார். பேசியதை கரெக்ட்டாக கொடுத்துவிடுவார்.

‘பணத்துல ஏமாத்துனா நம்மள படம் ஏமாத்திடும்’ என்று சொல்லுவார்.

பட ரிலீஸ் அன்று பழனிக்கு சென்று பூஜைசெய்து வந்த பிரசாதம் எல்லோர் வீட்டுக்கும் கொண்டு வந்து கொடுப்பாங்க. அதுக்கென்றே ஒரு ஜீப் வரும். படத்தில் வேலை செய்த அத்தனை பேர் வீட்டுக்கும் அந்த ஜீப் வரும். பிரசாதத்தோடு அவரவருக்கு எவ்வளவு சம்பள பாக்கி இருக்குதோ அது பணமாகவோ இல்லை செக் காகவோ கொடுத்து விடுவார்கள்.

ராமுவை அடிக்க மறுத்துவிட்டார்

வாகினி ஸ்டுடியோவில் நல்ல நேரம் ஷூட்டிங். இந்தியில் ராஜேஷ்கண்ணா நடித்த 'ஹாத்தி மேரா சாத்தி'தான் தமிழில் 'நல்ல நேரம்2 என்று எடுக்கப்பட்டது. படத்தில் எம்.ஜி.ஆர். விலங்குகளுக்கு உணவு கொடுப்பது மாதிரி காட்சி.

"இந்த காட்சியை சாயங்காலம் வைத்துக்கொள்ளலாம்" என்றார் மக்கள் திலகம். அதுமட்டுமல்ல, காலை முதல் மாலை வரை அந்த விலங்குகளுக்கு உணவு போட வேண்டாம் என்று சொல் விட்டார்.

தேவர், ஏன்? என்று கேட்டார்.

"பட்டினியில் கிடக்கும் போது சாப்பாட்டைத்தான் எதிர்பார்க்கும் நம்மை தாக்க நினைக்காது" என்று சொன்னார் மக்கள் திலகம். விலங்குகள் டிரெய்னர் கேசவராவ் அசந்துவிட்டார். கேசவராவ் டிரெய்னர்,சர்க்கஸ் கம்பெனியில் வேலை பார்த்துக்கொண்டிருந்த அவரை தேவர் அழைத்து வந்து அவரோட கம்பெனியில் நிரந்தரமாக வைத்திருந்தார்.

ராமு (யானை), மக்கள் திலகம் சொன்னதை மீறி அவருக்கு

தெரியாமல் கே.ஆர்.விஜயாவை பார்க்கச்செல்லும். போகும்போது சத்தம் கேட்டுவிடக் கூடாது என்பதற்காக கழுத்து மணியை துதிக்கை யால் பிடித்துக்கொண்டு போகும். அந்த காட்சிக்கு தியேட்டரில் செம கைத்தட்டல், விசில் அடித்து ரசிகர்கள் ஆரவாரித்தார்கள்.

கே.ஆர்.விஜயாவை பார்த்துவிட்டு வந்த விஷயம் மக்கள் திலகத்திற்கு தெரிந்துவிடும். நான் போகவேண்டாம் என்று சொல் யும் ஏன் அங்க போன என்று ராமுவை அடிப்பதாக காட்சி.

கேசவராவ் சங்கி யை கொடுத்து ராமுவை அடிக்கச்சொன்னார். மக்கள் திலகம் தயங்கினார்.

அது நிஜ சங்கி அல்ல; சங்கி மாதிரி ரப்பரில் செய்து கொண்டுவந்தார்கள். யானைக்கு அது சங்கி , ரப்பர் என்று தெரியுமா என்ன. மிரண்டு போய் ஏதாவது பண்ணிடுமோன்னு யானையின் நாலு காலையும் கடப்பாரையில் கட்டிவிட்டார்கள். படத்தில் பார்க்கும் போது கடப்பாரை தெரியாது. கட்டிவிட்டதால் அந்த யானை பிளிறியது பாருங்க... கோடம்பாக்கமே அதிர்ந்து போச்சு.

அப்போதும் மக்கள் திலகம் அடிக்க மறுத்துவிட்டார்.

தேவர் வந்து, 'ஏன் அண்ணே? என்று கேட்டார்.

"நான் பொ ட்டிக்கல்ல இருக்கேன். எங்காவது கூட்டத்துல பேசிக்கிட்டு இருப்பேன். பிரச்சாரத்துக்கு போய்கிட்டு இருப்பேன். இந்த யானை சர்க்கஸ் யானை. அந்த மாதிரியான சமயத்துல என்னை பார்த்துட்டா...இவன் தான நம்மள அடிச்சதுன்னு என்னை துரத்த ஆரம்பிச்சிடும் தாக்க வந்துடும்" என்று சொன்னார்.

அதன் பிறகு அந்த காட்சிக்கு டூப் போட்டாங்க. வேறு ஒரு ஆள் யானையை அடித்தார்.

கார் முழுவதும் உருண்டை வெல்லம்

வாகினி ஸ்டுடியோவில் நல்ல நேரம் ஷூட்டிங் நடந்த மூன்று மாசமும், மக்கள் திலகத்திற்கும், கே.ஆர்.விஜயாவுக்கும் ஒதுக்கப் பட்டிருந்தது. தனித் தனி அறை.

மக்கள் திலகம் தினமும் கார் முழுவதும் உருண்டை வெல்லமும், கரும்பும் ஏற்றிக்கிட்டு வருவார். கே.ஆர்.விஜயா கார் முழுவதும் வாழைப்பழ தார் வாங்கிட்டு வருவார். இதையெல்லாம் பார்த்து, நீங்க வாங்குற சம்பளம் இதுக்கே போயிடுமே என்று கேட்டார் தேவர்.

"போகட்டுமே... வாயில்லா ஜீவன்தானே" என்றார் மக்கள் திலகம்.

இவர்கள் ரெண்டு பேரும் தினமும் வெல்லமும், வாழைப்பழமும் கொடுத்து வந்ததால், அவர்கள் இருவரும் ஷூட்டிங் ஸ்பாட்டுக்கு வந்துவிட்டதை தெரிந்துகொண்டு ராமுவே இவர்களை தேடி வந்து விடும். மேக்கப் ரூம் கதவை தட்டும். சத்தத்தை வைத்தே ராமு(யானை) என்று தெரிந்துகொள்வார்கள்.

வெளியே வந்து வெல்லம் கொடுத்துவிட்டு, "போடா ராமு... போடா ராமு..." என்று தட்டிக்கொடுத்து அனுப்புவார் மக்கள் திலகம்.

கடவுளை நேரில் பார்த்தது மாதிரி பரவசம்

நல்ல நேரம் படத்தின் படப்பிடிப்பு ஊட்டியில் நடந்து கொண்டிருந்த போது கோயம்புத்தூரில் அண்ணா தலைமையில் திமுக பொதுக்கூட்டம் நடந்தது.

ஷூட்டிங்கை சீக்கிரம் முடித்துக்கொண்டு மீட்டிங்கிற்கு செல்ல வேண்டும் என்று பரபரத்தார் மக்கள் திலகம். ஆனால் அண்ணாவோ

மக்கள் திலகத்திற்கு போன் செய்து, "நான் உட்பட கழகத்தின் முக்கிய மானவர்கள் அனைவரும் பேசி முடிக்க வெகு நேரமாகிவிடும்.

நீ சீக்கிரமே வந்துவிட்டால் உன் முகத்தை பார்த்திவிட்ட திருப்தி யில் கூட்டம் கலைந்துவிடும். அதனால் நீ தாமதமாகவே வா. உன் முகத்தை பார்க்க வேண்டும் என்கிற ஆவ ல் கூட்டம் கலையாமல் இருக்கும்" என்று சொல் விட்டார்.

அண்ணா சொல்லை தட்டாதவர் மக்கள் திலகம். அதனால் ஷூட்டிங் முடிந்ததும் பொறுமையாக கிளம்பினார். தேவரும், நானும் அவர் காரிலேயே சென்றோம்.

மக்கள் திலகம் வருகிறார் என்றதும் லட்சக்கணக்கான மக்கள் காத்துக்கொண்டிருந்தார்கள். பொதுக்கூட்ட மேடைக்கு கொஞ்ச தூரத்தில் கார் சென்று கொண்டிருந்தபோது கூட்டம் அமைதியாக இருந்தது. தூரத்திலேயே மக்கள் திலகம் கார் வருகிறது என்று தெரிந்த தும் கூட்டம் ஆரவாரம் செய்தது.

கரகோஷமும், ஓ வென்ற சப்தமும் விண்ணை பிளந்தது. கார் மேடையை நெருங்கி, அதி ருந்து மக்கள் திலகம் இறங்கி, மேடையில் ஏறி அமர்ந்தும் வெகு நேரம்வரை அந்த சப்தம் அடங்கவில்லை.

ஒவ்வொருவரின் முகத்திலும் கடவுளை நேரில் பார்த்ததுமாதிரி பரவசம் இருந்தது. அவர் பேச எழுந்ததும் முன்பை விடவும் சப்தம் விண்ணை பிளந்தது.

மக்கள் திலகத்தின் அருமை; பெருமை அன்றுதான் எனக்கு முழுமையாக புரிந்தது. அவர் முகத்தை பார்ப்பதற்கே குரலை கேட் பதற்கே இப்படி தவமிருந்து வரம் கிடைப்பதுமாதிரி ஆரவாரம் செய்கிறார்களே என்று நினைத்தேன்.

மக்கள் திலகத்துடன் ஒரே காரில் பயணம் போவதையும், அவருடன் அமர்ந்து சாப்பிடுவதையும், ஷூட்டிங் ஸ்பாட்டில் அருகருகே நின்று பணியாற்றுவதையும் நினைத்தபோது எவ்வளவு பெரும் பாக்கியம் என்று சந்தோசப்பட்டேன்.

தேவரின் கோபம்
மக்கள் திலகத்தின் பாசம்

மக்கள் திலகம் தீவிர அரசிய ல் ஈடுபட்ட பிறகு ஷூட்டிங் முடிந்தால் அரசியல் மீட்டிங்கிற்கு சென்றுவிடுவார். சில நேரம் ஷூட்டிங்கி ருந்து சீக்கிரமே சென்றுவிடுவார். தேவர் இன்று என்ன என்ன சீன் எடுக்கணும் என்று குறித்து வைத்துவிடுவார். அன்றைக்கு அந்த காட்சிகள் எல்லாம் எடுத்து முடித்துவிடவேண்டும்.

அன்று மாலை மக்கள் திலகம், 6 மணிக்கு மீட்டிங்கிற்கு செல்ல வேண்டியிருந்ததால் 5 மணிக்கெல்லாம் ஷூட்டிங்கை முடித்துவிட வேண்டும் என்று சொல் யிருந்தார். அதன்படி தேவர் தம்பி திருமுகம் வேகவேகமாக காட்சிகளை எடுத்துக் கொண்டிருந்தார்.

தேவர் குறித்து கொடுத்த காட்சிகளில் லஞ்ச் பிரேக்கின் போது சில காட்சிகள் மட்டும் எடுக்கப்பட்டிருந்தது. தேவர் வந்து பார்த்ததும் டென்ஷன் ஆகிவிட்டார். இன்னும் கொஞ்ச நேரம்தான் இருக்கு. அதற்குள் எப்படி மீதிக்காட்சிகளை எடுக்க முடியும். அண்ணனை வேறு (மக்கள் திலகம்) அரசியல் மீட்டிங்குக்கு அனுப்ப வேண்டும்.. என்று திருமுகத்தை கன்னாபின்னாவென்று திட்டினார்.

பக்கத்தில் நின்றிருந்த மக்கள் திலகம் என்னிடம், “தேவர் அண்ணன் திட்டுறது திருமுகத்தை அல்ல... என்னைத்தான். அவர திட்டுற மாதிரி என்னை திட்டுறாரு” என்று சொன்னார்.

திருமுகத்தை திட்டிவிட்டு மக்கள் திலகத்தை பார்த்தார் தேவர்.

அப்போது, “நீங்க கோபப்படாதீங்கண்ணே நான் 7 மணி ஆனாலும் நடிச்சு கொடுத்துட்டு போறேன்” என்று சொன்னார் மக்கள் திலகம்.

“நீங்க நடிச்சு கொடுத்துட்டு போவீங்கன்னு தெரியும்ண்ணே. இவனுங்களுக்கு எங்க போச்சு புத்தி... கை நீட்டி காசு வாங்குறானுங்கல்ல...” என்று திட்டினார் தேவர்.

அன்றைக்கு மீட்டிங் போவதை நிறுத்திவிட்டு தேவர் குறித்து அனுப்பிய காட்சிகளை முடித்துக் கொடுத்துவிட்டுத்தான் போனார் மக்கள் திலகம்.

ஷூட்டிங் முடிஞ்சதும் தேவர் சார் என்னிடம், “நான் அப்படி திட்டலேன்னா இன்னைக்கு இத்தனை சீன் எடுத்திருக்க முடியாது சங்கர்.... அண்ணனையும் (எம்.ஜி.ஆரையும்) சேர்த்துதான் திட்டினேன். புரிஞ்சுக்கிட்டு முடிச்சு கொடுத்திட்டு போயிட்டாரு பாரு” என்றார்.

தேவர் இடத்தில் வேறு யார் கோபப்பட்டாலும் அவ்வளவுதான். மக்கள் திலகத்திடம் வேறு யாரும் கோபப்படவும் மாட்டார்கள். தேவர் மறைமுகமாக கோப்படுவது தெரிந்தும் புன்சிரிப்போடு வேலைகளை முடித்துக்கொடுத்ததற்கு, தேவர் மீது அவர் கொண்ட பாசம்தான் காரணம்.

மறுபிறவி

உங்களுக்கு ரொம்ப பொருத்தமாக இருக்கும்ணே என்று சொல் , மக்கள் திலகத்தை வைத்து ‘மறுபிறவி’ என்ற படத்தை எடுக்க பெரிதும் விரும்பினார் தேவர். துப்பாக்கிச் சூடு சம்பவத்திற்குப் பின்பு மக்கள் திலகமும் சம்மதிக்க படப்பிடிப்பு ஆரம்பமானது. தேவரின் தம்பி திருமுகம் டைரக்ஷன் பொறுப்பைக் கவனித்துக்கொண்டார்.

முதல் காட்சி ‘வாகினி’ ஸ்டுடியோவில் நடந்தது. மக்கள் திலகமும் ஜெயல தாவும் ஆடிப்பாடும் டூயட் பாடல்தான் முத ல் படமாக்கப்பட்டது. பிலபல நடன இயக்குநர் ஹீராலால் அந்தப் பாடலுக்கு நடனம் அமைத்தார். சில காரணங்களால் அந்தப் படம் பாதியிலேயே நின்றுவிட்டது.

வண்டுவை காப்பாற்றிய வள்ளல்

சத்யா ஸ்டுடியோவில் தேவர் தயாரித்த படத்தின் படப்பிடிப்பு நடந்துகொண்டிருந்த போது வயிற்றுப் பிரச்சனை என்று டைரக்டரிடம் சொல் விட்டு மக்கள் திலகம் கழிவறைக்குள் சென்றார்.

அந்த நேரம் பார்த்து தேவர் வந்துவிட்டார். டைரக்டர் விஷயத்தைச் சொன்னதும், இன்னைக்கு இத்தனை ஸீன் எடுத்துடலாம் என்று கணக்கு பண்ணியிருந்தேன். அது முடியாது போ ருக்கு என்று டென்ஷன் ஆகிவிட்டார்.

சரி, சரி அவர் வந்ததும் சீக்கிரம் எடுத்து முடிச்சிடுங்க என்று சொல் விட்டு அறைக்குள் நுழைந்தார். கொஞ்சநேரம் கழித்து வெளியே வந்தவர் மக்கள் திலகம் இல்லாததைக் கண்டதும் திடுக்கிட்டார்.

"இன்னுமா வரல.. அட முருகா.. என்ன கொடுமை இது" என்று சொல் க்கொண்டே கழிவறை அருகே சென்றுவிட்டார். வேறு வழியில்லை.. கதவை தட்டி கூப்பிட்டு விட வேண்டியதுதான் என்று சொல் க்கொண்டே, கதவருகே சென்று தட்ட முற்பட்டபோது, மக்கள் திலகம் கதவை திறந்துகொண்டு வெளியே வந்துவிட்டார்.

தேவர் கதவருகே நிற்பதை கண்ட மக்கள் திலகம் திடுக்கிட்டார்.

"என்னண்ணே நீங்க இங்க வந்து நிற்குறீங்க..." என்று கேட்டார். தேவர் சொல்லுவதற்கு சங்கடப்பட்டுக்கொண்டு நெளிந்தார்.

அப்புறம் வேறு வழியின்றி, "இல்லண்ணே நீங்க உள்ள போயி ரொம்ப நேரமாச்சு. அங்க ஷூட்டிங் எல்லாம் அப்படியே நிற்குது. என்ன ஆச்சுன்னு பார்த்துட்டு வரலாமுன்னு..." என்று இழுத்தார்.

"டாய்லட்டுக்குள் வண்டு ஒண்ணு விழுந்திடுச்சு. அதை வெளியே எடுத்து விடுறதுக்குள்ள போதும் போதும்னு ஆச்சுண்ணே. நானும் குச்சியால் எடுத்து விட எவ்வளவோ முயற்சி பண்ணுனேன்; வெளியே வரல. அநாவசியமா ஒரு வாயில்லா ஜீவன் உயிர் போகப்போகுதே என்று நினைத்தேன். அப்புறம் வேறு வழியில்லாம கையை விட்டே எடுத்து வெளியேவிட்டேன்'' என்று ஒரு உயிரை காப்பாற்றிய மகிழ்ச்சியில் குழந்தைபோல் சொல் க்கொண்டிருந்தார்.

இதையெல்லாம் தேவர் காதில் வாங்கிக்கொள்ளவே இல்லை. அவரின் எண்ணமெல்லாம் ஷூட்டிங்கிலேயே இருந்தது.

மக்கள் திலகம் சொல் க்கொண்டிருந்தபோது சட்டென்று இடைமறித்த தேவர், “இப்பவே ரொம்ப நேரமாச்சுண்ணே... இதுல நாம இன்னமும் பேசிக்கிட்டு இருந்தோமுன்னா... இன்னைக்கு எடுக்கணும்னு நினைச்ச ஸீனை எல்லாம் எடுக்க முடியாது...” என்று இழுத்தார்.

“எவ்வளவு நேரம் ஆனாலும் பரவாயில்ல... இன்னைக்கு எடுக்க நினைச்ச ஸீனை எல்லாம் எடுத்து முடிச்சுட்டுத்தான் போவேன்.. போதுமா” என்று சிரித்துக்கொண்டே சொல் விட்டு ஷுட்டிங் ஸ்பாட்டுக்குள் நுழைந்தார் மக்கள் திலகம்.

அண்ணன் உடல எடுத்துடாதீங்க

ஒரே நேரத்தில் தேவர் தமிழ்,தெலுங்கு,இந்தி என்று மூன்று மொழியிலும் படம் எடுத்தார். தமிழில் ரஜினி-ஸ்ரீபிரியா நடிக்க "தாய் மீது சத்தியம்', இந்தியில் அமிதாப்பச்சன் நடிக்க தோ 'அவுர் தோ பான்ச்', தெலுங்கில் முரளிமோகன்-ஸ்ரீதேவி நடிக்க 'கொண்ட நாமுடு'.

இந்த மூன்று படங்களின் ஷூட்டிங்கும் ஊட்டியில் நடந்தன. மழையால் ஷூட்டிங் சரிவர நடத்த முடியாமல் இருந்தது. இந்த நேரத்தில் தேவர் ஆசை ஆசையாக வளர்த்த ஹீரா என்கிற சிங்கக் குட்டி எதிர்பாரத விதமாக இறந்துவிட்டது. இதை தேவரால் தாங்க முடியவில்லை. ரொம்ப மனசு சரியில்லாமல் இருந்தார்.

மூன்று பட விசயமாக நாங்கள் ஊட்டியில் உட்லண்ட்ஸ் ஓட்டல் தங்கியிருந்தோம்.

நாளை ஷூட்டிங் என்று முடிவானது. அன்று இரவு எல்லோருக்கும் அசைவம். மறுநாள் ஆவணி சஷ்டி என்பதால் அசைவம் சாப்பிடக்கூடாதே. அதனால் அன்று இரவே அசைவ சாப்பாடு கொடுத்தார் தேவர்.

சாப்பிட்டுவிட்டு, நெஞ்சு வக்குது என்று தேவர் படுத்தார். டாக்டர் லீலாவதி வந்து பார்த்தார். கோயம்புத்தூர் சென்று அட்மிட் பண்ணச்சொல் விட்டார். தேவரின் மருமகன் தியாகராஜன் கூடவே இருந்தார். பரிசோதித்து ஊசி போட்ட டாக்டர், கோவை பீளமேடு குப்புசாமி நாயுடு மருத்துவனையில் தேவரை அட்மிட் செய்யச் சொல் விட்டார்.

ஆனால் தேவரோ, 'எனக்கு ஒண்ணுமில்ல..என்னைய விட்டுடுங்க.. ஷூட்டிங்தான் முக்கியம்' என்று சொல் விட்டார். மழையால் மறுநாளும் ஷூட்டிங் நடக்கவில்லை. தேவர் ரொம்பவும் களைப்பாக இருந்தார். எல்லோருமாக சேர்ந்து தேவரை கோவை மருத்துவ மனைக்கு அழைத்துச் சென்றார்கள்.

ஆஸ்பத்திரியில் மாடியில் அவரே யாருடையை உதவியும் இல்லாமல் ஏறிப்போயிருக்கிறார். மாடி ஏறக்கூடாது என்று சொல் யும் கேட்கவில்லையாம்.

மகன் தண்டபாணிக்கு போன் போட்டு, 'எனக்கு ஹார்ட் அட்டாக் என்று ஏதேதோ சொல்லுறாங்க. நான் நல்லாத்தான் இருக்குறேன். நீ ஒண்ணும் கவலப்படாத' என்று சொல் யிருக்கிறார்.

சொல் கொஞ்ச நேரத்திலேயே தேவர் உயிர் நின்றுவிட்டது (பிறப்பு: 28. 6. 1915 - இறப்பு: 8. 9. 1978).

தேவரின் சொந்த ஊரான கோவை ராமநாதபுரத்தில் தான் அவரின் இறுதிச்சடங்கு நடந்தது.

தேவர் இறந்த செய்தி வந்ததுமே படக்குழுவினர்கள் எல்லோரும் கோயம்புத்தூருக்குப் போனோம். தமிழ்திரைப்பட கலைஞர்கள் எல்லோரும் தேவர் இறுதி அஞ்ச யில் கலந்து கொள்வதற்காக சென்னையில் இருந்து தனி ரயில் மூலம் கோவைக்கு வந்ததார்கள். மேஜர் சுந்தர்ராஜன்தான் தனி ரயிலுக்கு ஏற்பாடு செய்தார். நடிகர், நடிகைள் என்று எல்லோரும் வந்துவிட்டார்கள்.

மக்கள் திலகம் போன் செய்து, "நான் வர்றேன்... வருவதற்குள் அண்ணன் உடல எடுத்துடாதீங்க'' என்று சொன்னார். அவர் அப்போது முதல்வராக இருந்தார்.

அவர் வந்ததும் அஞ்சு நிமிஷம் தேவர் உடலை பார்த்துக்கிட்டே இருந்தார். பிறகு ஸ்ரீதேவி, கே.ஆர்.விஜயா எல்லோரையும் கூப்பிட்டார். "நீங்க எல்லோரும் சுடுகாட்டுக்கு கொஞ்ச தூரம்வரை பல்லக்கிற்கு பின்னே நடந்து போங்க" என்று சொன்னார்.

மக்கள் திலகம் காரில் சென்று குறிப்பிட்ட தூரத்தில் இறங்கி காத்துக்கொண்டிருந்தார். அந்த இடத்திற்கு பல்லக்கு வந்ததும், "இனி நீங்க வரவேண்டாம்" என்று பெண்களை பார்த்து சொல் விட்டு அவர்களை காரில் அனுப்பிவிட்டார்.

ஆண்களை மட்டும், வாங்க போவோம் என்று சொல் விட்டு அவரும் சுடுகாடுவரை நடந்து வந்தார்.

சுடுகாட்டில் தேவரின் உடம்பை புதைக்கும் வரை கலக்கிய கண்களுடன் நின்றிருந்தார் மக்கள் திலகம்.

குலுங்கி அழுததும் எல்லோருக்கும் பயம்

சாண்டோ சின்னப்பா தேவரின் மூத்த மகள் லட்சுமி. அவரது கனவர் தியாகராஜனை தேவர்தான் இயக்குநர் ஆக்கினார். வெள்ளிக் கிழமை விரதம், ஆட்டுக்கார அலமேலு போன்ற ஹிட் படங்களை இயக்கினார். தேவர் இறந்தபிறகு, மனைவி பெயரில் லக்ஷ்மி பிக்சர்ஸ் என்று ஆரம்பித்தார் தியாகராஜன்.

தேவர் வீட்டிலேயே பட பூஜை நடந்தது. மக்கள் திலகத்திற்கு அப்போது உடல் நிலை சரியில்லாமல் இருந்த சமயம். அப்படி யிருந்தும் தியாகராஜன் அழைத்ததால் வந்துவிட்டார்.

தேவர் படத்துக்கு மக்கள் திலகம் குத்துவிளக்கேற்றினார். அப்படியே அருகில் இருந்த சேரில் உட்கார்ந்து தேவர் படத்தையே உற்றுப்பார்த்துக்கொண்டிருந்தார்.

என்ன நினைத்தாரோ தெரியவில்லை. உடல்நிலை மிகவும் மோசமாக இருந்த அந்த நிலையிலும் சடாரென்று எழுந்து பூஜையில் இருந்த தேவர் படத்தை எடுத்து மார்போடு அணைத்துக்கொண்டு குலுங்கி குலுங்கி அழுதார்.

அவர் அழுததும் அந்த அறையில் இருந்தவர்களின் கண்களில் எல்லாம் கண்ணீர்.

மக்கள் திலகம் அப்படி குலுங்கி அழுததும் எல்லோருக்கும் ஒரு வித பயம் வந்துவிட்டது. முடியாத நிலையில் இப்படி அழுதால் ஏதாவது ஆகிவிட்டால் என்ன செய்வது என்கிற பயம்.

அவரை அழ வேண்டாம் என்று சொல்லுகிற தைரியமும் யாருக்கும் இல்லை. பரிதவிப்பிலேயே எல்லோரும் நின்றிருந்தார்கள். அவரை அழைத்து வந்த தியாகராஜன் ரொம்ப தவித்துபோய்விட்டார்.

இப்படி நடக்கும்னு தெரிஞ்சிருந்தா அவரை அழைச்சிருக்க மாட்டேனே...உடம்பு இருக்குற நிலமைக்கு அவர் இப்படியெல்லாம் அழுதால் என்னாவது என்று தியாகராஜன் குற்ற உணர்ச்சியில் தவித்தார்.

ஒரு வழியாக மக்கள் திலகம் கொஞ்சம் அழுகையை நிறுத்தியதும், இதுதான் சமயம் என்று, சார் கொஞ்சம் வெளியில் வந்து உட்காருங்க... ப்ரீயா இருக்கும் என்று அழைத்துப் போனார்கள்.

அசோகன் மகனுக்காக துடித்தார்

'நேற்று இன்று நாளை' படத்தை அசோகன் சார் தயாரித்தார். கலைஞர் அக்கா மகன் அமிர்தம்தான் படத்துக்கு ஒளிப்பதிவாளர்.

அசோகன் சாருக்கு ரெண்டு மகன்கள். வின்செண்ட்தான் இப்போது நடித்துக்கொண்டிருக்கிறார். மூத்தவன் அமல்ராஜ் அழகுன்னா அழகு அப்படி இருப்பான். ஆனால் அவனுக்குத்தான் அப்படி ஒரு குறை.

பிறந்தபோதே அவனுக்கு வாதம் மாதிரி வியாதி. சரியான மனநிலையும் கிடையாது. படுத்த படுக்கையாகவே இருப்பான். சேரில் உட்கார வைத்து கட்டிப்போட்டிருப்பார்கள். தெரிந்தவங்களை யெல்லாம் பார்த்துவிட்டால் துள்ளுவான். அவன் பெயரில்தான் அமல்ராஜ் புரடக்ஷன் என்று படக்கம்பெனி வைத்திருந்தார்.

அமல்ராஜை எப்படியாவது குணப்படுத்திடனும். அதுக்காக எந்த நாட்டுக்கு போகணும்னாலும் சரி, எவ்வளவு பணம் செலவானாலும் பரவாயில்லை. அதையெல்லாம் நான் பார்த்துக்கொள்கிறேன் என்று சொன்னார் மக்கள் திலகம்.

ஆனால், டாக்டர்கள் எல்லோரும் எங்கு சென்றாலும் குணப்படுத்த முடியாது. இருக்கும் வரைக்கும் அவர் இப்படியேதான் இருப்பார். வேறு எதுவும் செய்யமுடியாது என்று சொல் விட்டார்கள்.

நூறு பேருக்கு மேல்

லதா, மஞ்சுளா, ராஜஸ்ரீ என்று மூன்று ஹீரோயின்கள். நேற்று இன்று நாளை படத்தின் ஷூட்டிங் மைசூரில். அங்கே நாலு பாட்டு படமாக்கப்பட்டது.

"மக்கள் திலகமும் ராஜஸ்ரீ ஆடி பாடும்" பாடும் போது நான் தென்றல் காற்று பாடல் பாண்டவப்புறா இடத்தில் எடுத்தோம்.

மைசூர் ல தா மஹா ல் மஞ்சுளாவும், லதாவும் மக்கள் திலகத்துடன் பாடி ஆடும் "அங்கே வருவது யாரோ அது வசந்தத்தின் தேரோ" பாடல் மைசூர் பிருந்தாவனத்தில் எடுத்தோம். அப்புறம் மக்கள் திலகம் தனிப் பாடல் ஒன்று. இந்த நான்கு பாடல்களையும் சென்னை வந்ததும் போட்டுப்பார்த்த மக்கள் திலகம், அமிர்தத்தை கூப்பிட்டு கன்னத்தை கிள்ளி பாராட்டினார்.

அந்த பாடல்களை நூறு பேருக்கு மேல் போட்டுக்காட்டினார். இது தனக்கு கிடைத்த மிகப்பெரும் விருதாக நினைத்தார் அமிர்தம்.

ஒரு பிலிமில் கூட மக்கள் திலகம் இல்லை

மக்கள் திலகத்தின் 100-வது படத்தை யார் தயாரிக்கப்போகிறார்… யார் இயக்கப்போகிறார் என்று பெரும் எதிர்பார்ப்பு இருந்தது.

பலத்த எதிர்பார்ப்புக்கிடையே ஜெமினி ஸ்டூடியோ எஸ்.எஸ். வாசன் சார் தயாரிப்பது என்றும், 'எங்கவீட்டுப் பிள்ளை' படத்தை இயக்கிய சாணக்யாதான் இப்படத்தை இயக்குவது என்றும் முடிவானது.

நூறாவது படம் என்பதாலும், தான் மக்கள் திலகத்தை வைத்து படம் எடுக்கிறோம் என்பதாலும் வாசன் சார் பரபரப்பிலும், பதட்டத்திலும் இருந்தார்.

ஒளிவிளக்கு படத்தை தயாரிப்பது என்று முடிவான மறுதினமே பட விளம்பரத்தை கொடுத்துவிட வேண்டும் என்று துடித்தார் வாசன் சார். உடனே மக்கள் திலகத்தை வைத்து ஸ்டில் எடுத்து தினத்தந்தியில் விளம்பரம் கொடுத்துவிட நினைத்தார்.

அந்த சமயத்தில் மாமா நாகராஜராவ் ஊரில் இல்லை. நான் மட்டும்

சென்றேன். வேறு பட ஷூட்டிங் விசயமாக சத்யா ஸ்டுடியோவில் இருந்த மக்கள் திலகம், ஒளிவிளக்கு படத்தின் ஸ்டில் எடுப்பதற் காக ஜெமினி ஸ்டூடியோ வந்தார்.

அவர் போஸ் கொடுத்துக்கொண்டே இருக்க, நான் கருப்பு -வெள்ளையில் விதவிதமா ஸ்டில் எடுத்தேன். இடையிடையே வாசன் சார் வந்து, நல்லா வந்திருமில்ல... என்று கேட்டுக்கொண்டே இருந்தார்.

சார், நான் நல்லா எடுப்பேன்னு தெரிஞ்சதாலதான் அவரே போஸ் கொடுக்குறார். என் வேலையில் சந்தேகம் இருந்தா, அவர் என்னை ஸ்டில் எடுக்க சம்மதிப்பாரா? என்று கேட்டேன்.

அதன்பிறகும் இடையிடையே வந்து, 'நல்லா எடுத்திடு.. நல்லா எடுத்திடு... என்று சொல் க்கொண்டே இருந்தார்.

பிஸியான நேரத்திலும் படத்தில் நடிக்க சம்மதம் தெரிவித்ததோடு அல்லாமல், வேறு ஒரு ஷூட்டிங்கில் இருந்தவர் அவசர அவசரமாக வந்து போஸ் கொடுக்கிறார். அவர் இவ்வளவு ஒத்துழைப்பு தருகிறார். நாம் பயன்படுத்திக்கொள்ள வேண்டும். எதுவும் தவறு நடந்துவிடக் கூடாது என்பதால் இப்படி படபடக்கிறார் என்பதை புரிந்து கொண்டேன்.

நினைத்தது மாதிரியே ஸ்டில் எடுத்துவிட்டதால் வாசன் சாருக்கு ரொம்ப சந்தோசம்.

"உடனே பிரிண்ட் போட்டு கொண்டு வா சங்கர். மக்கள் திலகம் நடிக்கும் 100-வது படம் என்று விளம்பரம் கொடுக்கணும்" என்று என்னை அவசரப்படுத்தினார்.

நான் மாமா வீட்டுக்கு வந்து பி ம் ரோலை கழுவினேன். முழுவதுமாக கழுவி முடித்ததும் பி ம் ரோலை பார்த்தேன். எனக்கு உடம்பெல்லாம் வியர்த்துவிட்டது.

ஒரு பி மில் கூட மக்கள் திலகம் இல்லை.

கை, கால் எல்லாம் உதறியது. கேமராவில் உள்ள சின்ன தவறை கவனிக்காமல் இருந்துவிட்டேன் என்பது புரிந்தது. நல்லா வந்திடுமில்ல.. நல்லா வந்திடுமில்ல... என்று கேட்டுக்கொண்டிருந்த வாசன் சாரிடம் இதை சொல்ல முடியுமா.

இப்படி எதுவும் நடந்துவிடக்கூடாது என்றுதானே அவர் அவ்வளவு பதட்டத்துடன் இருந்தார். அவரிடம் சொல்ல முடியாது. வெளியூரில் இருக்கும் மாமாவுக்கு இது தெரிந்தால் ரொம்ப டென்ஷன் ஆகிவிடுவார்; அவரின் போன காரியமும் சரியாக நடக்காது.

எதற்கு இந்த குழப்பம். யாரிடம் சொன்னாலும்... அங்க சுத்தி இங்க சுத்தி கடைசியில மக்கள் திலகத்திடம்தான் வரும். அவராலதான் இந்த பிரச்சனையை சரிக்கட்ட முடியும். அதனால் அவரிடமே சென்று விடுவதுதான் நல்லது என்று முடிவெடுத்து சத்யா ஸ்டுடியோ சென்றேன்.

என்ன சொல்லப்போகிறாரோ என்ற பதட்டத்துடன் மக்கள் திலகத்திடன் விஷயத்தைச்சொன்னேன். என் நிலைமையை புரிந்து கொண்ட அவர், "மனச தளரவிடாத... உன் வொர்க் எப்பவும் சரியா இருக்கும்.. இப்ப ஏதோ இப்டி ஆகிடுச்சு.. பரவாயில்ல... நான் ஷூட்டிங் முடிஞ்சதும் போஸ் தர்றேன்; ஆனா ஜெமினி ஸ்டுடியோவில் வேண்டாம்... இங்கேயே எடுத்திடு" என்று என்னை நிம்மதி பெருமூச்சு விடச்செய்தார்.

'ஸ்டில் என்னாச்சு ஸ்டில் என்னாச்சு' என்று வாசன் சார் கேட்டுக்கொண்டே இருந்தார். இதோ ரெடியாச்சு சார்.. இதோ வந்துடு றேன் சார் என்று சமாளித்துக்கொண்டே இருந்தேன்.

சொன்னது மாதிரியே ஷூட்டிங் முடிஞ்சதும் ஸ்டில் எடுக்க போஸ் கொடுத்தார். ஷூட்டிங் முடிஞ்ச களைப்பு என்பதால் நிறைய போஸ் தரவில்லை. இரண்டு போஸ் மட்டும் கொடுத்தார். இது போதும்.. இப்போதுள்ள நிலமையை சமாளிக்க... என்று நினைத்துக் கொண்டே சத்யா ஸ்டுடியோவில் இருந்து மாமா வீட்டுக்கு வந்து பிரிண்ட் போட்டுக்கொண்டு ஜெமினி ஸ்டுடியோ சென்றேன்.

இதோ வந்திடுறேன்.. இதோ வந்திடுறேன் என்று சொல் க் கொண்டிருந்த நான் சத்யா ஸ்டுடியோவில் ஈவ்னிங் ஸ்டில் எடுத்த விஷயம் எப்படியோ வாசன் சாருக்கு தெரிந்துவிட்டது. என்னதான் நடக்குது என்ற டென்ஷனில் இருந்த வாசன் சாரிடம் கொண்டு போய் ஸ்டில்ஸை நீட்டினேன்.

ஸ்டில்ஸை வாங்கிப்பார்த்தவர், சந்தோசத்தில் வேறு எதுவும் கேட்கவில்லை. உதவியாளரை அழைத்து தினத்தந்தியில் கொடுத்து விட்டு வரச்சொன்னார்.

மறுநாள் தினத்தந்தியைப் பார்த்தேன். புரட்சித்தலைவர் எம்.ஜி.ஆர்.நடிக்கும் 100-வது படம் 'ஒளிவிளக்கு' என்று கருப்பு வெள்ளையில் விளம்பரம் இருந்தது.

பேண்ட்-ஜர்க்கில் சர்ட் டில் மக்கள் திலகம் அட்டகாசமாய் இருந்தார்.

தைரியமாகச் சொல் நீ மனிதன்தானா?

டிரிக் காட்சி என்றால் என்.டி.ஆர்., மக்கள் திலகம், திலீப்குமார் எல்லோரும் கேமராமேன் ரவிகாந்த் நிக்காய்ச் சைத்தான் கூப்பிடு வார்கள். அவர் பாம்பேகாரர். பிறகு தமிழ்நாட்டில் செட்டில் ஆகி ட்டார். டபுள் ஆக்டிங், டிரிபுள் ஆக்டிங் என்றால் அவரைத்தான் கூப்பிடுவார்கள். 'பட்டணத்தில் பூதம்' படத்திற்கு அவர்தான் ஒளிப் பதிவு செய்தார்.

ஒளிவிளக்கில் 'தைரியமாகச் சொல் நீ மனிதன் தானா' பாட ல் பத்து மக்கள் திலகம் வருவது மாதிரி காட்சி. அந்த காட்சிக்கு இவரைத்தான் கூப்பிட்டாங்க. அந்த ஒரு பாட்டு எடுக்குறதுக்கு மட்டும் 25 ஆயிரம் கேட்டார். அப்போ அந்த தொகை ரொம்ப பெரிது. ஒரு படத்துக்கே வொர்க் பண்ணக்கூட அவ்வளவு வாங்கமாட்டாங்க.

ஆனால் ஒளிவிளக்கு 100-வது படங்குறதால மக்கள் திலகம், தயாரிப்பாளர் ஜெமினி வாசன் சாரிடமும், டைரக்டர் சாணக்யா விடமும், பட்ஜெட் முக்கியமல்ல; காட்சிதான் முக்கியம் என்று கேட்ட தொகையை கொடுக்கச் சொல் விட்டார்.

டிரிக் காட்சி எடுத்து உடனே அதை கழுவிப் பார்ப்பதற்கென்றே ரவிகாந்த் ஒரு பியட் கார் வைத்திருந்தார். அந்த காரின் கண்ணாடிகளில் கருப்பு பெயிண்ட் அடித்து வைத்திருப்பார். வெளிச்சம் உள்ளே போகாதவாறு அப்படி செய்து வைத்திருந்தார்.

டிரிக் காட்சி எடுத்ததும் அந்த காரின் உள்ளே சென்று எடுத்த காட்சி சரியாக இருக்குதா என்று ப்ரிண்ட் போட்டு பார்ப்பார். அந்த வசதி எல்லாம் காருக்குள்ளேயே செட் பண்ணி வைத்திருந்தார்.

அவர் காரில் இருந்து வரும் வரை மக்கள் திலகம் காத்திருப்பார்.

அவர் வந்து ஓ.கே. சொன்னதும் அடுத்த கெட்டப் போடச் சொல்லுவார். ஓகே இல்லையென்றால் மறுபடியும் எடுத்து காருக்குள் சென்றுவிடுவார். இப்படியே அந்த பாடல் எடுக்க பத்து நாட்கள் ஆகின.

குறவர்களுடன் 15 நாள்...

படத்தின் ஒவ்வொரு காட்சியையும் சிற்பி சிலை வடிப்பது மாதிரிதான் பார்த்து பார்த்து செய்வார் மக்கள் திலகம்.

'ஒளிவிளக்கு' படத்தில் வரும் 'நாங்க புதுசா கட்டிக்கிட்ட ஜோடிதானுங்க...' பாடல் இப்போதும் பட்டையை கிளப்புகிறது.

மக்கள் திலகத்தின் அந்த ஆட்டத்திற்கு ஆடாதவர்களே இல்லை. அதுவும் ஏ ஜிங்கி, ஏ ஜிங்கா என்று பாடும் போது தியேட்டரே அலறும். இப்போதும் அந்த பாடலுக்கு அதே வரவேற்பு இருக்கிறது. அதற்கு காரணம் மக்கள் திலகம் எடுத்துக்கொண்ட தீவிர பயிற்சிதான்.

அந்தப்பாட்டு எடுப்பதற்காக குறவன் -குறத்திகள் நடவடிக்கைகள் எப்படியிருக்கு. அவுங்க மூவ்மென்ட் எப்படியிருக்குது என்று பார்ப்பதற்காக குறவர்களை அழைத்து வந்து ராமாவரம் தோட்டத்தில் 15 நாட்கள் தங்க வைத்திருந்தார். அவர்கள் போகும்போது டிரெஸ், நிறைய பணம் கொடுத்து அனுப்பினார்.

15 நாட்களில் அவர்களின் நடவடிக்கைகள் எல்லாம் உள் வாங்கிக்கொண்ட மக்கள் திலகம் அந்த பாட ல் பிச்சு உதறிவிட்டார்.

அவுங்களுக்கு முட்டை... எனக்கு மட்டும் காடை, கவுதாரியா...

'உழைக்கும் கரங்கள்' தயாரிப்பாளர் கோவை செழியன். அவர் எப்போதும் சாப்பாடு விஷயத்தில் நல்லாவே கவனிப்பார். அப்போது ஏன் அப்படி நடந்தது என்று தெரியவில்லை. எங்களுக்கு எல்லாம் சாப்பாடு சரியில்லை. ஏனோதானோ என்று சாப்பாடு போடுகிறார்கள் என்று லைட்பாய்ஸ் மக்கள் திலகத்திடம் குறைப்பட்டுக் கொண்டனர்.

மறுநாள் லஞ்ச் பிரேக்கின் போது மக்கள் திலகம் சட்டென்று லைட் பாய்ஸ் வரிசையில் உள்ள இலையில் போய் உட்கார்ந்து விட்டார்.

சாப்பாடு பரிமாறுகிறவர்கள் பதறிவிட்டார்கள். "சார் உங்களுக்கு அங்க இருக்கு" என்று தயங்கித் தயங்கி சொன்னார்கள்.

"இருக்கட்டும்யா எல்லாம் ஒன்னுதான... இன்னிக்கு இங்க உட்கார்ந்து சாப்பிடுறேன்" என்று சொல் விட்டார்.

சாப்பாடு போட்டு ஒவ்வொரு இலையிலும் ஒரு முட்டை வைத்தார்கள். முட்டைக்கு பிறகு எந்த அசைவ உணவும் வரவில்லை. கொஞ்ச நேரம் பார்த்த மக்கள் திலகம், "என்ன இன்னும் அசைவம் வரல..." என்று கேட்டார்.

"உங்க ரூம்ல போய் எடுத்துட்டு வரவா சார்?" என்றார்கள்.

"ஏன் இவங்களுக்கு உள்ளது என்னாச்சு?" என்று கேட்டார்.

அவுங்களுக்கு வெறும் முட்டை மட்டும்தான் என்று சொல்லவும், மக்கள் திலகத்திற்கு கோபம் வந்துவிட்டது.

"ஏன் இப்படி சாப்பாட்டுல பாகுபாடு பார்க்குறீங்க. லைட்மேன்கள்தான் அதிகம் உழைக்குறவங்க. அவுங்கதான் நல்லா சாப்பிடணும். அவுங்களுக்கு முட்டை... எனக்கு மட்டும் காடை, கவுதாரியா... இனிமே அவுங்களுக்கும் அசைவம் கொடுங்க தினமும். அதை என் கணக்கில் வச்சுக்குங்க. நான் சம்பளத்தில் கழிச்சுக்குறேன்" என்று சொல் விட்டார். அவர் சொல் விட்டார் என்பதற்காக எல்லோருக்கும் தினமும் அசைவம்தான். ஆனால் அவர் சொன்னார் என்பதற்காக அந்த கணக்கையெல்லாம் அவர் அக்கவுண்ட்டிலா வைக்கமுடியும்.

தயாரிப்பாளர்தான் அந்த செலவுகளை ஏற்றுக்கொண்டார்.

எடுத்தது எடுத்ததுதான்; அதை மாற்றமுடியாது

'உழைக்கும் கரங்கள்' படத்திற்கு நாஞ்சில் மனோகரன் கதை, வசனம் எழுதினார். அப்படத்தின் ஷூட்டிங் மைசூரில் நடந்தது.

படப்பிடிப்புக் குழுவினர் எல்லோரும் மைசூருக்கு சென்று விட்டோம். நாஞ்சில் மனோகரன் மட்டும் வரவில்லை. பிறகு வரு கிறேன் என்று சொல் விட்டார். காமெடி காட்சி எடுக்க வேண்டியிருந்த சமயத்தில் நாஞ்சில் மனோகரனை தொடர்பு கொண்டபோது அவர் இரண்டு நாள் கழித்து வருவதாக சொன்னார்.

இரண்டு நாட்கள் காத்திருந்தால் ஆர்ட்டிஸ்ட்டோட கால்ஷீட் வீணாகிவிடுமே என்று தவித்தார் தயாரிப்பாளர் கோவைசெழியன். அதனால் ஒரு முடிவுக்கு வந்து அவரே, டைரக்டருடன் சேர்ந்து காமெடி காட்சிகளை எழுதிவிட்டார். டைரக்டர் சங்கரும் அதை படமாக்கிவிட்டார்.

இரண்டுநாள் கழித்து மைசூர் வந்த நாஞ்சில் மனோகரன், டைரக்டர் சங்கரிடம், ' நீங்கள் எழுதியது சரியில்லை. நான் இப்போது எழுதித் தருகிறேன். ரீ-ஷூட் செய்யுங்கள்' என்று சொன்னார்.

இதை கேள்விப்பட்ட மக்கள் திலகம், நாஞ்சில் மனோகரனை அழைத்து, "தயாரிப்பாளரின் நிலை; மற்றவர்களின் கால்ஷீட் பற்றி யெல்லாம் கவலைப்படாமல் இருந்துவிட்டீர்கள். அதற்காக இப்போது வந்து எடுத்த காட்சிகளை தூக்கி எறிந்துவிட்டு திரும்பவும் ஷூட்டிங் செய்யுங்கள் என்று சொல்வது நியாயமில்லை. டைரக்டர் சங்கரிடமே சென்று ரீ-ஷூட் செய்யுங்கள் என்று சொல் யிருக்கிறீர்கள். அவரையே நீங்கள் இன்சல்ட் செய்திருக்கீர்கள். எடுத்தது எடுத்ததுதான். அதை மாற்றமுடியாது" என்று சொல் விட்டார் மக்கள் திலகம்.

மக்கள் திலகத்திடம் மறுத்து பேச முடியுமா. சரி,என்று சொல் விட்டார் நாஞ்சில் மனோகரன்.

ஷமிக்கபூர் பிறந்த நாள்! ஜோதி லட்சுமி நடனம்

இந்தி நடிகர் ராஜ்கபூர் தம்பி ஷமிக்கபூர் "ராஜ்குமார்" என்ற இந்திப் படத்தில் நடித்தார். சத்யா ஸ்டுடியோவில் இப்படத்தின் படப்

பிடிப்பு நடந்தது. தமிழின் பிரபல டைரக்டர் சங்கர்தான் அப்படத்தை இயக்கிக்கொண்டிருந்தார். ராஜ்குமார் படப்பிடிப்பின் பக்கத்து புளோரில் அரசக்கட்டளை ஷூட்டிங் நடந்து கொண்டிருந்தது.

ஷமிக்கபூர்-சாதனாவும் நடித்த பாடல்காட்சி படமாகிக்கொண்டிருந்தது. அன்று ஷமிக்கபூருக்கு பிறந்த நாள். 'அரச கட்டளை' படப்பிடிப்பு தளத்திற்கு வந்து மக்கள் திலகம் கா ல் விழுந்து வணங்கி ஆசி பெற்றார்.

உடனே மக்கள் திலகம், "இன்றைக்கு ஈவ்னிங் சின்ன பங்ஷன் இருக்கு. நீங்க தவறாம வந்து கலந்துக்கணும் . அந்த பங்ஷன் உங்களுக்காகத்தான் அரேஞ்ச் பண்ணுறேன். அதுக்காகத்தான் சொல்றேன். நீங்க தவறாம கலந்துக்கணும்" என்று சொன்னார்.

புரிந்தும் புரியாமலும் ஷமிக்கபூர், சரி சார் என்று தலையாட்டி சென்றார்.

அவர் சென்றதும் சத்யா ஸ்டூடியோ மேனேஜர் பத்மநாபனை கூப்பிட்டு, "இன்றைக்கு ஈவ்னிங் பங்ஷன் இருக்கு. அதனால் ஸ்டூடியோவுக்குள் ஒரு அரங்கு அமைக்கணும். அதில் மேடை ஒன்று அமைத்துவிடுங்கள். இரவு உணவுக்கும் தயார் செய்துவிடுங்கள்" என்று சொன்னார் மக்கள் திலகம்.

இதை அவர் சொன்னபோது காலை மணி 10. மாலை 5 மணிக்கெல்லாம் பிரம்மாண்ட அரங்கு தயாராகிவிட்டது. 'அரச கட்டளை', 'ராஜ்குமார்' படங்களின் படக்குழுவினர் அனைவரும் அவ்விழாவில் கலந்து கொண்டார்கள். தமிழில் நாகேஷ் மாதிரி இந்தியில் பிரபலமான காமெடி நடிகர்கள் அஸ்ரானி, பெயிண்டால் ஆகியோரும் கலந்துகொண்டனர். மேலும் பல பிரபலங்களும் அவ்விழாவில் கலந்து கொண்டனர். வந்திருந்த அனைவருக்கும் அறுசுவை விருந்து படைத்தார் மக்கள் திலகம். கண்ணுக்கும் விருந்து வைத்தார். ஜோதிலட்சுமி மேடையேறி நடனம் ஆடினார்.

விழாவின் நிறைவாக மக்கள் திலகம் மேடையேறி ஷமிக்கபூருக்கு வாழ்த்துக்கள் சொல் பேசினார். பின்னர் ஷமிக்கபூரை மேடைக்கு அழைத்து 6 பவுன் ரெட்டை வட தங்கச் சங்கி அணிவித்து மகிழ்வித்தார்.

"இது வரை என் பெற்றோர் கூட இவ்வளவு விமரிசையாக என் பிறந்த நாளை கொண்டாடியது இல்லை" என்று சந்தோசத்தில் கண்கலங்கினார் ஷமிக்கபூர்.

மனைவியும் காவல்காரனும்

சத்யா மூவீஸ் தயாரிப்பில் மக்கள் திலகமும், ஜெயல தாவும் 'மனைவி' என்ற படத்தில் நடித்தார்கள். அந்தப்படத்தில் மக்கள் திலகம் சிஐடி போலீஸ் அதிகாரியாக நடித்தார்.

முதல் நாள் ஷூட்டிங்கில் கவர்ச்சி வில்லன் கண்ணனுடன் சண்டை போடுவது மாதிரி படமாக்கப்பட்டது. அந்த காட்சியில் கருப்பு பேண்ட்-கருப்பு பனியன் அணிந்து ஒரு கையில் டார்ச் லைட்டும், மறுகையில் தடியும் வைத்திருப்பார். அப்போது நான் ஸ்டில் எடுத்தேன். அந்த காட்சி படமானதும் மக்கள் திலகமும், டைரக்டர் ப.நீலகண்டனும் அடுத்த காட்சி பற்றி பேசிக்கொண்டிருந் தார்கள். அப்போது ஆக்ஷனில் ஸ்டில் எடுத்தேன். அந்த இரண்டு ஸ்டில்ஸையும் பிரிண்ட் போட்டு மக்கள் திலகத்திடம் கொடுத்தேன்.

பாடல் எழுதுவது சம்பந்தமாக மக்கள் திலகத்தை பார்க்க வந்த கவிஞர் வா யின் கண்களில் அந்த படங்கள் பட்டுவிட்டன. மனைவி படப்பிடிப்பில் எடுத்த படங்கள் என்று மக்கள் திலகம் சொன்னதும், சிறிது நேரம் அந்த படங்களை பார்த்துக்கொண்டிருந்த வா , "எனக்கு தோணுது அதைச் சொல்லலாமா" என்று கேட்டார்.

"நீங்க என்ன நினைச்சீங்களோ அதை அப்படியே சொல்லுங்க".

"படத்தில் நீங்கள் போலீஸ் அதிகாரியாக நடிக்கிறீர்கள். காவல் காரன் கேரக்டர். இந்த படங்களும் அதற்கு பொருத்தமாக இருக்கிறது. அதனால் இந்த படத்திற்கு பொறுத்தமான டைட்டில் ஒண்ணு சட்டுன்னு தோணுது... சொல்லட்டுமா" என்று மீண்டும் கேட்டார் வா .

"நான்தான் என்ன நினைச்சீங்களோ அதை அப்படியே சொல் டுங்கன்னு சொன்னேனே" என்றார் மக்கள் திலகம்.

"மனைவி என்ற டைட்டிலுக்கு பதிலாக 'காவல்காரன்' என்று டைட்டில் வைத்தால் பொருத்தமாக இருக்கும் என்று" வா சொன்னார்.

'நல்ல டைட்டில்தான். கொஞ்சம் யோசித்து முடிவு பண்ண லாம்' என்று சொன்னார் மக்கள் திலகம்.

வா சென்ற பிறகு டைரக்டர் ப.நீலகண்டனுடன் இது விசயமாக பேசினார். பிறகு 'காவல்காரன்' என்றே முடிவெடுத்து அதையே டைட்டிலாக வைத்துவிட்டார் மக்கள் திலகம்.

என் டைம் நல்லாயிருக்கு... தப்பிச்சுட்டேன்

'நான் ஏன் பிறந்தேன்' படத்தின் ஷுட்டிங் சத்யா ஸ்டுடியோவில் நடந்தது. ரிக்ஷாக்காரன் படத்தை இயக்கிய எம்கிருஷ்ணன் இப்படத்தை இயக்கினார்.

அப்படத்தின் படப்பிடிப்பு சத்யா ஸ்டுடியோவில் நடந்து கொண்டிருந்தது. மக்கள் திலகம் அங்கு இல்லை. அவர் வந்து கொண்டிருப்பதாக சொன்னார்கள்.

அப்போது தேங்காய் சீனிவாசன், "ரிக்ஷாக்காரனில் வாத்யாருக்கு அழகிய தமிழ் மகள் இவள் என்று பாடல் வைத்தது மாதிரி

இந்தப்படதில் எனக்கு ஒரு பாடல் வைச்சிடுங்களேன்" என்று சிரித்துக் கொண்டே டைரக்டர் எம்.கிருஷ்ணனிடம் சொன்னார். "அவருகிட்ட (மக்கள் திலகம்) கேட்டுட்டு வச்சிடுறேன்" என்று அவரும் சிரித்துக் கொண்டே சொன்னார்.

அந்த நேரம் மக்கள் திலகம் அங்கு வரவும் அவரிடமும் இந்த விஷயத்தை சிரித்துக்கொண்டே கிருஷ்ணன் சொல் விட்டார்.

மக்கள் திலகம் சிரிக்கவில்லை. கிருஷ்ணனுக்கும், தேங்காய் சீனிவாசனுக்கும் ஒருமாதிரி ஆகிவிட்டது. மக்கள் திலகம் படத்தில் அவரேதான் அனைத்து முடிவுகளையும் எடுப்பார். வேறு யாரும் அதில் குறுக்கிட்டால்.... குறுக்கிட்டால் என்ன... குறுக்கிடமாட்டார்கள். அவர் பட விஷயத்தில் எவரும் தலையிடுவதை விரும்பமாட்டார் மக்கள் திலகம்.

சிரிப்பாக சொல் கலாட்டா செய்துகொண்டிருந்த விஷயத்தை இப்படி அவரிடம் சொல் சிக்க ல் மாட்டி விட்டுவிட்டாரே கிருஷ்ணன் என்று தவிப்பில் இருந்தார் தேங்காய் சீனிவாசன்.

"என்ன தேங்கா" என்று அழைத்தார் மக்கள் திலகம்.

"தலைவரே" என்று அருகில் ஓடினார் தேங்காய் சீனிவாசன்.

"உன் ஆசைப்படியே செய்துடலாம்" என்று சிரித்துவிட்டு போனார் மக்கள் திலகம்.

அதுவரை படபடப்புடன் இருந்த நெஞ்சை பிடித்துக்கொண்டு, 'என் டைம் நல்லாயிருக்கு... அதனால தப்பிச்சுட்டேன்' என்று சொல் விட்டு சிரித்தார் தேங்காய் சீனிவாசன்.

ஆனால் அப்படத்தில் தேங்காய் சீனிவாசனுக்கு அழகிய தமிழ் மகள் இவள் மாதிரி ஒரு பாடல் வைக்கவில்லை. அது அவருக்கும் வருத்தமில்லை. மக்கள் திலகம் எதுவும் வசைபாடாமால் விட்டாரே என்ற சந்தோஷம்தான் அதிகம் இருந்தது.

உழைப்புக்கு மரியாதை

காஷ்மீரில் 'ராமன் தேடிய சீதை' படத்தின் ஷூட்டிங் நடந்தது. மலை உச்சியில் பாடல் காட்சி படமாக்கப்பட்டது. இதற்காக எல்லோரும் 200 அடி உயரத்திற்கு நடந்து சென்றோம்.

ட்ரா ஷாட் எடுக்க வேண்டும் என்பதால் டிரா யும் எடுத்து செல்ல வேண்டியிருந்தது. டிரா யை தூக்குவதற்காக ஒரு இந்திக்கார இளைஞர் இருந்தார். நல்ல ஆஜானுபாகுவான உடம்பு அந்த இளைஞ ருக்கு. அதனால்தான் தனி ஒரு ஆளாக அந்த டிரா யை மலை உச்சிக்கு தூக்கி வந்தார்.

கீழே இருந்து 200 அடி மலை உச்சிக்கு அந்த இளைஞர் தூக்கி வருவதை கவனித்துக்கொண்டே வந்தார் மக்கள் திலகம்.

மலை உச்சிக்கு வந்ததும் மேலும் கீழும் மூச்சுவாங்கியது அந்த இளைஞருக்கு.

உதவியாளர் சபாபதியை கூப்பிட்டு, 200 ரூபாய் கொடுக்கச் சொன்னார். "உனக்கு பேசிய சம்பளம் கொடுப்பாங்க. இது நான் தனியா கொடுக்கிறேன். உன் உழைப்புக்கு நான் கொடுக்கும் மரியாதை. போய் நல்லா சாப்பிடு" என்று சொன்னார் மக்கள் திலகம்.

உடனே அந்த இளைஞர் மக்கள் திலகம் கால் விழுந்து ஆசி வாங்கினார்.

அந்த இளைஞருடன் கொஞ்ச நேரம் இந்தியில் பேசி நலம் விசாரித்துக் கொண்டிருந்தார்.

இளையராஜாவுக்கு கிடைத்த பொக்கிஷம்

கண்ணதாசனின் சகோதரர் ஏ.எல்.சீனிவாசன் மெஜஸ்டிக் ஸ்டுடியோ வைத்திருந்தார். அவர் எஸ்.எஸ்.ராஜேந்திரன்-விஜயகுமாரியை வைத்து 'சாரதா' என்ற படத்தை தயாரித்தார். கே.எஸ். கோபாலகிருஷ்ணன் அப்படத்தை இயக்கினார். அப்படம் வெற்றிப் படமாக அமைந்ததால் மெஜஸ்டிக் ஸ்டுடியோவிற்கு சாரதா என்ற பெயரையும் வைத்தார்.

அந்த ஸ்டுடியோவில் ஒரு பட விழாவிற்கு மக்கள் திலகம் வந்திருந்தார். இசையமைப்பாளர் இளையராஜாவும் அந்த விழாவிற்கு வந்திருந்தார். மக்கள் திலகத்தின் அருகில் நின்று இளையராஜா பேசிக் கொண்டிருந்தார். அவர் அருகில் பிரபல சவுண்ட் இன்ஜினியர் ரங்கசாமியும் நின்றிருந்தார். நான் அப்போது ஸ்டில் எடுத்தேன்.

சில தினங்கள் கழித்து அந்த படத்தை இளையராஜாவிடம் சென்று கொடுத்தேன்.

அவர் அந்த படத்தை பார்த்ததும், 'அடடா அற்புதம்' என்று வியப்புடன் சொல் விட்டு வீட்டின் உள்ளே சென்றுவிட்டார். சில நிமிடங்கள் கழித்து வெளியே வந்தவர் என் கையில் 200 ரூபாயை திணித்தார்.

"என்ன சார்... இந்த ஒரே ஒரு ஸ்டில்லுக்கு போய் இவ்வளவு பணம் கொடுக்குறீங்க" என்று கேட்டேன்.

"அவர் (மக்கள் திலகம்) எவ்வளவு பெரிய மனுசர். அவர் கூட நான் நின்னுகிட்டு இருக்குற இந்த போட்டோ விலை மதிக்க முடியாத பொக்கிஷம். நான் உங்களுக்கு கொடுத்ததே ரொம்ப சின்ன தொகை. மறுக்காதீங்க" என்று சொன்னார்.

மக்கள் திலகம் மீது அவர் கொண்ட மரியாதை புரிந்தது.

"நீங்க அவர் மேல இவ்வளவு மரியாதை வச்சிருக்கீங்கன்னு தெரிஞ்சிருந்தா. நான் இந்தப்படத்தை பெருசா போட்டு கொண்டுவந்திருப்பேன்" என்று சொன்னேன்.

உடனே இளையராஜா, "இதுவே எனக்கு கிடைச்ச பெரிய படம் என்று சொல் விட்டு பெரிதாக சிரித்தார்.

லட்சுமி அழுததும் பத்திரிக்கையாளர் மீது காட்டிய கோபம்

ஒரு பத்திரிகையாளர் நடிகை லட்சுமியை பற்றி கிசுகிசு எழுதி யிருந்தார். அதே புத்தகத்தில் மக்கள் திலகத்தை பற்றிய கிசுகிசுவும் எழுதியிருந்தார். இந்த பத்திரிகை வெளிவந்த அடுத்தநாள் மக்கள் திலகம் ஜெமினி ஸ்டுடியோவில் நீரும் நெருப்பும் ஷூட்டிங்கில் இருந்தார்.

அதே ஸ்டுடியோவில் 'இதயக்கனி' படப்பிடிப்பில் லட்சுமி இருந்தார் லட்சுமி ஷூட்டிங்கும் நடந்தது. மக்கள் திலகத்திடம் வந்து முறையிட்டு அழுதார் லட்சுமி. அழுதுகொண்டே அந்த புத்தகத்தை காட்டினார். "நான் நேற்று இரவே படித்துவிட்டேன். நீ போ, நான் பார்த்துக்கிறேன்" என்று சொல் விட்டார் மக்கள் திலகம்.

உதவியாளர் சபாபதியை அழைத்து அந்த பத்திரிகையாளருக்கு போன் போட்டு வரவழைத்தார். மக்கள் திலகம் அவர் சேரில் உட்கார்ந்திருந்தார். அவருக்கு எதிரே இரண்டு நாற்கா கள் இருந்தன.

டைரக்டர் ப.நீலகண்டன் சார் அடுத்த காட்சிக்கு தயாராகிக் கொண்டிருந்தார். நான் அவர் அருகில் நின்றிருந்தேன். அந்த பத்திரிகையாளர் வந்ததும், என்ன நீலகண்டன் அப்புறம்.. என்று கை காட்டிவிட்டு சந்தோஷமாய் சென்றார்.

"இப்படி சந்தோசமா போறாரு.. திரும்பி வரும்போது நேருக்கு மாறா வருவாரு பாருங்க" என்று சொன்னேன்.

"அதெல்லாம் நடக்காது" என்று சொன்னார்.

“சார், நீங்க. என்னைவிட வயதில் மூத்தவங்க.... எம்.ஜி.ஆர். சாருடன் என்னைவிடவும் ரொம்ப நெருங்கி பழகியிருக்கீங்க. ஆனா நான் சொல்றது நடக்கும் பாருங்க. லட்சுமி வந்து அழுதிட்டு போயிருக்கு. நிச்சயம் நடக்கும் பாருங்க” என்று சொன்னேன்.

அப்படியும் அவர் அப்போது நம்பவில்லை.

அந்த பத்திரிக்கையாளர் மக்கள் திலகத்தை நெருங்கியதும், “வாங்க முதலாளி.. வாங்க ..வாங்க.. உட்காருங்க” என்று நாற்கா யை நோக்கி கையை காட்டினார்.

எம்.ஜி.ஆர். நமக்கு இவ்வளவு பெரிய வரவேற்பு கொடுக்கிறார் என்று ரொம்ப பந்தாவாக உட்கார்ந்தார்.

சட்டென்று ப.நீலகண்டன் சார் பக்கம் திரும்பி, லஞ்ச் பிரேக் விட்டுடுங்க என்று சொன்னார்.

“மணி 12.30 தான் ஆகுது சார்” என்று சொன்னார்.

“பரவாயில்ல... பிரேக் விட்டுடுங்க” என்று சொல் விட்டார்.

சொல் விட்டு எழுந்து அந்த பத்திரிக்கையாளர் தோளில் கை போட்டார். எம்.ஜி.ஆரே இவ்வளவு அன்னியோன்யமாக நம் தோளில் கை போடுகிறாரே என்று ரொம்ப பந்தாவாக நடந்தார்.

தோளில் கை போட்டுக்கொண்டே நடந்து சென்று மேக்கப் அறைக்குள் நுழைந்தார். உள்ளே நுழைந்ததும் கதவை உள் பக்கமாக சாத்திக்கொண்டார் மக்கள் திலகம். உள்ளே போகும் போது, “சாப்பாடு வந்தால் கதவை தட்டாதே நானே வருகிறேன்” என்று சொல் உதவியாளர் சபாபதியை கதவுக்கு வெளியே நிற்க வைத்து சென்றார்.

ரொம்ப நேரம் கழித்து மேக்கப் அறை கதவு திறந்தது. அந்த பத்திரிகையாளர் இறுகிய முகத்துடன் வெளியே வந்தார். பின்னால் வந்த மக்கள் திலகத்தை திரும்பி பார்த்தார்.

“போ” என்று கோபமாக சொன்னார் மக்கள் திலகம்.

உள்ளே என்ன நடந்தது என்று அப்போது யாருக்கும் தெரியாது. ஆனால் என்ன நடந்திருக்கும் என்று எல்லோருக்கும் தெரியும். ‘நீ சொன்னது சரிதான் சங்கர்’ என்று சொன்னார் நீலகண்டன் சார்.

பின்பு ஒரு நாளில், அந்த பத்திரிகையாளருடன் நான் உட்பட பலர் பேசிக்கொண்டிருந்த போது மக்கள் திலகம் பற்றி பேச்சு வந்தது. சட்டென்று அந்த பத்திரிக்கையாளர், “நல்லதோ கெட்டதோ நான்

இருக்கும் போது அவரைப்பற்றி பேசாதீங்க. ஒரு முறை பட்ட அனுபவமே போதும்" என்று டென்ஷன் ஆனார். அப்போதுதான் அறைக்குள் என்ன நடந்து என்பதை சொன்னார்.

"அறைக்குள் சென்றதும், என்னைப்பற்றி என்ன என்னவோ எழுதி யிருக்கியே.. சரி போகட்டும் அதைவிடு. ஒரு பொண்ணு அழுகிற அளவுக்கு எழுதுறியே. இதெல்லாம் சரியா" என்று கோபமாக கேட்டார்.

அவர் அப்படி கோபமாக கேட்டதும் நான் பதில் சொல்ல முடி யாமல் மென்று விழுங்கினேன். சட்டென்று சட்டை கையை மடித்து விட்டார்.

அடுத்து நடக்கப்போவது தெரிந்துவிட்டதால் நான் பெஞ்ச் மேல் தாவிடேன். அவரும் விருட்டென்று பெஞ்ச் மேல் தாவிட்டார்.

என்ன செய்தார் என்றே தெரியவில்லை. முகமெல்லாம் வ த்தது. தலை கலைந்திருந்தது. சட்டை கசங்கியிருந்தது.

பெஞ்ச் மேல் நின்ற நான் கீழே நின்றேன்.

கசங்கியிருந்த சட்டையை அவரே சரி செய்துவிட்டார். சீப்பை எடுத்துக்கொடுத்து 'தலை வாரிக்கொள்' என்று சொன்னர். கண்ணாடி முன் நின்றபோது உதட்டு ஓரமாய் ரத்தம் வழிந்தது தெரிந்தது. பின்னால் நின்ற அவர் 'ரத்தத்தை துடைத்துக்கொள்' என்று சொன்னார்.

'என்னை அவர் அடித்தைக்கூட மறந்துவிடுவேன். ஆனால் க்ளை மாக்ஸில் சீப்பை எடுத்துக் கொடுத்து தலை வாரிக்கச் சொன்னாரே... மறக்கமாட்டேனப்பா.'

அந்த சம்பவத்தையே இன்னும் மறக்க முடியல. அதனால அவரைப்பற்றி எதுவும் பேச வேண்டாம் என்று சொல் விட்டார்.

கலைஞரிடமிருந்து
வந்த போன்

கலைஞர் மீது எந்த அளவிற்கு பாசம் வைத்திருந்தாரோ அதே அளவிற்கு முரசொ மாறன் மீதும் பாசம் வைத்திருந்தார் மக்கள் திலகம்.

காஷ்மீர் ஷூட்டிங் சென்றிருந்தபோது முரசொ மாறனுக்கும், கலைஞருக்கும் விலையுயர்ந்த கம்பளி வாங்கி வந்து கொடுத்தார் மக்கள் திலகம்.

முரசொ மாறன் வெளிநாடு சென்று வந்தபோது மக்கள் திலகத்திற்கு விலையுயர்ந்த சூட்கேஸ் வாங்கி வந்து கொடுத்தார்.

'முரசொ' பத்திரிகையின் வளர்ச்சிக்காக 'எங்கள் தங்கம்' படத்திற்கு சம்பளம் வாங்காமல் நடித்துக்கொடுத்தார்

மக்கள் திலகம். முரசொ மாறன் அப்படத்தை தயாரித்தார். வசனமும் அவரே எழுதினார். கிருஷ்ணன் பஞ்சு டைரக்‌ஷன் செய்தார்கள்.

அப்படத்திற்காக வி.எஸ்.ராகவன் மக்கள் திலகத்தை துரத்திச் செல்லும் காட்சி எடுக்கப்பட்டது. சென்னை சென்ட்ரல் மூர் மார்க் கெட்டில் உள்ள மிருக காட்சி சாலையில் அந்த சேஷிங் காட்சி படமாக்கப்பட்டது. இப்போது அந்த மிருக காட்சி சாலைதான் வண்டலூருக்கு இடம்பெயர்ந்துவிட்டது.

மறுநாள் 'உலகம் சுற்றும் வா பன்' படத்திற்காக வெளிநாடு கிளம்ப வேண்டியிருந்தது. அதனால் அன்று இரவு விடிய விடிய நடித்து அந்த சேசிங் சீனை முடித்து கொடுத்தார் மக்கள் திலகம். படப்பிடிப்பு முடியும் வரை கலைஞரும், முரசொ மாறனும் ஷூட்டிங் ஸ்பாட்டிலேயே இருந்தார்கள்.

மறுநாள் விமானநிலையம் வரை வந்து மக்கள் திலகத்தை வழியனுப்பினார் கலைஞர்.

ஜப்பானில் இருந்த போது கலைஞர், மக்கள் திலகத்திற்கு போன் செய்தார். எங்கள் தங்கம் படம் பெரு வெற்றி பெற்றுவிட்டது என்று சொல் மகிழ்ந்திருக்கிறார் கலைஞர்.

அதை எங்கள் எல்லோரிடமும் சொல் மகிழ்ந்தார் மக்கள் திலகம். வெளிநாடுகளில் 'உலகம் சுற்றும் வா பன்' படம் ஷூட்டிங் முடிந்து சென்னை திரும்பியபோதும் கலைஞர், மக்கள் திலகத்தை விமான நிலையம் வந்து வரவேற்றார். அப்போதும் எங்கள் தங்கம் வெற்றியைச் சொல் மகிழ்ந்தார்.

கலைஞரை தோளில் தூக்கிச் சுமந்த மக்கள் திலகம்

உன்னை அ.தி.மு.க.வில் சேர்த்துக் கொண்டால் எங்கள் நட்புக்கு செய்யும் பெரும் துரோகம் ஆகிவிடும் என்று மக்கள் திலகம் வாய் வார்த்தைக்கு சொல்லவில்லை. உண்மையிலேயே கலைஞர் மீது

ஆழமான நட்பு வைத்திருந்தார்.

அ.தி.மு.க.வில் சேர்த்துக்கொள்ளவில்லையே என்று கொஞ்ச நேரம் கவலையுடன் இருந்த முத்து, பின்பு மக்கள் திலகம் சொன்னதுதான் சரி என்று சமாதானம் ஆனார்.

"சரிதான்டா சங்கர்... அப்பாமேல அவர் அந்த அளவுக்கு நட்பு வச்சிருக்கிறார். அப்பாவ தோளில் தூக்கிச் சுமந்தார் தெரியுமா" என்று சொல் விட்டு அந்த நிகழ்வை சொன்னார்.

"ஒரு சமயம் அப்பாவும், எம்.ஜி.ஆரும் கோபாலபுரம் வீட்டில் காரில் வந்து இறங்கினாங்க. அப்போது இவர்களை பார்ப்பதற்கு முன்பே வந்து ஜனங்க காத்திருந்தாங்க.

காரை விட்டு இறங்கியதும் ஜனங்க சூழ்ந்து கொண்டு விட்டார்கள். கொஞ்சம், கொஞ்சமாக கூட்டத்தை விலக்கிக்கொண்டு போகலாம் என்று முயற்சி செய்துகொண்டிருந்தார்கள்.

அப்போது எம்.ஜி.ஆர். டக்கென்று அப்பாவை தோளில் தூக்கி வைத்துக்கொண்டு கூட்டத்தை சமாளித்தபடியே வீட்டுக்குள் வந்துவிட்டார்.

அதை இப்போது நினைத்தாலும் எனக்கு ஆச்சரியமாயிருக்கு" என்று சொன்னார் முத்து.

தான் மட்டும் கூட்டத்தை சமாளித்துக்கொண்டு வீட்டுக்குள் சென்றிருக்கலாம். இல்லையென்றால் கலைஞரையும் இழுத்துக் கொண்டு கூட்டத்தில் முண்டியடித்துக்கொண்டு சென்றிருக்கலாம்.

ஆனால் தூக்கிச் செல்கிறார் என்றால் அது ஆழமான நட்புதானே.

மு.க.முத்துவுக்கு வாட்ச் கொடுத்தது ஏன்?

கலைஞரின் மூத்த மகன் மு.க. முத்து, மக்கள் திலகத்தின் மீது அதிகமான பாசம் வைத்திருந்தார். அதனால்தான் அவரின் ஒரு கையில் கலைஞரின் பெயரையும், மறு கையில் மக்கள் திலகத்தின் பெயரையும் பச்சைக் குத்தியுள்ளார்.

முத்து, 'பிள்ளையோ பிள்ளை' படத்தில் நடித்தபோது மக்கள் திலகம்தான் கிளாப் அடித்து முதல் நாள் (21.10.1971) ஷூட்டிங்கை துவக்கிவைத்தார்.

இப்படத்தின் விழா ஒன்று தேவி தியேட்டரில் நடந்தது.

அந்த விழாவில் கலந்துகொண்ட மக்கள் திலகம், மு.க. முத்துவிற்கு கைக்கடிகாரம் பரிசளித்தார்.

பின்னர் அவர் பேசும்போது, முத்துவுக்கு நான் ஏன் வாட்ச் கிப்ட்டாக கொடுத்தேன் என்று நினைக்கலாம். ஹீரோவிற்கு நேரம் தவறாமை முக்கியம். அந்த அர்த்தத்தில்தான் இந்த ஹீரோவிற்கு வாட்ச் கொடுத்தேன் என்று சொன்னார்.

மக்கள் திலகத்தின் அ.தி.மு.க.வில் சேர்ந்துவிட வேண்டும் என்றும் துடித்தார் முத்து. அதற்காக அவர் மக்கள் திலகத்துடன் பேசியதையும் பார்த்தேன்.

'பிள்ளையோ பிள்ளை', 'பூக்காரி', 'அணையா விளக்கு',' சமையல்காரன்', 'முகமது பின் துக்ளக்' என்று முத்து நடித்த அனைத்து படங்களுக்கும் நான் ஸ்டில் கேமராமேனாக இருந்தேன். அந்த வகையில் அவருடன் எனக்கு நல்ல பழக்கம் உண்டு. அவரின் வீட்டிற்கு அடிக்கடி செல்வேன்.

அப்படி ஒரு சமயம் நான் முத்து வீட்டில் இருந்தபோது அவர் ராமாவரம் தோட்டத்திற்கு போன் போட்டார். மக்கள் திலகம் லைனில் வந்ததும், நான் அதிமுகவில் சேர விரும்புகிறேன். கட்சிக்காக உழைக்க வேண்டும் என்று துடிக்கிறேன். என்னை சேர்த்துக்கொள்ளுங்கள் என்று உற்சாகமாய் கேட்டார்.

சில நிமிடங்கள் கழித்து ரொம்ப சோர்வாக போனை வைத்தார்.

'என்ன சொன்னார்' என்று கேட்டேன்.

"நானும் அப்பாவும் அரசியலால் பிரிந்து இருக்கிறோம். ஆனால் அன்பு அப்படியேதான் இருக்கிறது. உன்னை அ.தி.மு.க.வில் சேர்த்துக் கொண்டால் அப்பாவுக்கும் மகனுக்கும் செய்யும் துரோகம் என்பதை விட எங்கள் நட்புக்கு நான் செய்யும் பெரும் துரோகம் ஆகிவிடும்.

அதனால் நீ எப்போது வேண்டுமானாலும் என்னை சந்திக்கலாம். உனக்கு என்ன தேவையோ என்னிடம் கேளு. நான் செய்கிறேன்"னு சொல்ட்டார் என்று கூறினார்.

கமல் ஷூட்டிங்கிற்கு கொடுத்த அனுமதி

‘ஒரு கைதியின் டைரி’ படத்தில் கமல், ராதா, ரேவதி நடித்தார்கள். பாரதிராஜா டைரக்ஷன் செய்தார். நான் அந்த படத்திற்கு போட்டோகிராபர். ஊட்டியில் தமிழகம் கார்டனில் கமலும் ரேவதியும் ஆடிய ‘பொன்மானே சோகம் ஏனோ’ பாடல் எடுத்தோம். முதல் நாள் ஷூட்டிங்கில் பாதி பாடல் எடுத்துவிட்டோம். மறுநாள் ஷூட்டிங்கை முடித்துவிட்டு கமல் மும்பையில் வேறு ஒரு ஷூட்டிங்கிற்கு போகவேண்டும்.

நாங்கள் எல்லோரும் ஊட்டி நடராஜா ஓட்ட ல் தங்கியிருந்தோம். மறுநாள் ஷூட்டிங்கிற்கு வந்ததும், தமிழகம் கார்டன் பூட்டியிருந்தது. உடனே புரடக்ஷன் மேனேஜர் வடுகநாதன் போய் விசாரித்த போது தமிழகம் கெஸ்ட் ஹவுஸில் சி.எம். (மக்கள் திலகம்) அரசியல் விசயமாக டிஸ்கஸ் பண்ணிவிட்டு ரெஸ்ட் எடுத்துக்கொண்டிருக்கிறார். அதனால் இன்று ஷூட்டிங் நடத்த அனுமதி இல்லை என்று சொன்னார்கள்.

வடுகநாதன் (பஞ்சு அருணாசலத்தின் மனைவி தங்கையைத்தான் இவர் கல்யாணம் செய்துகொண்டார். அவர்தான் பின்னாளில் ‘கடலோரக் கவிதைகள்’ படத்தின் தயாரிப்பாளர் ஆனார்) வந்து வி/யத்தை சொன்னதும், உடனே பாரதிராஜா டென்ஷனில் தாட் பூட் என்று தாண்டிக் குதித்தார். இன்றைக்கு ஈவ்னிங் கமலை மும்பைக்கு அனுப்பணுமே.... இப்படி திடீர்னு சொன்னா எப்படி என்று டென்ஷன் ஆனார்.

“சரி, எல்லோரும் புறப்படுங்க... சிம்ஸ் பார்க் போகலாம். அங்க மீதி ஷூட்டிங்கை வச்சுக்கலாம்” என்று சொன்னார் பாரதிராஜா.

உடனே நான், “சார் சிம்ஸ் பார்க் 30 கிலோ மீட்டர் தூரத்துல இருக்கு. அங்க போறதுக்கே ஒரு மணி நேரம் ஆகிடும். அப்புறம் ஷூட்டிங் ஆரம்பிக்க ரொம்ப லேட்டாகிவிடும்” என்று சொன்னேன்.

“வேறு என்னதான்யா பண்ணச்சொல்ற...” என்று கேட்டார்.

“வாங்க..சி.எம்.மை பார்ப்போம்”

“அது முடியுமாய்யா” என்று கேட்டார்.

“முடியும் சார்”

"அது எப்படி முடியும்?"

"எல்லாரும் இங்கேயே இருக்கட்டும். நாம ரெண்டு பேரு மட்டும் போவோம். முடியும் வாங்க" என்று பாரதிராஜாவை அழைத்துக் கொண்டு போனேன்.

கார்டன் வாட்மேனிடம், சி.எம். உதவியாளர் மாணிக்கம் இருப்பார். அவரிடம் போய், 'சங்கர்ராவ், பாரதிராஜா வந்திருக்காங்கன்னு சொல்லுங்க' என்று சொன்னேன். 'பெயர் சொன்னா தெரியுமா?' என்று கேட்டார். 'நீங்க சொல்லுங்க... அப்புறம் பாருங்க' என்று சொன்னேன்.

கொஞ்ச நேரத்தில் 'அண்ணே... அண்ணே... வாங்க' என்று மாணிக்கம் வேக வேகமாக வந்தார்.

'அண்ணன் குளிச்சிக்கிட்டு இருக்குறார். நீங்க வாங்க' என்று எங்களை அழைத்துக்கொண்டு போய் மக்கள் திலகம் குளிச்சிக்கிட்டு இருந்த ரூமுக்கு பக்கத்து ரூமுல எங்களை உட்கார வைச்சிட்டார்.

அப்போது காலை 7 மணி. சுடச்சுட சிக்கன் சூப் வந்தது. குடித்துவிட்டு உட்கார்ந்திருந்தோம்.

மக்கள் திலகம் குளிச்சுட்டு வந்து ரெடியாகி உட்கார்ந்திருந்தார். எங்களை மாணிக்கம் கூப்பிட்டார். நான், பாரதிராஜாவை மட்டும் உள்ளே அனுப்பிவிட்டு வெளியே உட்கார்ந்துகொண்டேன்.

பாரதிராஜா உள்ளே சென்றதும், 'வாங்க என்ன விசயம்?' என்று கேட்டிருக்கிறார் மக்கள் திலகம்.

அவர் விசயத்தைச் சொல்ல சங்கடப்பட்டுக் கொண்டு, இல்ல... சங்கர்... சங்கர்... என்று ரூமுக்கு வெளியே பார்த்திருக்கிறார்.

'என்ன சங்கர்...' என்று மக்கள் திலகம் கேட்டதும், 'ஸ்டில் சங்கர்ராவ் உட்கார்ந்திருக்கிறார். அவர்தான் வந்து உங்கள பார்க்கனும்னு கேட்டார்' என்று சொல் யிருக்கிறார்.

"உடனே வரச்சொல்லு" என்று சொல் யிருக்கிறார்.

மாணிக்கம் வந்து என்னை கூப்பிட்டதும் உள்ளே போனேன். மக்கள் திலகம் கா ல் விழுந்து ஆசிர்வாதம் வாங்கிக்கிட்டு நின்றேன். ஏன் அங்கேயே உட்கார்ந்திட்ட என்று கேட்டார்.

'இல்ல சார் அவர் பர்சனலா பேசணும்...' என்று சொன்னேன்.

"கூட்டிக்கிட்டு வந்ததே நீதான்... அப்புறம் என்ன பர்சனல்..." என்று சொன்னவர், "சரி என்ன விசயமா வந்தீங்க" என்று கேட்டார்.

நான் விசயத்தை சொன்னதும், "அட, யாருய்யா அப்படிச் சொன்னது... நானே ஷூட்டிங் பார்த்து ரொம்ப நாளாச்சு. நீங்க இப்பவே இங்க வந்து ஷூட்டிங் வச்சுக்குங்க. 11 மணிக்கு மேல நானும் வந்து பார்க்குறேன்" என்று சொன்னார்.

அனுமதி கொடுத்ததோடு அல்லாமல், அவரே வந்து ஷூட்டிங்கை பார்க்க வருகிறாரே என்று பாரதிராஜாவுக்கு ரொம்ப சந்தோசம்.

பாரதிராஜா தம்பியை உயிர் பிழைக்கச் செய்தார்

மக்கள் திலகத்திடம் நான், 'சார் இன்னொரு விசயம். பாரதிராஜாவோட தம்பி ஜெயராஜ்...' என்று இழுத்தேன். (இவர்தான் கலைஞர் டி.வி.யில் ஒளிபரப்பாகும் 'தெற்கத்தி பொண்ணு' சீரிய ல் கேஷியர். ராமராஜன் நடித்த 'மருதாணி' படத்தை தயாரித்தவர்)

"ஆமா, அதுக்கென்ன?" என்று கேட்டார்.

'அவருக்கு நேற்று நைட், ஹார்ட் அட்டாக் சார். கோவை குப்புசாமி நாயுடு ஆஸ்பத்திரியில் சேர்த்திருக்கிறோம் சார். அத சொல்றதுக்கு இவர் சங்கடப்படுறார்' என்று சொன்னேன்.

என்ன.. உண்மையா என்று கேட்பது மாதிரி பாரதிராஜாவைப் பார்த்தார்.

அவர், ஆமா சார் என்று சொன்னார்.

"கமல் ஷூட்டிங்கை இன்னைக்கு இல்லேன்னா வேறு என்னைக்காவது வச்சுக்கலாம்யா. ஆனா உயிர்தான்யா முக்கியம். இத முதல்ல சொல்ல வேண்டியதுதானே" என்று கோபப்பட்டவர், சட்டென்று தன் டாக்டர் பி.ஆர். சுப்பிரமணியத்திற்கு போன் செய்தார்.

"டைரக்டர் பாரதிராஜா தம்பிக்கு ஹார்ட் அட்டாக் வந்திருக்கு. மீண்டும் வரலாம். நீங்க காருல வருவீங்களோ... இல்ல ப்ளைட்ல வருவீங்களோ எனக்கு தெரியாது. உடனே கோயம்புத்தூர் குப்புசாமி நாயுடு நர்ஸிங்ஹோமுக்கு வாங்க. அவரை நல்லா கவனிச்சு பாருங்க" என்று சொன்னார்.

ஜெயராஜ் மருத்துவ செலவை எல்லாம் மக்கள் திலகம்தான் கவனித்துக்கொண்டார். ஜெயராஜ் நலமானதும், பாரதிராஜா என் கைகளைப்பிடித்துக்கொண்டு, நன்றி சங்கர் என்று சொன்னார்.

"எனக்கு எதுக்கு சார் நன்றி. காப்பாத்துனது அவர்தானே" ன்னு சொன்னேன்.

"என் தம்பியை உயிர் பிழைக்கச்செய்தது எம்.ஜி.ஆர். சார்தான். ஆனா, அதுக்குக் காரணம் நீங்கதான். நீங்க மட்டும் அவருகிட்ட சொல்லலேன்னா இந்த விசயம் தெரிஞ்சிருக்காதே" என்று சொன்னார்.

சமீபத்தில் 'தெற்கத்தி பொண்ணு' வேலைகளில் இருந்த

ஜெயராஜைப்பார்த்தேன். இந்த சம்பவத்தை நினைவுகூர்ந்த அவர், 'நீங்க மட்டும் இல்லேன்னா அன்னைக்கு என் நிலைமை என்னவாகியிருக்குமோ?' என்று சொன்னார்.

அவர் உத்தரவாச்சே...
எப்படியாவது செய்திருப்பார்கள்

நானும், பாரதிராஜாவும் பேசிவிட்டு கிளம்பிய போது, 'இன்னைக்கு ஷூட்டிங்கில் இருப்பவர்களுக்கு எல்லாம் மதிய விருந்து தர்றேன்' என்று சொன்னார் மக்கள் திலகம். சரி என்று சொல் விட்டு கிளம்பினோம்.

"சங்கர்...." என்று மக்கள் திலகம் என்னை கூப்பிட்டார்.

'என்ன சார்...' என்று நான் அவர் அருகில் ஓடியதும், "இதுல விஜிட்டேரியன் எத்தனை பேர்... நான் விஜிட்டேரியன் எத்தனை பேர்?" என்று கேட்டார்.

'விஜிட்டேரியன் பத்து பேர் இருப்பாங்க சார். மீதி 90 பேரும் நான் விஜிட்டேரியன் சார்' என்று சொன்னேன்.

டைரக்டர் பீம்சிங் சாரோட மகன் கண்ணன்தான் சார் இந்த படத்திற்கு கேமராமேன் என்று சொன்னேன். "அப்படியா" என்று சந்தோஷப்பட்டார்.

நாங்க பேசி முடித்து கிளம்பியபோது காலை 8 மணி.

ஆனால் 12 மணிக்கெல்லாம் அத்தனை பேருக்கும் சாப்பாடு ரெடியாகிவிட்டது. 90பேருக்கும் நான்-விஜிட்டேரியன் ரெடியாகி விட்டது. அவர் உத்தரவாச்சே. எப்படியாவது செய்திருப்பார்கள்.

கண் கலங்கிய தி.மு.க.காரர்கள்

சரியாக 11 மணிக்கெல்லாம் ஷூட்டிங் ஸ்பாட்டுக்கு வந்து விட்டார் மக்கள் திலகம். பொன் மானே...சோகம் ஏனோ.. பாடல் காட்சிக்கு கமலும் ரேவதியும் ஆடிக்கொண்டிருந்தார்கள். டிரா ஷாட் எடுத்துக்கொண்டிருந்தோம்.

சேரில் உட்கார்ந்து ஷூட்டிங் பார்த்துக்கொண்டிருந்த மக்கள் திலகம், பாரதிராஜாவை கூப்பிட்டார். 'அந்த டிரா இப்படி வருவதை விட அப்படி வந்தால் நல்லாயிருக்கும்' என்று சொன்னார். 'சி.எம். ஷூட்டிங் ஸ்பாட்டுக்கு வந்ததோடு அல்லாமல் நம்ம படத்துக்கு ஐடியா கொடுக்கிறாரே' என்று ரொம்ப சந்தோசப்பட்டார்.

மக்கள் திலகம், பாரதிராஜா, கமல், ரேவதி எல்லோரும் ஒன்றாக நிற்க போட்டோ எடுத்தேன். உடனே மக்கள் திலகம் அவர் வைத்திருந்த மிகச்சிறிய (விலை உயர்ந்த) கேமராவை கொடுத்து, "இதிலும் போட்டோ எடு" என்று சொன்னார்.

நான் பல கோணங்களில் எடுத்துக்கொடுத்தேன்.

மதியம் லஞ்ச் டைம் வரும்வரை ஷூட்டிங் ஸ்பாட்டிலேயே இருந்தார். லஞ்ச் பிரேக் வந்ததும் மக்கள் திலகம் எல்லோருக்கும் விருந்து கொடுத்தார்.

பாரதிராஜா, அவரது மனைவி, மகன் மனோஜ், கமல், அவரது மனைவி வாணிகணபதி, ரேவதி உட்பட படப்பிடிப்புக் குழுவினர் அத்தனை பேருக்கும் விருந்து.

விருந்து சாப்பாட்டின் போது இரண்டு பேர் மட்டும் சங்கடப் பட்டுக்கொண்டிருந்தார்கள். மக்கள் திலகத்தைப் பார்க்காமல் அங்கே இங்கே பார்த்துக்கொண்டு இருந்தார்கள். இதைக் கவனித்துவிட்ட மக்கள் திலகம் என்னை கூப்பிட்டு, "அவுங்க ரெண்டு பேரும் தி.மு.க.வா?" என்று கேட்டார்.

'ஆமாம் சார், ஒருத்தர் எடிட்டிங் டிபார்ட்மென்ட், இன்னொருத்தர் ஆர்ட் டிபார்ட்மென்ட் சார்' என்று சொன்னேன். "என்ன பேரு?" என்று கேட்டார். சொன்னதும், "சரி நீ போய் சாப்பிடு" என்று சொல் விட்டார்.

ஷூட்டிங் ஆட்கள் எல்லோரும் சாப்பிட்டோம். மக்கள் திலகம் மட்டும் சாப்பிடாமல் அவருக்கு அதை வை... இவருக்கு இதை வை.... என்று ஒவ்வொரு இலையாக கவனித்துக்கொண்டிருந்தார்.

அந்த தி.மு.க.காரர்கள் இரண்டு பேரும் எனக்கு இந்தப்பக்கம் ஒருவரும், அந்தப்பக்கம் ஒருவரும் உட்கார்ந்து சாப்பிட்டார்கள்.

அவர்கள் பக்கம் வந்து மக்கள் திலகம் நின்றதும், கீழே குனிந்தவாறே சாப்பிட்டுக்கொண்டிருந்தார்கள். சட்டென்று மக்கள் திலகம், அவர்கள் பெயரைச் சொல் முதுகில் தட்டிக் கொடுத்து, "நல்லா சாப்பிடணும்" என்று சொன்னார்.

ஒரு முதலமைச்சர் அருகில் வந்து பெயரைச்சொல் அழைத்து நல்லா சாப்பிடணும் என்று சொல்கிறாரே என்று கண்கலங்கி விட்டார்கள். இதச் சாப்பிடுங்க, அதச் சாப்பிடுங்க என்று அவரே எடுத்து வைத்தார். அவர்கள் நெகிழ்ந்துவிட்டார்கள்.

அதுமட்டுமல்ல... எல்லோரும் சாப்பிட்டுவிட்டு வந்ததும், வெளியே பீடா தாம்பூலத்தை வைத்துக்கொண்டு நின்றார் மக்கள் திலகம். தமிழ்நாட்டோட முதலமைச்சர் இப்படி பீடா தட்டை வைத்துக்கொண்டு நிற்கிறாரே என்று எல்லோருக்கும் ஒரே ஆச்சரியம்.

தி.மு.க.காரர்கள் இருவரையும் பீடா எடுத்துக்கொள்ளச் சொன்னார்.

அவ்வளவுதான்... மறுநாளே அவர்கள் அதிமுகவில் இணைந்து விட்டார்கள். எனக்கு தெரிந்து மக்கள் திலகம் இருக்கும் வரை அ.தி.மு.க.வில் தான் இருந்தார்கள்.

பாரதிராஜா நினைத்தது மாதிரியே படப்பிடிப்பும் முடிந்து விட்டது. கமலும் மும்பைக்கு பறந்துவிட்டார். "சாதாரண ஆளை பார்க்க அழைச்சுக்கிட்டு போறது மாதிரி போய் சி.எம்.மை பார்க்க வச்சிட்டிங்க ராவ். நீங்க மட்டும் இல்லையென்றால் பல லட்சம் நஷ்ட மாகியிருக்கும். கமல் கால்ஷீட் வேறு மறுபடியும் எப்போது கிடைக்குமோ " என்று சொல் விட்டு எனக்கு நன்றி சொன்னார் பாரதிராஜா.

'கடலோரக் கவிதைகள்', 'முதல் மரியாதை', 'ஒரு கைதியின் டைரி' என்று அவர் படங்களுக்கு போட்டோகிராபராக இருந்தேன்.

உனக்கும்
அதுல ஒரு பங்கு உண்டு

'பொன்மானே... சோகம் ஏனோ...' பாடல்காட்சியை பாரதிராஜா படம்பிடித்த விதம் மக்கள் திலகத்திற்கு பிடித்துவிட்டது. அவர் வைக்கும் ஒவ்வொரு ஷாட் களையும் பார்த்து வியந்தார். அவரை எப்படியாவது தனது புரடக்ஷனில் படம் இயக்க வைக்க வேண்டும் என்று விரும்பினார்.

பாரதிராஜாவை கூப்பிட்டு, "எம்.ஜி.ஆர். பிக்சர்ஸ்ல ஒரு படம் பண்ணுங்க. படம் எடுப்பதற்கான எல்லா உதவிகளையும் செய்யுறேன். கமல் நடிக்கட்டும். நான் சி.எம். ஆக இருப்பதால முழுசா ஈடுபட முடியாது. படத்துல வர்ற லாபத்தை எல்லோரும் பிரிச்சு எடுத்துக்குங்க. இது விஷயமா மெட்ராஸ் வந்ததும் என்னைப்பாருங்க" என்று சொன்னார்.

சரி, சார் என்று சந்தோசமாக தலையாட்டினார் பாரதிராஜா.

சிலமணி நேரம் கழித்து, வேறு ஒரு விசயமாக நான் மக்கள் திலகத்தை பார்த்து வரலாம் என்று போனேன். அப்போது கோவை செழியன் வந்திருந்தார். அவருடன் பேசிக்கொண்டிருந்த மக்கள் திலகம் என்னைப் பார்த்ததும், "வா, சங்கர்.. உனக்கும் அதுல ஒரு பங்கு உண்டு. மெட்ராஸ் வந்ததும் என்னைப்பாரு" என்று சொன்னார்.

இவ்வளவு பெரிய விசயத்தை சொன்னதால வந்த விசயத்தை சொல்லாமல் சந்தோசமாக திரும்பினேன். நான் பார்க்கப் போனது சின்ன விசயத்துக்குத்தானே.

அதன்பிறகு அரசிய ல் மக்கள் திலகத்திற்கு ஓய்வில்லாமல் இருந்தது. பாரதிராஜா படம் இயக்கும் அந்த திட்டமும் நிறைவேறாமல் போய்விட்டது. எனக்குரிய அந்த பங்கும் கிடைக்காமல் போய்விட்டது.

பாரதிராஜாவின் புதுமனை புகுவிழாவில்...

பாரதிராஜா மீது மக்கள் திலகமும், மக்கள் திலகம் மீது பாரதிராஜாவும் அதிக பாசம் வைத்திருந்தார்கள். மக்கள் திலகம் எது சொன்னாலும் செய்துவிடுவார் பாரதிராஜா. மக்கள் திலகத்தின் பெரும்பாலான நிகழ்ச்சிகளில் பாரதிராஜா இருப்பார்.

ஜெமினி ஸ்டுடியோ, பின்னாளில் 'ஜெமினி காம்ப்ளக்ஸ்' ஆனது. அந்த காம்ப்ளக்ஸில்தான் பாரதிராஜாவின் வீடு இருந்தது. தி.நகரில் புது வீடுகட்டி குடிவந்த பிறகு அந்த காம்ப்ளக்ஸ் வீட்டை தனது அலுவலகமாக்கிவிட்டார்.

மக்கள் திலகம் 'புரூக்ளின்' மருத்துவமனையில் இருந்து திரும்பிய சமயத்தில்தான் தி.நகரில் வீடு கட்டி முடித்திருந்தார். கிரஹப்பிரவேசத் திற்கு மக்கள் திலகத்தை அழைத்திருந்தார்.

உடல் நிலை முடியாததால் வரமாட்டார் என்றுதான் எல்லோரும் நினைத்தார்கள். ஆனால் காலை 6.30க்கு கிரஹப்பிரவேசம். 6.15-க்கே வந்து இன்ப அதிர்ச்சி தந்தார் மக்கள் திலகம். இரண்டு வெள்ளி குத்துவிளக்குகள் அன்பளிப்பாக கொடுத்தார்.

பின்னர் அவரே இரண்டு விளக்கையும் ஏற்றிவைத்தார்.

அரைமணி நேரம் வீட்டில் உட்கார்ந்து பேசிக்கொண்டிருந்து விட்டு கிளம்பினார்.

அந்த ஸ்டில் பார்த்ததும் முகம் சிவந்தது

ஜானகியம்மாவின் தம்பி நாராயணன். அவரது மகன் தீபன்தான் 'முதல் மரியாதை' படத்தின் இளம்ஹீரோ. நடிகர் பாண்டியனுக்கும் தீபனுக்கும் நல்ல பழக்கம் இருந்தது. பாண்டியன்தான் தீபனை

பாரதிராஜாவிடம் அறிமுகம் செய்துவைத்தார். பாரதிராஜா மக்கள் திலகத்திடம் அனுமதி பெற்று நடிக்க வைத்தார்.

நான் அந்தப்படத்திற்கு ஸ்டில் போட்டோகிராபராக இருந்தேன். அதனால் ஜானகியம்மா என்னை அழைத்து, 'தீபனுக்கு சினிமா புதுசு. நீ அவனை கவனமா பாத்துக்க. உன் ரூமிலேயே தங்க வச்சிக்க'ன்னு சொன்னாங்க.

முத ல் தீபனுக்கு நடிப்பு வரல. பாரதிராஜாவுக்கு கடுமையான கோபம். மத்தவங்கள திட்டுற மாதிரி தீபனை திட்ட முடியல. பல்லைக் கடிச்சுக்கிட்டு சொல் க்கொடுத்தார். ரெண்டு, மூணு நாளு இப்படி தீபன் திணறினார். அப்புறம் அசத்திட்டார்.

'அந்த நெலாவத்தான் நான் கையில புடிச்சேன்' னு பாடி, ஆடி அசத்தினார். பாரதிராஜாவே, 'நான் நெனக்கவேயில்ல... நடிக்க ஆரம்பிச் சுட்ட'ன்னு சந்தோசப்பட்டார்.

படப்பிடிப்பு முடியும் தருவாயில் ஜானகியம்மா முதல்மரியாதை போட்டோ ஆல்பம் பார்க்கணும் என்று சொன்னாங்க. ஆல்பத்தை எடுத்துக்கொண்டு என் மனைவியுடன் ராமாவரம் தோட்டத்திற்கு போனேன்.

மக்கள் திலகம் அமெரிக்காவில் உடல்நிலை குணமாகி வந்திருந்த சமயம் அது.

கீழே இருந்து வந்திருக்கும் தகவலை ஜானகியம்மாவுக்கு தெரிவித்தேன். "அவர் (மக்கள் திலகம்) ப்டுல வர்றார். "அவருகிட்ட காட்டு சங்கர்" என்று சொன்னாங்க.

ப்டில் இருந்து இறங்கி சோர்வாக உட்கார்ந்த மக்கள் திலகத்திடம், திலீபன் ஆல்பம் என்று சொன்னதும், ஆர்வத்துடன் வாங்கிப் பார்த்தார். முதல் ஸ்டில் ரஞ்சனியுடன் தீபன் இருக்கும் டூயட் ஸ்டில் பார்த்து புன்சிரிப்பு பூத்தார்.

அடுத்த ஸ்டில் பார்த்ததும் அவர் முகம் சிவந்தது. இப்படி கோபப்படும்படி என்ன ஸ்டில் என்று எட்டிப் பார்த்தேன். அது சிவாஜி சார் தீபனை அடிப்பது மாதிரியான ஸ்டில்.

அவ்வளவுதான் அதற்கு மேல் ஆல்பத்தை புரட்டவில்லை. சரியாக வாய் பேச முடியாத நிலையில் இருந்ததால் அதிகம் பேசவில்லை. "உள்ளே எடுத்துட்டுப் போய் காட்டு" என்று சொல் விட்டார். தீபன் மீது அத்தனை பாசம் வைத்திருந்தார் என்பதை புரிந்துகொள்ள முடிந்தது.

புரூக்ளினில் இருந்து வந்த மறுதினம்

எத்தனையோ பேர் எத்ததனையோ விதமாக சொன்னாலும் மக்கள் திலகம் அமெரிக்காவில் புரூக்ளின் மருத்துவமனையில் இருந்து குணமாகி வந்தார். அவர் வந்த மறுதினம் ராமாவரம் தோட்டம் சென்றேன். அப்போது மக்கள் திலகத்திடம் 'ஒரு போட்டோ எடுத்துக் கணும் சார்' என்று சொன்னேன்.

'அவர் முகம் ரொம்பவும் டல்லாக இருந்தது. இருந்தாலும் அந்த நேரத்துல எடுத்துக்கிட்டா ஞாபகமா இருக்குமே' என்று நினைத்து தான் கேட்டேன்.

உடல் சோர்வையும் பொருட்படுத்தாமல் ராமாவரம் தோட்டத்தில் ப்ட்டில் இருந்து இறங்கியதும், ப்ட் முன்பே நின்று நான் போட்டோ எடுத்துக் கொள்ளச் சம்மதித்தார்.

நான் மக்கள் திலகத்தின் அருகில் நிற்கும் போட்டோவை எடுத்தது ஜானகியம்மாவின் தம்பி நாராயணன். அவரும் ஒரு புகைப்படக் கலைஞர்.

அதை எந்த தயாரிப்பாளரும் மீற முடியாது

டான்ஸர்ஸ், பைட்டர்கள் விசயத்தில் மக்கள் திலகம் அதிக கவனம் எடுத்துக்கொள்வார். அவர்களின் தேவையை எப்போதும் நிறைவேற்றி வைப்பார். தயாரிப்பாளரிடம் அவர்களுக்கு முதல் செட்டில்மெண்ட் பண்ணச்சொல் விடுவார்.

படம் ரிலீசுக்கு முன்பு மற்ற கதாநாயகர்கள் எல்லோரும் தங்கள் சம்பளத்தை செட்டில்மெண்ட் செய்துகொண்டு போய்விடுவார்கள். ஆனால் மக்கள் திலகம் அப்படியில்லை. அந்தப் படத்தில் பணியாற்றிய ஒவ்வொருவரையும் தனித்தனியே அழைத்து உனக்கு எவ்வளவு சம்பளம் பேசினாங்க. பேசிய தொகை திருப்தியானதா இருக்குதா. பேசிய தொகையை கொடுத்திட்டாங்களா என்று கேட்டு அவர்களின் பிரச்சனையை எல்லாம் தீர்த்து வைத்துவிட்டுத்தான் இவர் செட்டில்மெண்ட் செய்துகொள்வார்.

தான் நடிக்கும் ஒவ்வொரு படமும் எவ்வளவு வசூல் தரும் என்பதை கணித்துவிடுவார் மக்கள் திலகம். படத்தின் பட்ஜெட்டும் அவருக்கு தெரியும் என்பதால் படம் முடியும்போது தயாரிப்பாளரை கூப்பிட்டு, ஒவ்வொருவருக்கும் பேசிய சம்பளத்திற்கு மேல் கொடுக்கச் சொல் விடுவார். 5 ஆயிரம் என்றால் 7 ஆயிரம் கொடுக்கச் சொல்லுவார்.

அதை எந்த தயாரிப்பாளரும் மீற முடியாது.

○

அந்த சத்தம்....
புரடியூசரை சமாதானப்படுத்துவதற்கு!

மக்கள் திலகம் நடிக்கும் படங்கள் எப்படியும் வசூலை வாரிக் குவித்து விடும். இது எல்லோருக்கும் தெரியும். அப்படியிருந்தும் சில தயாரிப்பாளர்கள், டெக்னீஷியன்கள், சின்னச்சின்ன நடிகர், நடிகைகள் சம்பள விசயத்தில் கறார் என்று இருப்பார்கள். சில சமயம் சம்பளத்தை இழுத்தடிப்பார்கள். அவர்களுக்கு மக்கள் திலகம் பாடம் கற்பித்து விடுவார். அந்த தயாரிப்பாளர் மனம் நோகாமல் தான் அந்த பாடத்தை கற்பிப்பார்.

இப்போது சென்னை மவுண்ட் ரோடில் பார்சன் காம்ப்ளக்ஸ் இருக்கும் இடத்தில் அன்று ஜெமினி ஸ்டுடியோ இருந்தது. அங்கு 'நீரும் நெருப்பும்' ஷூட்டிங். டின்ஷா டி.தெஹ்ராணிதான் தயாரிப் பாளர்.

நான் இரண்டு நாட்கள் ஷூட்டிங்கிற்கு தாமதமாக போய்க் கொண்டிருந்தேன். "ஏன் தினமும் லேட்டா வர்ற?" என்று மக்கள் திலகம் கூப்பிட்டு கேட்டார்.

"இல்ல சார்.... படம் ஆரம்பிச்சு ஒருவாரம் ஆகுது. இன்னும் அட்வான்ஸ் வரல" என்று சொன்னேன்.

"இத ஏன் நீ என்கிட்ட முதல்லேயே சொல்லல. சரி, நாளைக்கு நீ ஷூட்டிங்கிற்கு வராதே. ஆனா போனுக்கு பக்கத்துலயே உட் கார்ந்திரு. நான் பத்து மணிக்கு போன் பண்ணுவேன்" என்று சொல் விட்டார்.

மறுநாள் மக்கள் திலகமும், ஜெயல தாவும் நடிக்கும் காட்சி எடுக்கப்பட்டிருக்கிறது. அப்போது ஷாட் முடிந்ததும். "ஸ்டில் எடுங்க. எங்க சங்கர்" என்று கேட்டு, அப்படியே நின்றிருந்திருக்கிறார்.

'எங்கே சங்கர்.. எங்கே சங்கர்' என்று யூனிட் ஆட்கள் என்னை தேடியிருக்கிறார்கள்.

'எப்படியாவது சங்கர் வரணும்' என்று சொல் யிருக்கிறார் மக்கள் திலகம்.

மாமா நாகராஜராவின் வீட்டில் இருந்தேன். போனில் என்னை தொடர்பு கொண்டு ஏன் வரவில்லை என்று கேட்டார்கள். விசயத்தைச் சொன்னதும் 'சரி நாளை காலை வந்து நீ செக் வாங்கிக்க' என்று

கூறினார்கள்.

மறுநாள் போனதும் செச் கவர் இருந்தது. பிரித்துப் பார்த்தால் 10 ஆயிரத்துக்கான செக்.

"என்ன கரெக்ட்டா இருக்கா" என்று மெல்லமாக கேட்டார். 5 ஆயிரம் அதிகமா இருக்கு சார் என்று சொன்னேன். சரி,சரி, நல்லதுதானே என்று சொன்னார்.

பிறகு, சத்தமாக, என்ன சங்கர் வரவேண்டியது வந்துட்டுல்ல...கைய நீட்டி பணம் வாங்கிட்டல்ல இனி ஒழுங்கா வேலைய பாரு.... என்று சொன்னார்.

அந்த சத்தம் புரொடியூசரை சமாதானப்படுத்துவதற்கு போட்ட சத்தம் என்பதை புரிந்துகொண்டேன்.

அட்வான்ஸில் 5 ஆயிரம் அதிகம் இருந்தது என்னை சந்தோசப் படுத்துவதற்கு மக்கள் திலகம்தான் கொடுக்கச் சொல் யிருக்கிறார் என்பதை தெரிந்துகொண்டேன்.

o

நீ கண்டுபிடிச்சிட்ட

மக்கள் திலகம் பிரமாதமா ஸ்டில் எடுப்பார். என்கிட்ட கேமராவை வாங்கி அவர் விதவிதமா ஸ்டில் எடுப்பார். எல்லா விசயமும் மக்கள் திலகத்திற்கு தெரியும். சினிமாவில் எல்லா தொழிலும் தெரிந்த நபர் மக்கள் திலகம்தான்.

கேமரா, காஸ்டியூம், சண்டை, கதை என்று எல்லாவற்றிலும் கவனம் செலுத்துவார். அதனால் டெக்னிக்கலுக்கு முக்கியத்துவம் கொடுப்பார்.

'பரமபிதா' படத்தை மக்கள் திலகத்தை வைத்து ஜி.என். வேலுமணி ஆரம்பித்தார்.

சத்யா ஸ்டுயோவில் இயேசுநாதர் வேடம் போட்டு வந்தார் மக்கள் திலகம். அப்போது மாமா மும்பையில் இருந்தார்.

ஸ்டில் எடுக்கும் போது, சார் கொஞ்சம் அப்படி திரும்பி நில்லுங்க என்று சொன்னேன்.

எதுக்கு?

"மூக்குல கொஞ்சம் டிபெக்ட் இருக்கு"

சட்டென்று கோபமாகி, என்ன? என்று கேட்டார்.

இல்ல சார்...முக்குல கொஞ்சம் டிபக்ட் இருக்கு என்று மீண்டும் சொன்னேன்.

"இப்படி திரும்பி நின்னா மட்டும் சரியா வருமா?'' என்று கோபமாக கேட்டார்.

"இப்படியும் எடுக்குறேன். அப்படியும் எடுக்குறேன். எது நல்லா யிருக்குன்னு நீங்களே முடிவு பண்ணிக்கலாம் சார்" என்று சொன்னேன்.

"நாகராஜராவ் கூட இதுவரை என்கிட்ட இப்படி சொல்லல".

"அதுக்காக நான் சொல்லாம இருக்க முடியுமா சார்"

"என்ன உனக்கு இவ்வளவு தைரியம்" என்று சொல் விட்டு கொஞ்ச நேரம் என்னையே பார்த்துக்கொண்டிருந்தார். பிறகு "சரி, சரி எடு" என்று சொல் விட்டார்.

மாலையில் வீட்டுக்கு சென்றதும் பிரிண்ட் போட்டுவிட்டேன். மறுநாள் கொண்டு வந்து காட்டினேன்.

"மூக்குல கொஞ்சம் டிபக்ட் இருக்குன்னு எனக்கு தெரியும். இதை யாரும் இதுவரை சொல்லல. நீ கண்டுபிடிச்சிட்ட. கொஞ்சம் அந்த பக்கம் திரும்பி நின்ற ஸ்டில் நல்லாயிருக்கு'' என்று பாராட்டினார்.

'பரமபிதா' படம் பாதியிலேயே நின்றுவிட்டது.

நான் ஆணையிட்டால்...

விஜயா வாகினி நாகிரெட்டி, தெலுங்கில் என்.டி.ஆரை வைத்து ராமுடு-பீமுடு என்ற படத்தை எடுத்தார். அந்தப் படத்தை தமிழில் 'எங்க வீட்டுப்பிள்ளை' என்று எடுத்தார். இதே படத்தை இந்தியில்

ராம்- ஷ்யாம் என்று எடுத்தார். இதில் திலீப்குமார் நடித்தார். மூன்று மொழியிலும் சாணக்யாதான் டைரக்டர்.

இந்தப்பட சமயத்தில் ‘காத க்க நேரமில்லை’ படம் ரிலீசாகியிருந்தது. மக்கள் திலகம் அதைப்பார்த்து விட்டுத்தான், ‘எங்க வீட்டுப் பிள்ளை’ படத்துக்கு கேமராமேன் வின்செண்ட் சுந்தரத்தை போடுங்க என்றார். இந்தி பதிப்பில் கேமராமேன் மார்கஸ் பாட்லே

எங்க வீட்டுப்பிள்ளையை திலீப் குமாருக்கு போட்டுக்காட்டி, இந்தியில் நடிக்க கேட்டார் ரெட்டி. தமிழில் மக்கள் திலகம் செய்த இன்னசண்ட் கேரக்ட்டரை என்னால் செய்ய முடியாது என்று திலீப் குமார் தயங்கினார். உங்களால் நிச்சயம் முடியும் என்று நடிக்க வைத்தார்.

மக்கள் திலகம் நடிக்கிறார் என்றதும் நாகிரெட்டி பட்ஜெட் பற்றி கவலைப்படவே இல்லை. வாகினி ஸ்டுடியோ 9வது புளோரில் பெரிய செட் போட்டார். அவ்வளவு பெரிய செட்டை நான்கு மாதத்தில் முடித்துவிட்டார்.

முதல் நாள் ஷூட்டிங் முடிந்ததும் அந்த செட் பற்றி எரிந்துவிட்டது. நாகிரெட்டிகிட்ட சொல்ல பயந்தாங்க. அப்புறம் விசயத்தை கேள்விப்பட்டதும் ரெட்டி பதறிப்போயிட்டாரு. மக்கள் திலகம் ரொம்ப பிஸியா இருந்த நேரம். கால்ஷீட் கிடைப்பதே பெரிய விசயம். இந்த நேரத்தில் இப்படி என்றால் என்ன செய்வது என்று தவித்தார்.

தயங்கியபடியே மக்கள் திலகத்திடம் விசயத்தை சொன்னார். “சரி, அதனால என்ன செட் எப்போ சரியாகும்” என்று கேட்டார்.

‘ஒரு நாள் டைம் குடுத்தா போதும்’ என்றார் ரெட்டி.

ஒரு நாள்ல எப்படி முடிக்க முடியும். ஒரு வாரம் எடுத்துக்குங்க என்றார். ஆனால் ரெட்டி ஒரு இரவுக்குள்ளேயே செட் வேலைகளை முடித்துவிட்டார். மக்கள் திலகம் மறுநாள் வந்து பார்த்துவிட்டு, இவ்வளவு சீக்கிரமா பன்றதுன்னா அது ரெட்டியாலதான் முடியும் என்று சொன்னார்.

அந்த செட்டில்தான் சரோஜாதேவி கார் ஓட்டிக்கொண்டு போகும் காட்சி, மக்கள் திலகம் சாப்பிட்டுவிட்டுப் போக, இன்னொரு கேரக்டர் (மக்கள் திலகம்) வந்து பில்லுக்கு பணம் கொடுக்கும் காட்சி எல்லாம் அந்த செட்டில்தான் எடுக்கப்பட்டது.

‘நான் ஆணையிட்டால்... அது நடந்துவிட்டால்...’ பாடல் ஷூட்டிங்கின்போது ரெட்டி, என் மாமா நாகராஜராவ்கிட்ட வந்து,

"இந்த கெட்டப்பில் போட்டோ எடுத்து வெளியிட்டா படத்துக்கு பெரிய பப்ளிசிட்டியா இருக்கும். படம் வெளிவர எப்படியும் ஆறு மாதம் ஆகும். இப்போது இந்த ஸ்டில் வந்தா படத்துக்கும் பெரிய எதிர்ப்பார்ப்பு இருக்கும். எனக்கு சொல்றதுக்கு தயக்கமா இருக்கு. நீங்க அவருகிட்ட சொல் நாலஞ்சு ஸ்டில் எடுக்க முடியுமா" என்று கேட்டார்.

மாமா இந்த விசயத்தை மக்கள் திலகத்திடம் சொன்னார். அவரே என்கிட்ட கேட்டிருக்கலாமே என்றார்.

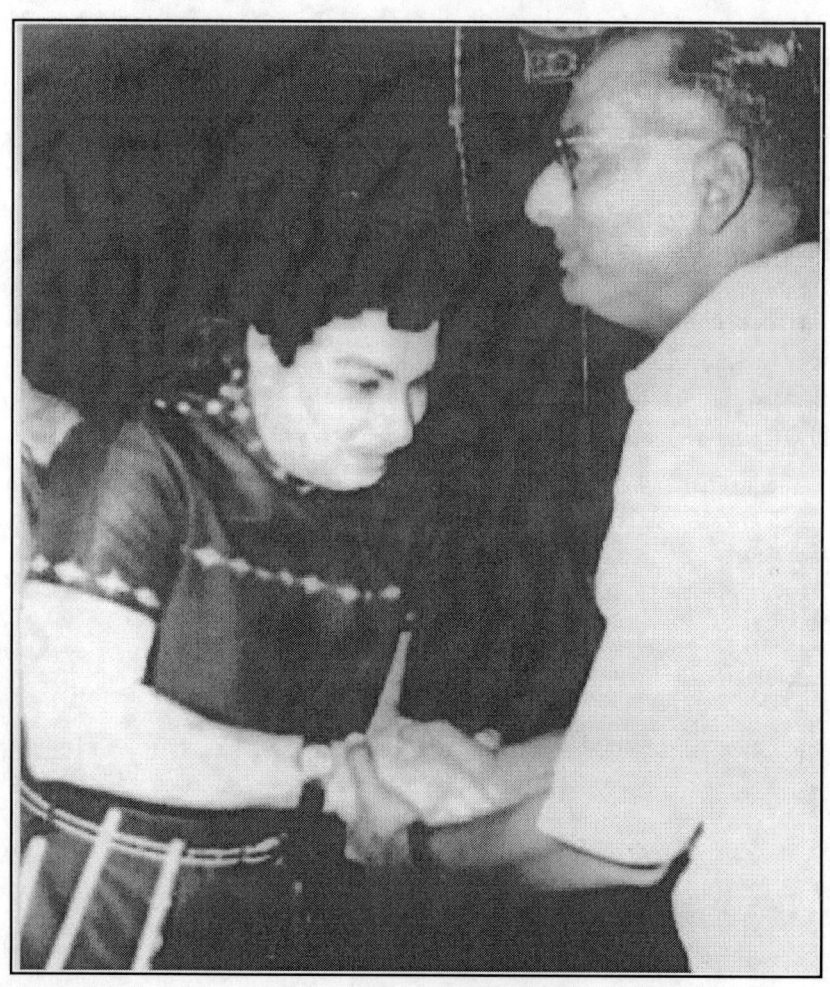

"தயாரிப்பாளரா இருந்தாலும் உங்ககிட்ட சொல்ல தயங்குறாரு" என்று சொன்னார் மாமா.

"அதுக்கென்ன எடுத்துக்கலாம்" என்று சொல் விட்டார்.

இரவு 10 மணிக்கு ஷூட்டிங் முடிந்ததும் யூனிட் ஆட்களை அப்படியே இருக்க வைத்தார். 10 மணி முதல் 11 மணி வரை அந்த கெட்டப்பில் போட்டோவுக்கு போஸ் கொடுத்தார்.

சாட்டையை கையில் வைத்துக்கொண்டு அடிப்பது போல், சுழற்றுவது போல், சாட்டையை உடம்பில் சுற்றி பிடித்துக்கொண்டு நிற்பது போல் என்று பலவிதமாக போஸ் கொடுத்தார். அவர் யோசித் தெல்லாம் போஸ் கொடுக்கல. இப்படி அப்படி என்று போஸ் கொடுத்துக்கொண்டே இருந்தார்.

அவரின் வேகத்துக்கு ஈடு கொடுத்து மாமா கலர் போட்டோ எடுத்துக்கொண்டிருந்தார். நான் பிளாக் அண்ட் ஒயிட் போட்டோ எடுத்தேன்.

ரெட்டிக்கு ரொம்ப சந்தோசம். அந்த ஸ்டில்ஸ் பத்திரிகைகளில் வெளிவந்ததும் படத்துக்கு எதிர்பார்ப்பு எகிறியது. எங்க வீட்டு பிள்ளை என்றால் இந்த ஸ்டில்ஸ்தான் என்று ஆகிவிட்டது.

எதிர்பார்த்ததை விட படம் பெரிய ஹிட் ஆகிவிட்டதால் நாகிரெட்டி, பேசிய சம்பளத்தை விட தனியா ஒரு தொகை கொடுக்கப் போறேன். மறுக்காம நீங்க வாங்கிக்கங்க என்று சொன்னார்.

உடனே மக்கள் திலகம், "அந்த தொகையை வாகினி ஸ்டுடியோ ஊழியர்கள் எல்லோருக்கும் பகிர்ந்து கொடுத்திடுங்க" என்று சொல் விட்டார்.

நாகிரெட்டி நெகிழ்ந்து நின்றார்.

மூவாயிரம் அடியோடு நின்றுபோன அடிமைப்பெண்

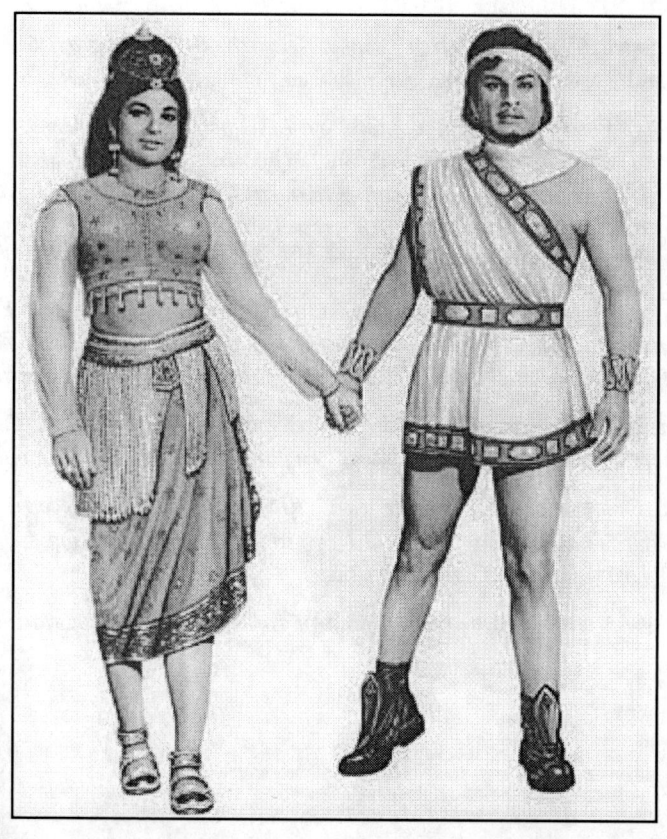

'அடிமைப் பெண்' படம் முதல் ஜெயலலிதா, சரோஜாதேவி, கே.ஆர்.விஜயா, வெண்ணிற ஆடை நிர்மலாவுடன் மக்கள் திலகம். நடித்தார். சத்யா ஸ்டுடியோவில்தான் ஷூட்டிங். 3 ஆயிரம் அடி எடுத்த பிறகு எடுத்தவரை அப்படியே நிறுத்திவிட்டார் மக்கள் திலகம்.

பிறகு கதையை மாற்றி அமைத்து மீண்டும் ஷூட்டிங் செய்தார். மாற்றி அமைக்கப்பட்ட கதையில் ஜெயலலிதா மட்டும்தான் இருந்தார்.

லைட் போட்டால்
குருவி பறந்துவிடும்

ஊட்டியில் தொட்டபெட்டா சிகரத்தில் அடிமைப்பெண் பாடல் காட்சி எடுத்தோம். அந்த சிகரம் 8 ஆயிரத்து 600 அடி. அதில்தான் 'தாயில்லாமல் நானில்லை' என்ற பாடல் படமானது.

அந்த சிகரத்தில் ஒரு புதரில் தாய்ப்பறவை குஞ்சுகளுக்கு இரை கொடுப்பதை பார்த்தேன். சட்டென்று டைரக்டர் சங்கர் சாரை கூப்பிட்டு காட்டினேன். அவர் கேமராமேனை அழைத்து, லைட் போட்டால் குருவி பறந்துவிடும் என்பதால் லைட்டிங் போடாமல் அந்த காட்சியை எடுக்கச்சொன்னார்.

அந்தக் காட்சியை அந்த பாட ல் இணைத்துவிட்டார். தியேட்டரில் அந்த காட்சிக்கு செம கைத்தட்டல். மக்கள் திலகத்திடம் அந்த காட்சியை குறிப்பிட்டு நிறைய பேர் பாராட்டினார்கள்.

டைரக்டர் சங்கரை மக்கள் திலகம் கூப்பிட்டு, "சரியான இடத்தில் அந்த காட்சியை வைத்தீங்க. நல்ல ஐடியா" என்று பாராட்டினார்.

உடனே டைரக்டர் சங்கர் சார், "இந்த பாராட்டு எல்லாம் ஸ்டில் சங்கர் ராவுக்குத்தான் சார் சேரணும். அவர்தான் இந்த ஐடியா கொடுத்தார்" என்று சொன்னார்.

"நீ தான் எடுத்தியா சங்கர்" என்று என்னை பாராட்டினார் மக்கள் திலகம்.

உன்னை யாரு வரச்சொன்னது

ஊட்டியில் இருந்து 30 கிலோ மீட்டர் தூரத்தில் உள்ள சாமியார் மடம் இடத்தில் உள்ள அருவியில் 'தாயில்லாமல் நானில்லை' பாட ன் ஒரு காட்சி எடுத்தோம். தண்ணீர் ரொம்ப வேகமாக ஓடிவரும். அதில் யாரும் நிற்க முடியாது. கீழே தள்ளிவிட்டு விடும். அதில் நின்று கொண்டு பாடுவது போல் காட்சி எடுத்தார் மக்கள் திலகம்.

டைரக்டர் சங்கர் எல்லோரையும் கரையிலேயே நிற்கச் சொல் விட்டார். ஸ்டண்ட் ஆட்களை மட்டும் கையிறு கட்டிக்கொண்டு வந்து பக்கத்தில் நிற்க வைத்துவிட்டார். கேமரா மேன் கொஞ்சம் தண்ணீர் மெதுவாக வரும் இடத்தில் இடுப்பில் கயிறு கட்டிக் கொண்டு நின்று படம் பிடித்தார். நானும் கயிறை பிடித்துக்கொண்டே போய் கேமராமேன் அருகில் நின்றுகொண்டேன்.

கேமராமேன் ராமமூர்த்தி அந்த காட்சியை எடுத்து முடித்தார். அப்போது நான், "சார்... ஸ்டில்" என்று சொன்னேன்.

அதிர்ச்சியாக என் பக்கம் திரும்பிய மக்கள் திலகம், "நீ எப்ப இங்க வந்த...உன்னை யாரு வரச்சொன்னது" என்று சத்தமாக கேட்டார்.

நான் எதுவும் சொல்லாமல் அப்படியே நின்றேன். "உனக்கு ஏதாவது ஆச்சுன்னா உன் வீட்டுக்கு பதில் சொல்லணுமே" என்று கேட்டார்.

நான் உடனே, "சார் ஒண்ணு சொல்றேன் கோபப்படாதீங்க. எனக்கு ஏதாவது ஆச்சுன்னா என் வீட்டுக்கு யார் பதில் சொல்றதுன்னு கேட்குறீங்களே சார். நீங்க கயிறையும் பிடிக்காம வந்து நிற்குறீங்க. உங்களுக்கு ஏதாவது ஆச்சுன்னா இந்த நாட்டுக்கே பதில் சொல்ல ணுமே" என்று கேட்டேன்.

எதுவும் சொல்லவில்லை. புன்சிரிப்போடு சென்றுவிட்டார்.

ஷூட்டிங் முடிந்து மாலையில் ஊட்டி தாசப்பிரகாஷ் ஓட்ட ல் என் ரூமுக்கு சென்றேன். அப்போது ஒட்டல் மேனேஜர் என்னிடம் வந்து எம்.ஜி.ஆர். கொடுக்கச் சொன்னார் என்று ஒரு பார்சல் கொடுத்தார்.

பிரித்து பார்த்தேன். ஒமேகா வாட்ச் இருந்தது.

மக்கள் திலகத்திடம் தோற்றுப்போன லதா, மஞ்சுளா

'நினைத்ததை முடிப்பவன்' படத்தில் ஒருவர் மீது ஒருவர் சாய்ந்து.. பாடலை காஷ்மீர் குல்மார்கன் ஏரியில் படம் எடுத்துக்கிட்டிருந்தோம். காஷ்மீரில் இருந்து 40 கிலோமீட்டரில் லொகேஷன். காலை 7 மணிக்கே ஷூட்டிங் ஆரம்பிச்சிடும். அன்றைக்கு 8 மணிக்கு கேமரா மேன் ராமமூர்த்தி வந்து வெயில் இன்னும் வரல. கொஞ்சம் வெயிட் பண்ணுவோம் என்றார்.

“அது வரைக்கும் ஏன் சும்மா இருக்கணும் கார்ட்ஸ் விளையா டலாம்” என்றார் மக்கள் திலகம்.

லதாவும், மஞ்சுளாவும் ‘விளையாடலாம்’ என்றார்கள். எல்லாம் சரி... என்கிட்ட இப்ப பணம் இல்லையே என்ற மக்கள் திலகம், “என்னைப்பார்த்து நீ ஏதாவது வச்சிருக்கியா” என்று கேட்டார்.

“200 ரூபாதான் சார் வச்சிருக்கேன்” என்று சொன்னேன்.

“அட என்னய்யா இத வச்சுக்கிட்டு காஷ்மீரையே விலைக்கு வாங்கிடலாமேய்யா” என்று பணத்தை வாங்கிக்கொண்டார். “நீ ஆடுறியா” என்று கேட்டார்.

“எனக்கு ஆடத்தெரியாது என்று சொல் விட்டேன். எனக்குத் தெரியும். ஆனால் அவருடன் ஆட சங்கடப்பட்டுக் கொண்டு தெரி யாது என்று சொல் விட்டேன். ஆடலன்னா பரவாயில்ல... பக்கதுல உட்காரு என்று சொல் விட்டார். நான் வேடிக்கை பார்த்துக் கிட்டிருந்தேன்.

மஞ்சுளாவும், லதாவும் தோத்துக்கிட்டே வந்தாங்க. வெயில் வருவதற்குள் 1200 ரூபாய் ஜெயிச்சுட்டார் மக்கள் திலகம்.

கிளம்பும்போது மக்கள் திலகம் என்னைப்பார்த்து, “இவுங்க ரெண்டு பேர்கிட்டயும் பணத்தை வாங்கிக்க சங்கர்” என்று சொன்னார். “என்னை ஏமாத்திடுவாங்க சார்.. நீங்களே வாங்கிக்கொடுங்க” என்றேன்.

சிரிச்சிக்கிட்டே போயிட்டார்.

சாயங்காலம் ஓட்டல் அறையில் குளித்துக்கொண்டிருந்தேன். அப்போது மக்கள் திலகம் என்னைத்தேடி வந்திருக்கிறார். எங்கே சங்கர் என்று கேட்டிருக்கிறார். “அவர் குளிச்சுட்டு இருக்குறாரு” என்றதும், சங்கர் வந்ததும் இத கொடுத்துடு என்று ராமமூர்த்தியிடம் ஒரு கவர் கொடுத்துவிட்டு போய்விட்டார்.

நான் வந்து கவரை பிரித்து பார்த்தேன். 1200 ரூபாய் இருந்தது. லதா, மஞ்சுளாவிடம் வாங்கி கொடுத்தாரா இல்லை அவரே தனது பணத்தை கொடுத்தாரா என்று தெரியவில்லை. நானும் கேட்கவில்லை.

மறுநாள் ஷூட்டிங்கிற்கு ஆயிரத்து இருநூரு ரூபாய் சும்மாதானே வந்தது என்று 500 ரூபாய்க்கு சாக்லேட், பிஸ்கட் எல்லாம் வாங்கிக்கொண்டு போனேன்.

“ஏன் காசு அதிகமா இருக்கா”ன்னு கேட்டார்.

“இல்ல சார் இது உங்க காசுதான்” என்றேன். சரி, சரி எல்லோருக் கும் கொடு என்றார்.

உங்க சிரிப்பு ஒண்ணு போதும்... கோடி ரூபாய்க்கு சமம்

'ஆயிரத்தில் ஒருவன்' படத்துக்கு நாங்க ஸ்டில்ஸ் எடுக்கவில்லை. வெங்கடாச்சாரியார்தான் ஸ்டில்ஸ். அவரோட உதவியாளர் அமிர்தம் ஸ்டில் எடுத்துக்கொண்டிருந்தார். காட்சி முடிந்ததும் மக்கள் திலகம் கத்தியை வைத்துக்கொண்டு சும்மா நின்று கொண்டிருந்தார். அப்போது அமிர்தம், 'சார் ஸ்டில்' என்றார்.

உடனே வெங்கடாச்சாரி, "ஏன்யா... அவரு நிற்கிறதே போஸ்தான்யா எடுய்யா" என்றார்.அந்த மாதிரி மக்கள் திலகத்தை எப்படி எடுத்தாலும் அழகுதான். ராஜா வேஷம்னா அவருக்குத்தான் பொருந்தும். அந்த சிரிப்பு; அந்த கோபம்; அந்த சண்டை வேகம், அந்த டிரெஸ் பிட்டிங் எல்லாம் அவருக்குத்தான் பொருந்தும்.

மக்கள் திலகம் நடித்த பல படங்களின் இந்தி ரீமேக்கில் தர்மேந்திரா நடித்திருக்கிறார். அவர் மக்கள் திலகத்தைப்பார்த்து, உங்க சிரிப்பு ஒண்ணுஃ போதும்...கோடி ரூபாய்க்கு சமம் என்று சொல்லுவார்.

என் தம்பிக்கு இதக்கூடச் செய்யலேன்னா எப்படி..

சத்யா ஸ்டுடியோவில் நினைத்ததை முடிப்பவன் ஷூட்டிங். மக்கள் திலகம், லதா,மஞ்சுளா எல்லோரும் நடித்துக் கொண்டிருந்தார் கள்.

நான் ஸ்டூல் போட்டு ஏறி நின்று ஸ்டில் எடுத்தேன்.

அந்த ஸ்டில் எடுத்த அரை மணி நேரத்திற்கு பிறகு மக்கள் திலகம் என்னிடம், 6 செட் டிரஸ் கொடுத்தார். எனக்கு ஒன்றும் புரியவில்லை.

“எதுக்கு சார் எனக்கு இத்தனை ட்ரெஸ்” என்று கேட்டேன். “ஏன் நான் வாங்கிக்கொடுக்ககூடாதா” என்று சிரித்தார்.

இதை கவனித்துக்கொண்டிருந்த மஞ்சுளா, என்ன அவருக்கு ஸ்பெஷல் கவனிப்பு என்று கேட்டார். ‘என் தம்பிக்கு இதக்கூடச் செய்யலேன்னா எப்படி?’ என்று கேட்டார் மக்கள் திலகம்.

கடைசி வரைக்கும் காரணத்தை சொல்ல மாட்டேங்குறாரே என்று யோசனையாய் நகர்ந்தேன். அப்போது என் தோளைப் பிடித்து, “நீ ஸ்டூல் மேல் நிற்கும்போது சட்டையில் இருந்த கிழிசலை பார்த்தேன். இனி இது மாதிரி கிழிந்ததை போடவேண்டாம்”. என்று சிரித்தார் மக்கள் திலகம்.

கேட்காமலேயே நிலைமையைப் பார்த்து செய்துவிட்டாரே; அதுவும் இவ்வளவு சீக்கிரத்தில் கொடுத்துவிட்டாரே என்ற சந்தோசத்தில் ‘ரொம்ப நன்றி சார்!’ என்று சொல் க்கொண்டே அவர் கா ல் விழுந்து ஆசிர்வாதம் வாங்கிக்கொண்டேன்.

மஞ்சுளா ஆசையை நிறைவேற்றினார்

'ரிக்ஷாக்காரன்' ஷூட்டிங் முடிஞ்சதும் மஞ்சுளாவுக்கு நடன அரங்கேற்றம் செய்ய வேண்டும் என்று ஆசை.

அதை தெரிந்து கொண்டு நடன அரங்கேற்றத்தை மக்கள் திலகமே நடத்தினார். அப்போது கலைஞர் கருணாநிதி முதல்வராக இருந்தார். அதனால் கலைஞர் தலைமையில் நடத்தினார்.

பிரபல நடன இயக்குநர் தண்டாயுதபாணிதான் ஜதி கட்டினார். அவர் ஆசீர்வாதத்தில்தான் அந்த அரங்கேற்றம் நடந்தது. தண்டாயுதப்பாணியின் தம்பி பக்கிரிசாமியின் மகள்தான் நடிகை ஸ்ரீபிரியா. பிரபல டான்சர் கிரிஜாதான் ஸ்ரீபிரியா அம்மா. அவுங்கதான் நடிகை ஹேமமா னிக்கு நடன குருவாக இருந்தார்.

ராமராஜன் கொடுத்த மரியாதை

மக்கள் திலகத்தின் மீது கொண்ட பற்று இன்று வரை மாறாமல் இருக்கிறது ராமராஜனிடம். பற்று என்பதை விட பக்தி என்றுதான் சொல்ல வேண்டும். அந்த அளவிற்கு மக்கள் திலகத்தை அவர் தெய்வமாகவே நினைக்கிறார்.

இயக்குநர் பாரதிராஜாவின் தம்பி ஜெயராஜ், ராமராஜனை வைத்து 'மருதாணி' படம் தயாரித்தார். நான் அந்தப் படத்திற்கு ஸ்டில் கேமராமேன்.

அந்தப் படத்தின் ஷூட்டிங் ஸ்பாட்டில் எல்லோரையும்விட எனக்குத்தான் அதிகம் மரியாதை கொடுத்தார் ராமராஜன். தயாரிப் பாளர் ஜெயராஜூக்கு கூட அப்படி ஒரு மரியாதை கொடுக்கவில்லை.

என்னடா இப்படி ஒரு மரியாதையா என்று தர்மசங்கடப்படும் அளவிற்கு அதிகமாக மரியாதை கொடுத்தார். வயதில் மூத்தவர் என்பதால் இப்படி மரியாதை கொடுக்கிறார் என்றும் நினைக்க முடிய வில்லை. வயதில் மூத்தவர்கள் நிறையபேர் இருந்தார்கள் ஷூட்டிங் ஸ்பாட்டில்.

எதற்கு இந்த சந்தேகம் என்று அவரிடமே கேட்டுவிட்டேன்.

"நீங்க ஏதும் தப்பா நினைச்சுக்க கூடாது. உங்களுக்காகவோ, உங்கள் வயசுக்காகவோ இந்த மரியாதை தரவில்லை. தெய்வம் (மக்கள் திலகம்) நடித்த பல படங்களில் நீங்க வொர்க் பண்ணியிருக்கீங்க. தெய்வத்தோட பழகியிருக்கீங்க. அதற்காகத்தான் உங்கள் மீது தனி மரியாதை வைத்திருக்கிறேன்" என்று சொன்னார்.

மக்கள் திலகத்தின் மீதுதான் பக்தி கொண்டிருக்கிறார் என்றால் மக்கள் திலகத்திடம் பழகியவர்களிடத்திலும் தனி மரியாதை வைத்திருப்பவர் ராமராஜன்.

மக்கள் திலகம் பாக்யராஜ் முதல் சந்திப்பு

'இன்று போய் நாளை வா' பட ஷூட்டிங் புரசைவாக்கம் வெள்ளாளர் தெருவில் நடந்தது. அந்த தெருவில் எதிரெதிர் வீட்டில் 15 நாட்கள் ஷூட்டிங் நடந்தது. படம் மொத்தமுமே ஒரு மாதத்தில் முடிந்துவிட்டது.

இந்தப்பட ஷூட்டிங்கின் போது விடியும் வரை காத்திரு படத்தின் ஷூட்டிங்கும் நடந்துகொண்டிருந்தது. பாக்யராஜ் சார் ஒவ்வொரு படத்திலும் மக்கள்திலகத்தின் பெயரையோ, அவருடைய நல்ல குணங்களைப் பற்றியோ இரண்டு காட்சிகளிலாவது வரும்படி செய்துவிடுவார்.

மக்கள் திலகத்தை அவர் தெய்வமாகவே மதித்தார்; தன் தாய்க்கு அடுத்ததாக அதிகம் பாசம் வைத்திருந்தார்.

'இன்று போய் நாளை வா' ஷூட்டிங் லஞ்ச் பிரேக்கில் ஒரு நாள் பாக்யராஜ் என்னைப்பார்த்து, என்ன சங்கர்ராவ்... எம்.ஜி.ஆரின் அனேகப்படங்களுக்கு போட்டோகிராபராக இருந்திருக்கீங்க. அவரைப்பார்ப்பதற்கு ஏற்பாடு செய்ய முடியுமா என்று கேட்டார்.

'என்ன முடியுமான்னு கேட்குறீங்க..' என்று கேட்டுவிட்டு சாப்பிட்டு முடிந்ததும் வெளியே வந்தேன். அப்போது மக்கள் திலகம் முதலமைச்சராக இருந்தார். பெட்டிக்கடையில் இருந்த தொலைபேசி மூலம் ராமாவரம் தோட்டத்துக்கு போன் போட்டேன்.

ஜானகியம்மா போனை எடுத்தாங்க. விஷயத்தைச் சொன்னதும், "ஆமாம் சங்கர், அந்த பையன் தனது படத்துல எல்லாம் அவரைப் பற்றி (மக்கள் திலகம்) சொல் க்கிட்டு இருக்குறாரு. ரொம்ப சந்தோஷம். இந்த விஷயத்தை நான் அவருகிட்ட கேட்டு சொல்றேன். நீ இப்போ எந்த இடத்துல இருந்து போன் பண்ற..."

"புரசைவாக்கம் பெட்டிக்கடையில இருந்து..."

"அந்தக்கடையோட போன் நம்பர வாங்கிக்கொடு" என்று கேட் டாங்க. கடைக்காரரிடம் நான் விஷயத்தைச்சொல் நம்பர் கேட்டதும், நம்பர் கொடுத்ததோடு இல்லாமல், ஸ்டூல் போட்டு என்னை உட்காரச்சொல் கூல்டிரிங்ஸ் கொடுத்தார்.

ஜானகி அம்மாகிட்ட நம்பர கொடுத்ததும், "விபரம் கேட்டு போன்

செய்யுறேன். கொஞ்ச நேரம் அங்கேயே வெயிட் பண்ணு சங்கர்" என்று சொன்னாங்க. ரொம்ப நேரம் ஆகும் என்று நினைத்து கடைக்காரரிடம் பேச்சுக்கொடுத்துக் கொண்டிருந்தேன்.

ஐந்து நிமிடம் தான் ஆகியிருக்கும். அதற்குள் போன் ஒ த்ததும், கடைக்காரர் என்னையே போனை எடுக்கச்சொல் விட்டார்.

ஹலோ என்றதும் குரலை கண்டு பிடித்துவிட்ட ஜானகியம்மா, 'சங்கர்...அவர் இப்போ கோட்டையில் இருக்கிறார். போன் பண்ணி கேட்டேன். நாளைக்கு காலையில 7 மணிக்கு தோட்டத்துக்கு அழைச்சுக்கிட்டு வரச்சொல் ட்டார் என்று சொல் ட்டாங்க.

ராதிகாவுடன் நடித்துக்கொண்டிருந்த பாக்யராஜிடம் இதைச் சொன்னதும். முத ல் அவர் இதை நம்பவில்லை. அப்புறம் திரும்பத்திரும்ப கேட்டுத் தெரிந்துகொண்டதும் நம்பினார்.

காலையில் கரெக்ட்டாக 7 மணிக்கெல்லாம் போகக்கூடாது. அவர் எப்போது வேணும்னாலும் நம்மள கூப்பிட்டு பார்க்கட்டும். ஆனா, நாம முன்னமே போய் நின்னுடுவோம். காலையில சீக்கிரமே போயிடணும். அதனால் இன்னைக்கு நைட் என் வீட்டிலேயே தங்கி டுங்க என்று சொல் , என்னை தங்க வைத்துவிட்டார்.

அன்று இரவு வெகுநேரம் வரை தூங்கவேயில்லை பாக்யராஜ். மக்கள் திலகம் எப்படி பேசப்போகிறார், தான் எப்படிப் பேசப் போகிறோம் என்பதைப் பற்றியே யோசித்துக்கொண்டிருந்தார். இடையிடையே அது பற்றி என்னுடன் பேசிக்கொண்டிருந்தார்.

மறுநாள் மக்கள் திலகத்தை சந்தித்ததும் கொஞ்ச நேரம் பேசாமல் அப்படியே பார்த்து ரசித்துக்கொண்டிருந்தார் பாக்யராஜ்.

●

என் கலையுலக வாரிசு பாக்யராஜ்

மக்கள் திலகம் - பாக்யராஜ் இருவரின் சந்திப்புகளும் அடிக்கடி நிகழ்ந்தன. என் கலையுலக வாரிசு பாக்யராஜ் என்று மக்கள் திலகம் சொல்லும் அளவுக்கு அவரின் அன்பைப்பெற்றார்.

மக்கள் திலகத்தின் பரம விசிறியாய் இருந்தார் பாக்யராஜ். ஆனால் மக்கள் திலகம் அழைத்தும் அரசியலுக்கு வர மறுத்துவிட்டார்.

"தேர்தல் பிரச்சாரத்திற்கு என்னுடன் வா" என்று அழைத்தார்.

"ஷூட்டிங் இருக்கு. தாவணிக்கனவுகள் படம் எடுத்துக்கிட்டு இருக்குறேன்" என்று சொன்னார் பாக்யராஜ்.

"அடுத்த வாரம் ஷூட்டிங் வச்சுக்க கூடாதா"

"சிவாஜி சார் கால்ஷீட் கொடுத்திட்டார். ரொம்ப கஷ்டப்பட்டு வாங்கியிருக்கிறேன். அவரிடம் நான் எப்படி கால்ஷீட் மாற்றிக்கேட்க முடியும்"

"அவர் கால்ஷீட் இல்லாத நாட்களில் வரலாமே"

"இல்ல... 15 நாள் தொடர்ச்சியா கொடுத்திட்டார்" என்று சொன்னதும், சிவாஜி சாருக்கு போன் போட்டார் மக்கள் திலகம்.

"தம்பி நான் தேர்தல் பிரச்சாரத்திற்கு போறேன். பாக்யராஜ் தம்பியை அழைச்சுக்கிட்டு போலாம்னு இருக்குறேன். நீங்க கால்ஷீட் கொடுத்திட்டதா சொல் தயங்குறாரு" என்று சொன்னதும்,

"அட என்னண்ணே இதுக்குப்போய் என்கிட்ட கேட்கணுமா? நீங்க தாராளமா அழைச்சுக்கிட்டு போங்க. நான் எப்ப வேண்டும் னாலும் கால்ஷீட் தர்றேன்" என்று சொல் விட்டார்.

சிவாஜி சொன்னதை மக்கள் திலகம் சொன்னதும், அதற்கு மேலும் சமாளிக்க முடியாமல் நேரிடையா விசயத்திற்கு வந்தார்.

"உங்க அன்பு போதும். எனக்கு இந்த அரசியல்... கட்சி... தேர்தல்... பிரச்சாரம்... பதவி எல்லாம் வேண்டாம்" என்று பிடிவாதமாக மறுத்துவிட்டார் பாக்யராஜ்.

பாக்யராஜின் மனதை புரிந்து கொண்டு புன் சிரிப்பை உதிர்த்தார் மக்கள் திலகம்.

இந்த நேரத்துல அதிகம் பேச விரும்பல...

'இன்று போய் நாளை வா', 'விடியும்வரை காத்திரு' படங்களில் நடித்த பிரவீணாதான் பாக்யராஜ் முதல் மனைவி. அவருக்கு மஞ்சள் காமாலை. அது குணமாகிவிட்டது. அந்த சமயத்துல அவரோட அம்மா ஆந்திரா அழைத்துக்கொண்டு போயி தினமும் காரக்குழம்பு வச்சிக் கொடுத்திருக்கிறார். மஞ்சள் காமாலை வந்தவர்கள் குறைந்த பட்சம் ஒரு மாசத்துக்காவது காரம் சாப்பிடக்கூடாது.

காரக்குழம்பு சாப்பிட்டதால் அவருக்கு மீண்டும் மஞ்சள் காமாலை அதிகமாகிவிட்டது.

பாக்யராஜ்-ஊர்வசி நடித்து பெரும் வெற்றி பெற்ற முந்தானை முடிச்சு ரிலீசான நேரம். அமிதாப்பச்சன் எல்லாம் மருந்துகள் வாங்கிக்கொடுத்துவிட்டு போனார். ரொம்ப முற்றிவிட்டது; காலம் சென்றுவிட்டார்.

நுங்கம்பாக்கம் லேக் ஏரியாவில் உள்ள பாக்யராஜ் வீட்டில்தான் பிரவீணா உடலை வைத்திருந்தாங்க.

மக்கள் திலகம் ஜானகிஅம்மாவோடு வந்து வாச ல் நின்று கொண்டிருந்தார். நான் அவர் அருகில் சென்றேன். 'தம்பி எங்கே' என்று பாக்யராஜை கேட்டார். 'கார் செட்டுல இருக்குறாரு' என்று சொன்னேன்.

ஜானகிஅம்மா, பிரவீணா உடம்புக்கு பக்கத்துல போய் உட்கார்ந்துக்கிட்டாங்க. மக்கள் திலகம் செட்டுக்கு போனார். அங்கே பாக்யராஜ் ஸ்மோக் பண்ணிக்கிட்டு நின்றிருந்தார்.

"இந்த நேரத்துல நான் எதுவும் அதிகம் பேச விரும்பல. உன் மனசு என்ன பாடுபடும்னு தெரியும். மனச தேத்திக்க..." என்று சொல் விட்டு வந்துவிட்டார்.

பிரவீணா உடல் அடக்கம் செய்வதற்காக எடுத்து செல்லப்பட்டது.

மக்கள் திலகம் காரில் புறப்பட்டு சென்று லயோலா கல்லூரி வாச ல் சேர் போட்டு உட்கார்ந்துகொண்டார்.

கல்லூரி வாச ல் இருந்து அவரும் நடந்து சென்றார். இறுதிச்சடங்கு முடியும்வரை இருந்தார் மக்கள் திலகம்.

பாக்யராஜுக்கு கொடுத்த கல்யாண கிஃப்ட்

1983. முந்தானை முடிச்சு ரிலீசான நேரம். பாக்யராஜ்-பூர்ணிமா கல்யாணம். திருவேற்காடு கருமாரியம்மன் கோயில் சன்னிதானத்தில் 6 மணிக்கு கல்யாணம். ஜானகி அம்மாவுடன் 5.30-க்கே வந்துவிட்டார் மக்கள் திலகம். கமலாம்பாளுடன் சிவாஜி சாரும் வந்துவிட்டார்.

அந்த நேரத்திலும் கோயிலுக்கு வெளியே கூட்டம் கூடிவிட்டது. நிறைய போட்டோ கிராபர்கள் கோயிலுக்குள் வந்து ஸ்டில் எடுக்க முயற்சி செய்தார்கள். யாருக்கும் அனுமதி கொடுக்கவில்லை.

ஸ்டில் முருகப்பன் தம்பி நாராயணன் கோயி ன் உள்ளே வந்தார். அவருக்கு மட்டும் அனுமதி கிடைத்தது. இப்போது அவர் செவன்த் சேனல் நாராயணன் என்று தயாரிப்பாளராக உயர்ந்துவிட்டார்.

நான் கோயி ன் உள்ளே நின்று ஸ்டில் எடுத்தேன்.

அன்று மாலை ஏவி.எம்.ராஜேஸ்வரி மண்டபத்தில் கல்யாண வரவேற்பு. கட்டுக்கடங்காத கூட்டம். 7 மணிக்கு மக்கள் திலகம் வந்து வாழ்த்திவிட்டுச் சென்றார்.

வரவேற்பு நிகழ்ச்சி முடிந்தம் பாக்யராஜ்-பூர்ணிமா இருவரும் நுங்கம்பாக்கம் வீட்டிற்கு சென்றிருக்கிறார்கள். அங்கே ஆளுயர குத்துவிளக்கு இரண்டு இருப்பதை கண்டதும் ஒன்றும் புரியாமல் விழித் திருக்கிறார்கள்.

வீட்டின் உதவியாளர் வந்து, 'நீங்க வரவேற்புக்கு போன பிறகு எம்.ஜி.ஆர். சார் வந்தார். இதை வைத்துவிட்டு என்னை பத்திரமாக பார்த்துக்க ன்னு சொல் ட்டு போனார்' என்று சொன்னதும்தான் விசயம் புரிந்திருக்கிறது. இந்த வெகுமதி கொடுப்பது நாலு பேருக்கு தெரியவேண்டாம் என்று மக்கள் திலகம் நினைத்திருக்கிறார் என்பதும் புரிந்திருக்கிறது.

மறுநாள் காலை பாக்யராஜ் எனக்கு போன் செய்து, ஸ்டில் எடுக்க வேண்டும் என்று அழைத்தார்.

அந்த ஆளுயர வெள்ளிக் குத்துவிளக்கு அருகே நின்றுகொண்டு பாக்யராஜும், பூர்ணிமாவும் ஸ்டில் எடுத்துக்கொண்டார்கள்.

இப்பவும் பாக்யராஜ் வீட்டில் இருக்கு

அமெரிக்காவில் இருந்து விமானத்தில் மக்கள் திலகம் சென்னை வந்திறங்கினார். ராமாவரம் தோட்டத்திற்கு வந்ததும் போட்டோ கிராபர்கள் முண்டியடித்தனர்; யாருக்கும் அனுமதி கொடுக்கவில்லை. என்னை மட்டும் உள்ளே வர அனுமதி அளித்துவிட்டார்.

அங்கே பாக்யராஜூம், பூர்ணிமாவும் தங்கள் குழந்தைகள் சாந்தனு, சரண்யா இருவரையும் தூக்கிக்கொண்டு நின்றார்கள். மக்கள் திலகம் சரண்யாவ தூக்கினார். நல்ல வெயிட்டாக இருந்ததால் சட்டுன்னு தூக்க முடியல அவரால்.

அருகில் இருந்த ஜானகி அம்மா தாங்கிப்பிடிக்க வந்தார். பாக்யராஜூம் குழந்தையை தாங்கிப்பிடிக்க வந்தார். மக்கள் திலகம் விட்டுக்கொடுக்கல.... முடியாத அந்த நிலையிலும் தனக்கு முடியல என்று காட்டிக்கொள்ள விரும்பவில்லை.

'பார்த்து... பார்த்து... கீழ விட்டுடாதீங்க' என்று ஜானகி அம்மா சொன்னாங்க. அப்போது என்னை முடியாதவன் என்று நினைத்துதானே சொல்றீங்க என்ற நினைத்துக்கொண்டவர், ஜானகி அம்மாவை பார்த்து சிரித்தார்.

மல்லுக்கட்டி அவரே தூக்கி வைத்துக்கொண்டார்.

அன்று மாலையே அந்த ஸ்டில் எல்லா பத்திரிகையிலும் வெளிவந்தது. அந்த போட்டோ இப்பவும் பாக்யராஜ், தனது வீட்டில் மாட்டி வைத்திருக்கிறார்.

இப்போதும் பாக்யராஜ் பூஜை அறையில் மக்கள் திலகம் சிரிக்கிறார். பாக்யராஜின் அம்மா படத்திற்கு பக்கத்தில் மக்கள் திலகத்தின் சின்ன வயசு படம் இருக்கிறது.

நேரம் வரும்போது காட்டு

'டார் ங் டார் ங் டார் ங்' ஷூட்டிங் கொடைக்கான ல் நடந்துகொண்டிருந்தது. நான் அந்தப்படத்தில் பணியாற்றிக் கொண்டிருந்தேன்.

கட்சி மீட்டிங் சம்பந்தமாக மக்கள் திலகம் கொடைக்கானலுக்கு வந்திருக்கிறார் என்ற செய்தி வந்தது. நானும், பாக்யராஜூம் அவரைப் பார்க்கப் போனோம்.

இருவரும் அவருடன் வெகுநேரம் பேசிக்கொண்டிருந்தோம். கிளம்பும்போது, "இன்னும் இங்க எத்தனை நாள் ஷூட்டிங் இருக்கு" என்று என்னிடம் கேட்டார்.

'15 நாள் ஷூட்டிங் இருக்கு சார்' என்று சொன்னேன். அப்போ சென்னை வந்ததும் என்னைப்பாரு என்று சொன்னார்.

கொடைக்கான ல் இருந்து மெட்ராஸ் வந்ததும் தி.நகர். ஆற்காடு சாலையில் உள்ள அலுவலகத்திற்கு போனேன். அந்த அலுவலம்தான் இப்போது நினைவு இல்லமாக மாறியிருக்கிறது.

அந்த இல்லத்தில் போகும் வழி வேறு, வரும் வழி வேறாக இருக்கும். போகும் வழியிலேயே திரும்ப முடியாது. அவர் அறையும் மிகச் சிறியதாக இருக்கும். இரண்டுபேர் மட்டுமே எதிரே அமர்ந்து பேச முடியும். எம்.ஆர்.ராதா சுட்ட சம்பவத்திற்கு பிறகு, எதிர்ப்புகள் அதிகமாகிவிட்ட பிறகு அவர் மிகுந்த எச்சரிக்கை உணர்வுடன் செயல்பட்டார். அதனால்தான் இந்த முறையை கடைப்பிடித்தார்.

இப்போது நினைவு இல்லம் ஆகிவிட்டபிறகும் அதேபோல் போகும்வழி வேறு திரும்புவழி வேறாக இருக்கிறது. என்னமோ அவர் இருப்பது மாதிரியான உணர்வு இருக்கிறது.

அன்று அந்த அலுவலகம் போனபோது மாமியா C33F மாடல் கேமரா இரண்டு கொடுத்தார். அவர் கொடுத்தது 1982-ம் வருடம். அந்த இரண்டு கேமராக்களின் அப்போதைய மதிப்பு 20 ஆயிரம் ரூபாய்.

சில மாதங்கள் கழித்து அதே அலுவலகம் சென்று மக்கள் திலகத்தை சந்தித்தேன்.

இப்போ என்ன செய்யுற..என்று விசாரித்துக்கொண்டிருந்தார். அப்போது கேமரா பற்றி பேச்சு வந்ததும், இப்போ புது மாடல்

ஒண்ணு வந்திருக்கு. நல்ல கேமரா என்று சொன்னேன்.

அந்த மாடல் கேமரா எவ்வளவு?

15 ஆயிரம் சார்

பேசி முடித்துவிட்டு நான் கிளம்பும்போது, வெயிட் பண்ணு என்று சொன்னார். நான் வெளியே வந்து உட்கார்ந்திருந்தேன். சரியாக இரவு 7 மணி. மக்கள் திலகம் உதவியாளர் மாணிக்கம் என் முன் வந்து, "சார் கொடுக்கச்சொன்னார் என்று ஒரு பொட்டலம்" கொடுத்தார்.

ஆர்வம் தாங்காமல் அங்கேயே பிரித்துப்பார்த்தேன். அதில் 15 ஆயிரம் இருந்தது. அந்த புதிய கேமரா பற்றி நான் சொல்லும்போது எனக்கிருந்த ஆர்வம் முகத்தில் தெரிந்திருக்கிறது. என் தேவையை புரிந்துகொண்டிருந்திருக்கிறார். அதனால்தான் நான் கேட்காமலேயே கொடுத்திருக்கிறார் என்பதை புரிந்துகொண்டேன்.

அந்த கேமரா வாங்கியதும், மக்கள் திலகத்திற்கு போன் செய்து கேமரா வாங்கியதை காட்டவேண்டும் என்று சொன்னேன். "வாங்கி யாச்சுல்ல.. அது போதும்.. உடனே காட்டணும்னு அவசியமில்ல... நேரம் வரும்போது காட்டு" என்று சொன்னார்.

நான் எம்.ஜி.ராமச்சந்திரன்...

நடிகர் சங்கத்தில் 'டார் ங்_டார் ங்_டார் ங்' படத்தை மக்கள் திலகத்திற்கு திரையிட்டுக் காட்டினார்கள். தயாரிப்பாளர் டி.மாணிக்கவாசகம் எனக்கு போன்செய்து குடும்பத்தோடு வாங்க என்று கூப்பிட்டிருந்தார்.

படம் ஆரம்பிக்கும் முன்பு மக்கள் திலகம், பாரதிராஜா, ஜானகி

எ.சங்கர்ராவ் குழந்தைகளுடன் மக்கள் திலகம்

அம்மா, எஸ்.டி.சோமு எல்லோரும் உட்கார்ந்திருந்தார்கள். நான், மனைவி-குழந்தைகளுடன் தூரத்தில் நின்றேன். ஜானகி அம்மா, 'ஸ்டில்ஸ் சங்கர் வந்திருக்கு' என்று மக்கள் திலகத்திடம் சொன்னாங்க.

மக்கள் திலகம் என்னைப்பார்த்து, " நான் எம்.ஜி.ராமச்சந்திரன்..." என்று சொன்னார்.

'சார், உங்களத் தெரியாம எப்படி சார்' என்று சொன்னேன். "அப்புறம் ஏன் என்னை வந்து பார்க்கல. இப்ப நீ நாகராஜராவ் கிட்ட இல்லன்னு கேள்விப்பட்டேன். தனியாக பண்றீயாமே. ஏன் என்னை வந்து பார்க்கல" என்று கேட்டார்.

"இல்ல சார்... நீங்க இப்ப சிஎம் ஆகிட்டீங்க..." என்று இழுத்தேன்.

நான் இதச் சொன்னதும், "ஊருக்குத்தான்யா நான் சி.எம். உனக்கு இல்லைய்யா" என்று சிரித்துக்கொண்டே சொன்னார்.

அவர் அப்படிச்சொன்னதும் எனக்கு கண்களில் தண்ணீர் வந்துவிட்டது.

எஸ்.டி.சோமசுந்தரத்தை பார்த்து அங்க தள்ளி உட்காரச் சொல் விட்டு என்னையும் மனைவியையும் உட்காரச் சொன்னார். இரண்டுமுறை சொன்னதால என் மனைவி உட்கார்ந்துவிட்டார்.

"நான் உட்காரவில்லை."

"இப்ப நீ உட்காரவில்லையென்றால் நானும் எழுந்து நிற்பேன்" என்றார்.

"அது உங்க விருப்பம் சார்" என்றேன்.

"உன் பிடிவாதம் உன்னை விட்டு போகாதே. அதனாலதான் இப்படியே இருக்குற'' என்று சொன்னார். என் பையனையும், பொண்ணையும் அழைத்து கொஞ்சினார்.

படம் ஆரம்பித்து எல்லோரும் பார்த்துக்கொண்டிருந்தார்கள். இடைவேளை விடுவதற்கு முன்பு பாக்யராஜ் என்னிடம் வந்து... எம்.ஜி.ஆருக்கு இடைவேளையில் என்ன கொடுக்கலாம் என்று கேட்டார்.

ராஜேஸ்வரி கல்யாண மண்டபத்துக்கு அருகில் இருக்கும் ஐஸ்கிரீம் கடையில் பிஸ்தா ஐஸ்கிரீமும், சாக்லேட் ஐஸ்கிரீமும் விரும்பி சாப்பிடுவார் என்று சொன்னேன். அங்கிருந்து வாங்கி வந்து வைத்துவிட்டார்கள்.

இடைவேளையில் மக்கள் திலகத்திடம் கொண்டு போய் கொடுத்ததுமே, "பிஸ்தா ஐஸ்கிரீமா.... யாரு சங்கர் கொடுத்த ஐடியாவா" என்று கேட்டார்.

பாக்யராஜ், 'ஆமாம் சார்' என்றார்.

"இது அவரு ஒருத்தருக்குத்தான் தெரியும்" என்று சிரித்தார்.

பிஸ்தா ஐஸ்கிரீம் அந்தக் கடையில் அடிக்கடி வாங்கி சாப்பிடுவார். எப்போதும் கார முந்திரிபருப்பு சாப்பிட்டுக்கொண்டிருப்பார். யாராவது பார்க்க வந்தால் ஒரு கை நிறைய அள்ளி கொடுப்பார்.

சாயங்காலம் ஆகிவிட்டால் டிரைவிங் உட்லண்ட்ஸ் ஓட்டல் இருந்து தான் டிபன் வரும். மசாலா தோசை, பாசந்தி விரும்பிச் சாப்பிடுவார்.

பாக்யராஜ் கேட்ட டிப்ஸ்

கொடைக்கானல் லட்சுமி மில்ல் 'டார் ங்.. டார் ங்... டார் ங்...' படத்துக்கான சண்டைக்காட்சி. பாக்யராஜும், சுமனும் சண்டைபோடும் அந்த காட்சி. பாக்யராஜ் என்னை கூப்பிட்டு, 'இந்த சண்டைக்காட்சி முடியும்வரை என் கூடவே இருங்க. ஐடியா கொடுங்க' என்று சொன்னார்.

"என்ன சார் நீங்க எவ்வளவு பெரிய டைரக்டர். உங்களுக்கு போய் நான் என்ன ஐடியா கொடுக்குறது" என்று சொன்னேன்.

"வாத்யார்கூட எத்தனை படங்களில் சண்டைக் காட்சிகளில் கூடவே இருந்திருக்கீங்க. அதையெல்லாம் நேரில் பார்த்த அனுபவம் இருக்கு உங்களுக்கு. அதையெல்லாம் வைத்து எனக்கு கொஞ்சம் கொஞ்சம் டிப்ஸ் கொடுங்க" என்று சொன்னார்.

'வாத்யாரை பற்றி நிறைய தெரிஞ்சு வச்சிருக்கேன் என்றால் அதுக்கு காரணம் நீங்கதான்' என்று சொன்னார் பாக்யராஜ்.

பாண்டியராஜன் மீது
தனிப் பாசம்

பாக்யராஜிடம் 'டார் ங் டார் ங் டார் ங்' படத்தில் உதவி இயக்குநராக இருந்தார் ஆர்.பாண்டியராஜன். கல்லாப்பெட்டி சிங்காரத்துடன் வாட்ச்மேன் வேடத்தில் நடித்தார். அந்த கேரக்டரில் பாண்டியராஜன், ஒரே டேக்கில் டயலாக் பேசி அசத்தினார்.

அப்போது நான் பாக்யராஜிடம், "சார், என் அனுபவத்துல சொல்றேன்... உங்க உதவியாளர்களில் இவர் டாப்புக்கு வருவார்" என்று சொன்னேன்.

அதே மாதிரி பாண்டியராஜன், டாப்புக்கு வந்தார். அப்போது அவர் என்னிடம், 'உங்க வாய்மூர்த்தம் ப த்துவிட்டது' என்று சொன்னார்.

பாக்யராஜைப் போலவே பாண்டியராஜனும் மக்கள் திலகத்தின் மீது அதிகம் ஈடுபாடு கொண்டிருந்தார். மக்கள் திலகத்திற்கும் பாண்டியராஜன் மீது தனி மரியாதை இருந்தது.

நான் பலமுறை ராமாவரம் தோட்டத்தில் அவரை பார்த்திருக்கிறேன். எனக்கு தெரிந்து எத்தனை கூட்டம் இருந்தாலும், பாண்டிய ராஜனை உடனே அழைத்து பேசி அனுப்புவார்.

பொதுவாகவே திரைக்கலைஞர்களை உடனே பார்த்து அனுப்பிவிடுவார். "கலைஞர்களுக்கு ஷூட்டிங் இருக்கும்; அதனால் அவர்களை காக்க வைக்கக்கூடாது" என்று சொல்லுவார் மக்கள் திலகம்.

○

நல்ல புத்தகம் படித்த டிரைவருக்கு 100 ரூபாய்

ஊட்டியில் 'வேட்டைக்காரன்' ஷூட்டிங். மரப்பாலத்தில் படப் பிடிப்பு நடந்துகொண்டிருந்தது. மக்கள் திலகம்-சாவித்திரி நடித்துக் கொண்டிருந்தார்கள்.

மாமா நாகராஜராவ் சொந்த காரிலேயே ஊட்டி வந்திருந்தார். மாமாவின் அப்பாவுக்கு டிரைவராக இருந்த சுப்பிரமணியன் அண்ணன்தான் மாமாவுக்கும் டிரைவர்.

வெளிப்புறப் படப்பிடிப்பு என்பதால் மக்கள் திலகம் டிரைவர், சாவித்திரி டிரைவர், தேவர் டிரைவர் எல்லோரும் புல்வெளியில் உட்கார்ந்து சீட்டு விளையாடிக்கொண்டிருந்தார்கள்.

சுப்பிரமணியன் அண்ணன் மட்டும் காருக்கு பக்கத்தில் உட்கார்ந்து புத்தகம் படித்துக்கொண்டிருந்தார். ஷூட்டிங் இடை வெளியில் மக்கள் திலகம்,சாவித்திரி எல்லோரும் காருக்கு பக்கத்தில் வந்துவிட்டார்கள். சுப்பிரமணியன் அண்ணன் எழுந்து அவர்களுடன் பேசிக்கொண்டிருந்தார்.

இவர்கள் வந்தது தெரியாமல் மற்ற டிரைவர்கள் சீட்டாட்டத்தில் மும்முரமாய் இருந்தார்கள்.

'என்னண்ணே நீங்க மட்டும் தனியா உட்கார்ந்திருக்கீங்க' என்று கேட்டுக்கொண்டே, சுப்பிரமணியண்ணன் படித்துக் கொண்டிருந்த புத்தகத்தை வாங்கிப்பார்த்தார் மக்கள் திலகம்.

"இது நல்ல புத்தகமாச்சே... சீட்டாட்டத்துல வீணா பொழுத கழிக்காம இப்படி உருப்படியா புத்தகம் படிக்கிறீங்களேண்ணே.." என்று நெகிழ்ந்தவர், சபாபதியை கூப்பிட்டு அண்ணனுக்கு நூறு ரூபாய் கொடுங்க" என்று சொன்னார்.

பயிற்சிக்காக ரெண்டு புது ரிக்ஷா

ஒன்றை நினைத்துவிட்டால் அதை செய்து முடித்துவிடுவார் மக்கள் திலகம். அதனால்தான் நினைத்ததை முடிப்பவன் என்று படம் கூட வந்தது.

'ரிக்ஷாக்காரன்' படத்தில் ஷூட்டிங் அண்ணா நகரில் நடந்தது. அங்கு ரிக்ஷா ரேஸ் எடுத்தோம். மக்கள் திலகம் எல்லோரையும் முந்திக் கொண்டு வந்துவிடுவார். அப்போது தேங்காய்சீனிவாசன், இவரு வண்டியில ஏதோ இருக்கு. அதான் முந்திட்டாரு என்று சொல்லுவார். ஆனால் உண்மையில் மக்கள் திலகம் கடின முயற்சியால்தான் முந்தி னார்.

அந்த ரேஸில் ஜெயிக்க வேண்டும் என்பதற்காகவே பயிற்சி எடுத்துக் கொண்டார். ஆர்.எம்.வீரப்பனிடம் சொல் ரெண்டு புது ரிக்ஷா வாங்கி சத்யா ஸ்டுயோவில் நிறுத்தச்சொல் விட்டார். தினமும் ஷூட்டிங் முடிந்து 9 மணிக்கு மேல் சத்யா ஸ்டுயோவுக்கு வெளியே ரிக்ஷா ஓட்டிப்பழகினார். ரிக்ஷாவை திடீரென்று பிளாட்பாரத்தின் மேல் ஏற்றி கீழே விழுவது மாதிரி எல்லாம் பயிற்சி எடுத்துக் கொண்டார்.

சத்யா ஸ்டூடியோவுக்கு வெளியே இருக்கும் பாலத்தில் எல்லாம் வேகமாக ஓட்டி பயிற்சி எடுத்துக்கொண்டார்.

பல நாட்கள் இப்படி கடுமையான பயிற்சி எடுத்துக்கொண்டார். அந்த பயிற்சிதான் அவரை ரேஸில் முந்த வைத்தது.

இது கையா இல்ல இரும்பா?

இந்த படம் இந்தியில் எடுக்கப்பட்ட போது மக்கள் திலகம் கேரக்டரில் ராஜ்கபூர் மகன் ரன்வீர்கபூர் நடித்தார். ஆனால் மக்கள் திலகம் மாதிரி ரேஸில் நடிக்க முடியாது என்று சொல் விட்டார் .

மெட்ராஸில் மக்கள் திலகம் ரிக்ஷாக்காரனில் நடித்துக் கொண்டிருந்தபோது ரன்வீர்கபூர் வேறு ஒரு இந்திப்படத்தில் நடித்துக் கொண்டிருந்தார். அந்தப் படத்திற்கும் மாமாதான் ஸ்டில். நான்தான் ஸ்டில் எடுத்தேன்.

சத்யா ஸ்டுடியோவில் ‘ரிக்ஷாக்காரன்’ ஷூட்டிக்கிற்கு பக்கத்து புளோரில்தான் ரன்வீர்கபூர் ஷூட்டிங். அவர் என்னிடம், எம்.ஜி.ஆரை பார்க்கணும் சங்கர் என்று சொன்னார். நான் மக்கள் திலகம் ஷூட்டிங் கிற்கு போனேன். அங்கே பீதாம்பரம் மேக்கப் போட்டுக் கொண்டிருந்தார்.

நான் மக்கள் திலகத்திடம் சென்று, “ராஜ்கபூர் சன் உங்கள பார்க்கணும்னு விரும்புறார் சார்” என்று சொன்னேன்.

“இதப்போய் எதுக்கு வந்து கேட்டுக்கிட்டு... வரச்சொல்லு...” என்று சொன்னார்.

ரன்வீர் கபூர் வந்ததும் பாதி மேக்கப்புடன் எழுந்து வந்த மக்கள் திலகம், “ஐ எம் எம்.ஜி.ஆர்.” என்று கை கொடுத்தார்.

உடனே ரன்வீர்கபூர், “யுவர் ஹேண்ட் லைக் அயர்ன் (உங்க கை இரும்பு போல் இருக்கிறது)” என்று கேட்டார்.

மக்கள் திலகம் புன்சிரிப்பு சிரித்தார். இது கையா இல்ல இரும்பா என்று பலரும் மக்கள் திலகத்திடம் கேட்டதை பார்த்திருக்கிறேன்.

கொடுத்ததெல்லாம் கொடுத்தார்

'படகோட்டி' படத்தில் கொடுத்ததெல்லாம் கொடுத்தார் என்ற பாடல் கேரளாவில் எடுத்தோம். அந்தப்பாடலை ஒரு இடத்தில் எடுத்துவிட்டு இன்னொரு இடத்தில் எடுப்பதற்காக காரில் போய்க்கொண்டிருந்தோம்.

அப்போது ஒரு குடிசை வாச ல் வயதானவர் குளிரில் நடுங்கிக்கொண்டிருப்பதை கவனித்துவிட்டார் மக்கள் திலகம்.

காரை நிறுத்திவிட்டு எல்லோரையும் கூட்டிக்கிட்டு போனார். அந்த வயதானவர் சுருட்டு குடிச்சிக்கிட்டு இருந்தார். அதை மக்கள் திலகமே பிடுங்கி தூர எறிந்தார். காரில் இருந்து 500 ரூபாய் மதிப்புள்ள சால்வையும், சாப்பாடும் எடுத்துவரச் சொன்னார்.

சால்வையை போர்த்திவிட்டு சாப்பிடச் சொன்னார். சாப்பிட்டதும் அவர் கையில் 200 ரூபாயை திணிச்சார்.

ஷூட்டிங்கிற்கு போய்க்கொண்டிருந்ததால் எல்லாம் தயார் நிலையில் இருந்தது. மக்கள் திலகம் கேமராமேன் பிரகாஷ்ராவை அழைத்து இங்கே ஒரு காட்சி எடுத்துக்கொள்ளலாம் என்று சொன்னார். அதன்படி அந்த வயதானவர் அருகில் நின்று மக்கள் திலகம் பாடுவது போல் ஒரு காட்சியும் எடுக்கப்பட்டது.

அந்தக்காட்சியை ‘கொடுத்ததெல்லாம் கொடுத்தான் அவன் யாருக்காக கொடுத்தான் ஒருத்தருக்கா கொடுத்தான் ஊருக்காக கொடுத்தான்’ என்ற பாட ல் வைத்தது பொருத்தமாக இருந்தது.

‘மண்குடிசை வாசல் என்றால் தென்றல் வர மறுத்திடுமா.... மாலை நிலா ஏழை என்றால் வெளிச்சம் தர வெறுத்திடுமா’ என்ற வரிகள் வரும்போது அந்த வயதானவர் காட்சி இருக்கும்.

ஒருத்தருக்கா கொடுத்தார்

பிரபல ஒளிப்பதிவாளர் பி.எல்.ராய் படகோட்டி படத்திற்கு ஒளிப்பதிவு செய்தார். அவரிடம் உதவியாளராய் இருந்த ராம கிருஷ்ணன் ஐதராபாத்தில் பெரும் பணக்காரர். நிறைய தெலுங்கு படங்களை தயாரித்திருந்தார். அத்துனை பணம் இருந்தும் ஒளிப்பதி வாளராக வேண்டும் என்ற விருப்பத்தினால்தான் பி.எல்.ராயிடம் உதவி யாளராக இருந்தார்.

'படகோட்டி' படத்தின் படப்பிடிப்பு கேரளாவில் நடந்து

கொண்டிருந்தது. கொடுத்ததெல்லாம் கொடுத்தான் அது யாருக்காக கொடுத்தான் பாடல்காட்சி எடுத்துக்கொண்டிருந்தபோது தீபாவளி பண்டிகை வந்தது. தீபாவளியை பண்டிகை தமிழர் பண்டிகை இல்லை என்பதால் அதை கொண்டாடமாட்டார் மக்கள் திலகம்.

ஆனாலும் விசேஷமான நாள் என்பதால், தனது உதவியாளரை அழைத்து அவரிடம் பணத்தை கொடுத்து படப்பிடிப்பு குழுவினர் அனைவருக்கும் ஆளுக்கு 50 ரூபாய் கொடுக்கச்சொன்னார்.

ஐம்பது ரூபாய் அப்போது பெரிய தொகை. அது பெரிய தொகையோ,சின்ன தொகையோ மக்கள் திலகம் கொடுக்கிறார் என்றதும் எல்லோரும் சந்தோசமாக வாங்கிக்கொண்டோம். பெரும் பணக்காரர் என்பதால் ராமகிருஷ்ணன் மட்டும் வாங்க மறுத்துவிட்டார்.

இதை கவனித்துவிட்ட மக்கள் திலகம் ராமகிருஷ்ணனை அழைத்தார். "நீங்க பெரும் பணக்காரர் என்பது தெரியும். இந்த பணம் உங்களுக்கு ஒரு பொருட்டு கிடையாது என்பதும் புரியும். ஏதோ நான் தான் பெரிய பணக்காரன் நீங்கள் எல்லாம் ஏழைகள் என்ற நினைப்பில் கொடுக்கவில்லை. விசேஷமான நாளில் எல்லோரையும் சந்தோசப்படுத்த என்னால் முடிந்ததை செய்கிறேன். இது என் அன்புப்பரிசு" என்றார்.

"அதனால்தான் தட்டாமல் எல்லோரும் வாங்கிக்கொள்கிறார்கள். உங்க குருநாதரே வாங்கிக்கொண்டார். அதற்காக அவரிடம் பணம் இல்லை என்றா அர்த்தம். என் அன்புப் பரிசை ஏற்றுக்கொண்டார் என்றுதான் அர்த்தம்" என்று சொன்னார்.

அடுத்த நிமிடமே, ராமகிருஷ்ணன் 50 ரூபாயை சந்தோசத்துடன் வாங்கிக்கொண்டார்.

கொடுத்ததெல்லாம் கொடுத்தான் அவன் யாருக்காக கொடுத்தான் ஒருத்தருக்கா கொடுத்தான் இல்லை ஊருக்காக கொடுத்தான் என்ற பாடல் வரிகள் மக்கள் திலகத்தின் வள்ளல் குணத்திற்கு ஏற்ப அமைந்தன. தமிழனாய் பிறந்த யாரும் இதை மறுக்க முடியாது.

சின்னக்கடையில் அதிகம் சாப்பிட வற்புறுத்துவார்

மக்கள் திலகத்துடன் நான் பலமுறை வெளியூருக்கு காரில் சென்றிருக்கிறேன். வழியில் ரொம்ப சின்ன டீ கடையோ, ரொம்ப சின்ன சாப்பாட்டுக்கடையோ பார்த்துவிட்டால் காரை நிறுத்தச் சொல் விடுவார். எல்லோரையும் சென்று சாப்பிடச் சொல்லுவார்.

கொஞ்சமாக சாப்பிட்டால் விடமாட்டார். நிறைய சாப்பிடச்சொல் வற்புறுத்துவார். போதும் என்று எழுந்திருத்தால், "எதுக்கு எழுந்திருக்கிறீங்க...உட்காருங்க..ஃபுல் கட்டு கட்டுங்க" என்று வற்புறுத்துவார்.

செஞ்சு வச்ச பொருள் எல்லாம் கா யானால்தான் கடைக் காரருக்கு சந்தோசம். என்றாவது ஒரு நாளாவது நாம் அந்த சந் தோசத்தை கொடுப்போம் என்று சொல்லுவார்.

ஒரு முறை அப்படி காரில் போய்க்கொண்டிருந்தபோது, சின்ன டீ கடையில் முன் காரை நிறுத்தச்சொல் விட்டார். மக்கள் திலகம் காபி,டீ எதுவும் சாப்பிடமாட்டார். அதனால் எங்களை அனுப்பினார்.

நானும், டிரைவர் ராமசாமியும் ஏற்கனவே சாப்பிட்டது நெஞ்சில் இருந்தது. இது மக்கள் திலகத்திற்கு தெரியாது. அதனால் டீ மட்டும் குடிக்கலாம் என்று போன எங்களிடம், கடைக்காரர் சுடச்சுட வடை போட்டுக்கொண்டிருந்ததைப் பார்த்துவிட்டு, அதை வாங்கி சாப்பிடச் சொல் சைகை காட்டிவிட்டார். மறுக்க முடியுமா. சாப்பிட்டோம். கொஞ்சமா சாப்பிட்டாலும் அவருக்கு பிடிக்காதே. ராமசாமியும் நானும் ஆளுக்கு 6 வடை சாப்பிட்டோம். விடுவாரா மக்கள் திலகம்.

"6 வடை எப்படி போதும்; போய் சாப்பிடுங்க" என்றார். மறுக்க வும் முடியாது; அதே நேரத்தில் சாப்பிடவும் முடியாது. அதனால் சட்டென்று, பார்சல் வாங்கிக்கொள்வோம். போகும் வழியில் எல்லோ ரும் சாப்பிடலாமே என்று சொன்னேன். அதுவும் சரிதான் என்று சுட்டுவைத்த வடையை எல்லாம் பார்சல் கட்டி வாங்கிக்கொண்டார்.

முடிந்தவரை அடுத்தவங்களை சந்தோசப்படுத்தி பார்க்கணும் என் கிற அந்த மனசு இருந்ததால்தான் இன்று வரை மக்கள் மனதில் நீங்கா இடம் பிடித்திருக்கிறார்.

நீ நல்லா இருப்பே எம்.ஜி.ஆரு

பிரபல தயாரிப்பாளர் பாலாஜி, சிவாஜி சாரை வைத்து நிறைய படங்கள் தயாரித்திருக்கிறார். மக்கள் திலகத்தை வைத்து ஒரு படம் கூட தயாரிக்கவில்லை. ஆனால் மக்கள் திலகத்தின் மீது தனி மரியாதை வைத்திருந்தார். அவரின் தீவிர ரசிகராகவும் இருந்தார்.

இந்தியில் தர்மேந்திரா-அமிதாப்பச்சன் நடித்த ஷோலே படம் மிகப்பெரிய வெற்றி பெற்றது. அந்தப்படத்தை தமிழில் மக்கள் திலகம்-சிவாஜி சாரை வைத்து தயாரிக்க வேண்டும் என்று முயற்சி எடுத்தார் பாலாஜி. மக்கள் திலகம் அதற்குள் தமிழகத்தின் முதலமைச்சர் ஆகிவிட்டதால் அந்த முயற்சி நிறைவேறாமல் போய்விட்டது.

சினிமாவில் நிறைவேறாத ஆசை என்று பாலாஜி அடிக்கடி இதைச் சொல்லுவார்.

பாலாஜி நாடகக்குழு ஒருமுறை திண்டுக்கல் கடந்து காரில் போய்க்கொண்டிருந்திருக்கிறது. பாலாஜி, நாகேஷ் உட்பட சிலர் ஒரு காரில் போய்க்கொண்டிருந்திருக்கிறார்கள்.

மலைப்பாதையில் திடீரென்று கார் நின்றுவிட்டது. கார் ரேடியேட்டரில் தண்ணீர் இல்லை என்பதை அறிந்திருக்கிறார்கள். பக்கத்தில் இருந்த குடிசை வீட்டில், தண்ணீர் கேட்டிருக்கிறார் பாலாஜி.

ஒரு குடம் தண்ணீர் கொடுத்திருக்கிறார் பாட்டி. அப்போது நீங்க யாரு என்று விசாரித்திருக்கிறார். (சினிமா அறிமுகம் இல்லாதவராக இருந்திருக்கிறார்) நாங்க சினிமாக்காரங்க; மெட்ராசில் இருந்து வருகிறோம் என்று சொல் யிருக்கிறார் பாலாஜி.

குடத்தை திருப்பி கொடுத்துவிட்டு, 100 ரூபாயும் கையில் திணித்திருக்கிறார். நூறு ரூபாயை பார்த்ததும், “நீ நல்லா இருப்ப எம்.ஜி.ஆரு...” என்று சொல் யிருக்கிறார் பாட்டி.

“நான் எம்.ஜி.ஆர். என்று எப்படி கண்டுபிடிச்சீங்க'' என்று கேட்டிருக்கிறார் பாலாஜி.

“எல்லோருக்கும் அள்ளிக் கொடுக்கிறவர் எம்.ஜி.ஆர் ஒருத்தர் தானே” என்று சொல் யிருக்கிறார்.

“சரிம்மா... உங்க ஆசிர்வாதம் கிடைச்சது சந்தோசம்மா” என்று சிரித்துக்கொண்டே காரில் ஏறிய பாலாஜியிடம் நாகேஷ், “இது உனக்கு தேவையா பாலாஜி” என்று கிண்டல் செய்திருக்கிறார்.

"சினிமாவையும், சினிமா நடிகர்களைப்பற்றியும் தெரியவில்லை என்றாலும், எம்.ஜி.ஆர். என்று ஒரு வள்ளல் இருக்கிறார். அவர் நடிகராக இருக்கிறார். அவர்தான் எல்லோருக்கும் கொடுப்பார் என்று மட்டும் அறிந்துவைத்திருக்கிறார் அந்த பாட்டி... அவரின் நினைப்பை கெடுக்க கூடாது. அதுமட்டுமல்ல... இது ஒரு ரசிகராக நான் எம்.ஜி.ஆருக்கும் செய்யும் மரியாதை" என்று சொல் யிருக்கிறார்.

இந்த சம்பவத்தை இரண்டு மூன்று முறை பாலாஜியே என்னிடம் சொல் மகிழ்ந்திருக்கிறார்.

◉

எனக்கு நூறு வயசு ஆகவில்லையே

தமிழுக்கும், தமிழ் சான்றோர்களுக்கும் மரியாதை தருவதில் மக்கள் திலகத்திற்கு நிகர் மக்கள் திலகம்தான். இதை நானே பல முறை நேரில் பார்த்திருக்கிறேன். பொங்கல் பண்டிகையைத்தான் வெகு விமரிசையாக கொண்டாடுவார். ஹாய்.., குட் மார்னிங், குட் ஈவ்னிங். என்றெல்லாம் யாராவது சொன்னால், வணக்கம் என்று சொல்லுங்கள். அந்த அழகிய தமிழ்ச் சொல் அத்தனை சுகம் தரும் என்பார்.

தமிழ் அறிஞர் ம.பொ.சி. அவர்களின் 83-வது பிறந்த நாள் விழா சென்னை ஏ.வி.எம். ராஜேஸ்வரி மண்டபத்தில் நடந்தது. மக்கள் திலகம்தான் இந்த விழாவிற்கு ஏற்பாடு செய்தார். விழா மேடையில், ம.பொ.சிக்கு 83 ஆயிரம் பணம் கொடுத்து மகிழ்வித்தார் மக்கள் திலகம்.

உடனே ம.பொ.சி., " எனக்கு நூறு வயசு ஆகவில்லையே என்கிற வருத்தம் இருக்கிறது. ஒரு லட்சம் கொடுத்திருப்பீர்களே" என்று சொல் விட்டு சிரித்தார்.

"அதனாலென்ன..நூறு வயசு ஆகட்டும். தருகிறேன்" என்று சிரித்தார் மக்கள் திலகம்.

யாரிடமும் போய் கையேந்தி நிற்காதீங்க

மக்கள் திலகம்- வைஜெயந்திமாலா நடித்த பாக்தாத் திருடன் படத்தை இயக்கியவர் டி.பி.சுந்தரம். அவரே அப்படத்தை தயாரித்தார். இவர் பல நடிகர்களை வைத்து பல படங்களை இயக்கியிருக்கிறார்.

பின்னாளில் இவர் பணக்கஷ்டத்தில் இருந்தார். தன் மகள் திருமணத்தை நடத்துவதற்காக ஒவ்வொரு நடிகராக சென்று கொஞ்சம் கொஞ்சம் பணம் வாங்கியவர் கடைசியாக மக்கள் திலகத்தை பார்க்க வந்தார்.

மக்கள் திலகம் அப்போது நல்ல நேரம் படப்பிடிப்பில் இருந்தார். கே.ஆர்.விஜயாவுடன் டிக்.டிக்.. பாடலுக்கு ஆடிக்கொண்டிருந்தார்.

படப்பிடிப்பு இடைவேளையில் டி.பி.சுந்தரத்தை சந்தித்தார். அப்போது தேவர் அருகில் இருந்தார்.

மகள் கல்யாணத்திற்காக எல்லோரிடமும் சென்று பணம் வாங்கிக்கொண்டிருப்பதை சொன்னார்.

“எதுக்கு இப்படி ஒவ்வொருத்தரிடமும் போய் கையேந்தி நிற்குறீங்க. இனிமே யாரிடமும் போய் கையேந்தி நிற்காதீங்க. உங்க மக கல்யாண செலவு மொத்தத்தையும் நானே ஏத்துக்கறேன்” என்று சொன்னார்.

மகிழ்ச்சியில் கண்கலங்கிய சுந்தரம், ‘‘நீங்கதான் இந்த கல்யாணத்தை முன்நின்று நடத்தனும்” என்று கேட்டுக் கொண்டார். அவர் கேட்டுக்கொண்டபடியே முன் நின்று அத்திருமணத்தை நடத்திக்கொடுத்தார் மக்கள் திலகம்.

திருமணங்களுக்கு மொய் எழுதுவதற்கே பலர் யோசித்துக் கொண்டிருக்கும் வேளையில் மக்கள் திலகம் இதே மாதிரி எத்தனை எத்தனையோ திருமணங்களை முன் நின்று முழு செலவையும் ஏற்று நடத்திக் கொடுத்திருக்கிறார்.

நெருங்கும் போதுதான் தெரிந்தது
அது பெரும் பணக்கட்டு

ரஜினி நடித்த 'தர்மத்தின் தலைவன்' படப்பிடிப்பு ஐதராபாத்தில் நடந்துகொண்டிருந்தது. நான் அந்தப்படத்தில் பணியாற்றிக் கொண்டிருந்தேன். படப்பிடிப்பில் ரஜினியுடன் பேசிக்கொண்டிருந்தபோது தேங்காய் சீனிவாசன் பற்றி பேச்சு வந்தது.

"அவருக்கு நான் ஒரு படம் செய்து தரலாம்னு இருக்கிறேன். இது பற்றி சென்னை சென்றதும் பேசலாம்" என்று சொன்னார் ரஜினி.

படப்பிடிப்பு முடிந்ததும் எல்லோரும் சென்னை திரும்பினோம். ரஜினி ஒரு பிளைட்டில் ஏறி முன்பே சென்றுவிட்டார்.

நான் மறு பிளைட்டில் ஏறுவதற்காக படக்குழுவினருடன் ஐதராபாத் ஏர்போர்ட் சென்றேன். அப்போது தேங்காய் சீனிவாசனும், அவருடைய மனைவியும் மெட்ரஸில் இருந்து வந்திறங்கினார்.

"அவரைப் பார்த்ததுமே ஒரு சந்தோசமான செய்தியை சொல்லப் போறேன்" என்று சொன்னேன்.

உடனே அவர், "நான் ஒரு துக்க செய்தியை சொல்லப் போறேனே" என்று சொல் விட்டு, "சரி முத ல் நீயே சந்தோசமான செய்தியை சொல்லு" என்றார்.

ரஜினி சொன்ன விசயத்தை சொன்னதும் மகிழ்ந்தார். உறவினர் ஒருவர் இறந்துவிட்டார். அதனால்தான் துக்கத்திற்கு வந்திருக்கிறோம். மெட்ராஸ் வந்ததும் நாம இதுபற்றிப் பேசலாம் என்று சந்தோசமாய் சென்றார்.

நான் மெட்ராஸ் வந்த இரண்டு நாட்கள் கழித்து தேங்காய் சீனிவாசன் சகோதரி போன் செய்து, ஐதராபாத்தில் அண்ணன் மாரடைப்பால் இறந்துவிட்டார் என்று சொல் விட்டு அழுதார்.

நான் அவர் வீட்டிற்கு சென்று அஞ்ச செலுத்திவிட்டு நின்றேன். சிவாஜி சார் உட்பட பல நடிகர், நடிகைகள் வந்து அஞ்ச செலுத்தினார்கள். சிவாஜி சார் உட்பட பலர் வாச லேயே உட்கார்ந்திருந்தார்கள்.

அப்போது ராமாவரம் தோட்டத்தில் இருந்து போன் வந்தது. மக்கள் திலகம் அப்போதும் மிகவும் நோய்வாய்ப்பட்டிருந்தார்; அதே நேரத்தில் முதல்வராகவும் இருந்தார்.

'சி.எம்.முக்கு உடம்புக்கு ரொம்ப முடியல. அதனால் ஜானகியம்மா வர்றாங்க. பாடியை எடுத்துடாதீங்க' என்று போனில் தகவல் தெரிவிக்கப்பட்டது.

சில நிமிடங்களில் ராமாவரம் தோட்டத்தில் இருந்து மீண்டும் போன் வந்தது. சி.எம். வர்றார் என்று சொன்னார்கள்.

கொஞ்ச நேரத்தில் மக்கள் திலகத்தின் கார் வந்தது. அவர் காரில் இருந்து இறங்கியதுமே சிவாஜி சார் உட்பட அனைவரும் எழுந்து நின்றார்கள்.

காரைவிட்டு இறங்கியதுமே மக்கள் திலகம் கொஞ்ச நேரம் தூரத்திலேயே நின்று தேங்காய் சீனிவாசன் உடலைப் பார்த்துக் கொண்டிருந்தார். உடல் நிலை மோசமாக இருந்ததால் அவரால் ரொம்ப நேரம் நிற்கவும் முடியவில்லை.

மெல்ல தேங்காய் சீனிவாசன் அருகில் சென்று மாலை அணி வித்தார். அந்த மாலையை அவரால் தூக்கி போடுவதற்கே ரொம்ப சிரமப்பட்டார். உடல் நிலை அந்த அளவிற்கு மோசமாக இருந்தும் தேங்காய் சீனிவாசன் மீதுள்ள பாசத்தால் வந்திருக்கிறார் என்று எல்லோரும் முணுமுணுத்தார்கள்.

தேங்காய் சீனிவாசன் முகத்தையே பார்த்துக்கொண்டிருந்தார். கண்களில் இருந்து கண்ணீர் வழிந்தோடியது. பின்பு மெல்ல நடந்து காரில் ஏறினார். காரில் ஏறும்போது, தேங்காய் சீனிவாசன் மகனை சைகையால் அழைத்தார். சரியாக பேசக்கூட முடியாத நிலையில் இருந்ததால்தான் சைகையால் அழைத்தார்.

அவரையும் காரில் ஏற்றிக்கொண்டார்.

தேங்காய் சீனிவாசன் பாடியை எடுப்பதற்கு நேரமாகிவிட்டது. இந்த நேரத்தில் எதற்கு அவரை காரில் ஏற்றிக்கொண்டு போகிறார் என்று எல்லோருக்கும் புரியவில்லை.

எல்லோரும் குழப்பத்தில் இருக்கும்போது கார் கொஞ்ச தூரம் சென்றதும் நிற்கும் சத்தம் கேட்டது. காரில் இருந்து தேங்காய் சீனிவாசன் மகன் இறங்கி வந்தார். அவரின் கையில் ஒரு பேப்பர் கட்டு இருந்தது.

நெருங்கும்போதுதான் தெரிந்தது அது பெரும் பணக்கட்டு என்று.

சாதி -
மக்கள் திலகம் செய்து வைத்த மாற்றம்

'ஒன்றே குலம் என்று பாடுவோம்... ஒருவனே தேவன் என்று போற்றுவோம்...' என்று 'பல்லாண்டு வாழ்க' படத்தில் பாடுவார் மக்கள் திலகம். சினிமாவில் பாடுவதோடு மட்டுமல்லாமல் நிஜத்திலும் வாழ்ந்துகாட்டியவர் மக்கள் திலகம்.

சாதி, மதம் என்று பாகுபாட்டுடன் பழகுவது அவருக்கு

என்.சங்கரன் திருமணத்தில்...

பிடிக்காது. அதேமாதிரி மற்றவர்களும் அவ்வாறு பழகுவது அவருக்கு பிடிக்காது. அதிலும் பெயரிலேயே சாதி ஒட்டிக்கொண்டு வருவது சுத்தமாக பிடிக்காது. கதையில் சாதியை சொல் எத்தனையோ நடிகர்கள் நடித்திருக்கிறார்கள். ஆனால் பட தலைப்புகள், ஏற்று நடிக்கும் கதாபாத்திரங்கள், வசனங்கள் எதிலும் சாதிப்பெயர் வராதவாறு பார்த்துக்கொள்வார் மக்கள் திலகம். அதை ஒரு கொள்கையாகவே வைத்திருந்தார் அவர்.

இயக்குநர் சங்கரிடம் என்.சங்கரன்நாயர் என்பவர் உதவியாளராக இருந்தார். அவர் இப்போது நிறைய படங்களிலும் நடித்துவிட்டார். பாரதிராஜா படங்களுக்கும் அசோசியேட் டைரக்டராக இருந்தார்.

அவரே கதை,திரைக்கதை எழுதி பல படங்கள் இயக்கியிருக்கிறார்.

டைரக்டர் சங்கரிடம் அவர் உதவியாளராக இருந்தபோது, ''பெயருக்குப்பின்னால் இருக்கும் நாயரை எடுத்துவிடுங்கள். என்.சங்கரன் என்றே வைத்துக்கொள்ளுங்கள்" என்று சொன்னார் மக்கள் திலகம்.

"நீங்கள் சொன்னா சரி" என்று தலையாட்டினார் சங்கரன்நாயர்.

சொன்னதோடு இல்லாமல் படத்தின் டைட்டில் கார்டிலும் சங்கரன் என்றே போட்டுவிட்டார். சங்கரன் திருமணத்திற்கு மக்கள் திலகம் நேரில் வந்து வாழ்த்தினார்.

மலையாளத்தில் நிறைய படங்களை இயக்கிய பிரபல இயக்குநர் எம். கிருஷ்ணன் நாயர் தமிழில் ஜெய்சங்கர்-ஜெயல தாவை வைத்து 'முத்துச்சிப்பி' என்ற படத்தை இயக்கினார். (1968) அந்தப்படம் மக்கள் திலகத்திற்கு பிடித்திருந்ததால் தன்னை வைத்து அவர் இயக்க வேண்டும் என்று விரும்பினார். அதன்படி ரிக்ஷாக்காரன் உருவானது. அப் படத்தில் டைட்டில் கார்டு போடும்போது, "நாயர் வேண்டாம் எம்.கிருஷ்ணன் என்றுதான் டைட்டி ல் போடுவேன்" என்று சொன்ன தோடு அல்லாமல் அப்படியே செய்தார் மக்கள் திலகம்.

சங்கர்ராவ் என்ற பெயரை சங்கர் என்றுதான் கூப்பிடுவார். "உன் மாமா நாகராஜராவுக்கு வயசாகிவிட்டது. அவர் அப்படியே வளர்ந்து விட்டார். இனி அவரிடம் பெயரை மாற்றிக்கொள்ளுங்கள் என்று கேட்கவேண்டாம். ஆனால் நீ அப்படி அல்ல. வளர்கிற பையன். நீ மாத்திக்கலாம். இனி சங்கர் என்றே உன்னை அழைக்கும்படி நடந்துகொள்" என்றார்.

'உலகம் சுற்றும் வா பன்' படத்திற்காக வெளிநாடு போவதற்காக பாஸ்போர்ட், விசா எல்லாம் சங்கர் என்ற பெயரிலேயே எடுத்தார் மக்கள் திலகம்.

இப்போதும் என் பாஸ்போர்ட்டில் சங்கர் என்ற பெயர்தான் இருக்கிறது. என் மகள் அமெரிக்காவில் இருக்கிறார். அவரை பார்க்க அமெரிக்கா செல்ல விசாவிற்கு விண்ணப்பித்திருக்கிறேன். அந்த விண்ணப்பத்திலும் சங்கர் என்றுதான் இருக்கும்.

உறவினர்களால் சங்கர்ராவ் என்று அழைக்கப்பட்டாலும், மற்ற எல்லா விசயங்களிலும் சங்கர்ராவ் என்பதை மாற்ற முடியாத சூழ்நிலை இருந்தாலும், மக்கள் திலகம் மாற்றிவைத்த அந்த மாற்றம் இன்னும் பாஸ்போர்ட்டிலும், விசாவிலும் மாறவேயில்லை.

பத்மினிக்கு செய்த உதவி

'ரிக்ஷாக்காரன்' படத்தில் பத்மினி நடித்தார். அப்படத்தில் பத்மினியை மனோகர் கொலை செய்ய முயற்சிப்பது போலவும், அதை மக்கள் திலகம் தடுத்து சண்டையிடுவது போலவும் காட்சி. இந்த காட்சி வாகினி ஸ்டுடியோவில் படமாக்கப்பட்டது.

இந்த காட்சி படமாக்கப்படுவதற்கு முதல் நாள் மக்கள் திலகத்தை சந்தித்தார் பத்மினி. "நாளை மறுநாள் நான் அமெரிக்கா போகிறேன். விசா, டிக்கெட் எல்லாம் எடுத்தாச்சு. அதற்குள் அந்த காட்சியை படமாக்கி முடித்து உதவ முடியுமா" என்று கேட்டார்.

"உங்க சூழ்நிலையை சொல்லீட்டீங்க. அதனால எப்படியும் நாளை மறுநாள் நீங்க அமெரிக்கா போயிடலாம். அதற்கு நான் பொறுப்பு" என்று சொன்னார் மக்கள் திலகம்.

மறுநாள் வாகினியில் ஷூட்டிங். பகல்-இரவாக அந்த காட்சி படமாக்கப்பட்டது. காலை 6 மணி வரை அந்த சண்டைக்காட்சி படமாக்கப்பட்டது. விடிய விடிய நடித்துக்கொடுத்துவிட்டு கிளம்பிய பத்மினி, "நீங்க செய்த உதவிக்கு ரொம்ப நன்றி" என்று சொன்னார்.

"நான் தான் உங்களுக்கு நன்றி சொல்லனும். விடிய விடிய இருந்து நடித்துக்கொடுத்துவிட்டு கிளம்புறீங்களே...அந்த தொழில் பக்திக்கு நன்றி" என்று சொன்னார் மக்கள் திலகம்.

நல்லதை நாடு கேட்கும்

அம்மா கேரக்டர் என்றால் பண்டரிபாய்தான் நினைவுக்கு வருவார். மக்கள் திலகத்திற்கு அவர் பல படங்களில் அம்மாவாக நடித்திருக்கிறார். அவரின் மேக்கப் மேன் நாராயணசாமி.

நாராயணசாமி தயாரிப்பாளர் அவதாரம் எடுக்க முயற்சித்தார். மக்கள் திலகம் அவருக்கு உதவ முன்வந்தார். தானே ஒருபடம் நடித்து தருகிறேன் என்று சொல்யதோடு அல்லாமல் அதற்கான வேலைகளிலும் இறங்கினார்.

"நல்லதை நாடு கேட்கும்" என்று தலைப்பிட்டு அந்தப்படம் ஆரம்பமானது. கர்ணன் அந்தப்படத்திற்கு ஒளிப்பதிவு செய்தார். என்ன காரணமோ தெரியவில்லை. இரண்டு நாள் படப்பிடிப்புடன் அந்தப்படம் நின்றுவிட்டது.

இறைவா உன் மாளிகையில்...

நடிகை சவுகார் ஜானகி மக்கள் திலகம் மீது அளவுக்கு அதிகமான மரியாதை வைத்திருந்தார். அந்த அளவிற்கு அதிகமான மதிப்பிற்கு அவரே ஒரு முறை விளக்கம் அளித்தார்.

'ஒளிவிளக்கு' படத்திற்கு முன்பே எனக்கு எம்.ஜி.ஆரை நல்லா தெரியும் சங்கர். பணம் படைத்தவன், தாய்க்கு தலைமகன் படங்களில் அவருடன் நடித்த போதெல்லாம் இந்த அளவிற்கு அவர் மீது எனக்கு மரியாதை வந்ததில்லை. ஆனால் அவர் மீது இத்தனை மரியாதை வருவதற்கு காரணம் ஒளிவிளக்கு படம்தான்.

அந்த ஒளிவிளக்கு படம்தான் என் வாழ்க்கையிலும் புது ஒளிவிளக்கை ஏற்றிவைத்தது. இறைவா உன் மாளிகையில் எத்தனை மணிவிளக்கு என்ற அந்த பாடல் உலகம் முழுவதும் ஒ க்கிறது.

எம்.ஜி.ஆரை கடவுளாகவே பாவிக்கிறார்கள். அந்தப்பாடலை கடவுள் பாடலாகவே நினைக்கிறார்கள். அந்தப்பாட ல் நடித்ததால் என் மீதும் மக்கள் தனி மரியாதை வைத்திருக்கிறார்கள்.

சவுகார் ஜானகி என்று இந்த அளவிற்கு எனக்கு புகழ் இருக்கிறது என்றால் அதுக்கு காரணம் அந்தப்பாடல்தான்" என்று சொன்னார்.

மக்கள் திலகத்தின் மேல் சவுகார் ஜானகி தனி மரியாதை வைத்ததற்கு முன்பே, சவுகார் ஜானகி மீது மக்கள் திலகத்திற்கு தனி மரியாதை இருந்தது. அவர் சமைத்து வரும் சாப்பாட்டை விரும்பி சாப்பிடுவார்.

சாட்சி கூண்டில்
மக்கள் திலகம் - ஜெமினிகணேசன்

மம்தா என்ற இந்திப்படம் 'காவியத் தலைவி' என்று தமிழில் தயாரிக்கப்பட்டது. ஜெமினிகணேசன்-சவுகார் ஜானகி நடித்தார்கள். சவுகார் ஜானகிதான் அந்தப்படத்தை சொந்தமாக தயாரித்தார். சத்யா ஸ்டுடியோவில் இந்தப்படத்தின் ஷூட்டிங் நடந்தது. அப்போது பக்கத்து புளோரில் நினைத்ததை முடிப்பவன் ஷூட்டிங் நடந்து கொண்டிருந்தது.

க்ளைமாக்ஸ் காட்சி கோர்ட் கூண்டில் நின்று மக்கள் திலகம் பேசுவது போல் படமாக்கப்பட்டது. அந்த காட்சிக்காக மக்கள் திலகம் டல் மேக்கப்பில், தலையில் கட்டு போட்டுக்கொண்டு இருந்தார். திடீரென்று ஜெமினிகணேசன் படப்பிடிப்பு தளத்திற்குள் நுழைந்து விட்டார். பொதுவாக மக்கள் திலகம் படப்பிடிப்பு தளத்திற்குள் அவ்வளவு எளிதாக எல்லோராலும் நுழைந்துவிட முடியாது.

பெரிய நடிகர் என்பதாலும், முகராசி படத்தில் சேர்ந்து நடித்த பழக்கம் இருந்ததாலும் விரு விருவென்று படப்பிடிப்பு தளத்திற்குள் நுழைந்தவரை யாரும் தடுக்கவில்லை. திடீரென்று மக்கள் திலகம் முன் நின்று, "அண்ணே வணக்கம்" என்று சொல்லவும் அவருக்கு ஒரு நிமிசம் ஒன்றும் புரியவில்லை.

அப்புறமாக, "என்ன தம்பி...என்ன விசயம்..." என்று கேட்டார்.

"உங்க கூட ஒரு போட்டோ எடுத்துக்கலாமா அண்ணே"

"அதனாலென்ன எடுத்துட்டா போச்சு. ஆனா நான் டல் -மேக்கப்புல இருக்கேனே"

"இருக்கட்டும்ண்ணே... இது ஒரு ஞாபகமா இருக்குமே"

"அப்படியா..அப்ப சரி" என்று எழுந்து நின்றார்.

சுற்றும் முற்றும் பார்த்த ஜெமினிகணேசன், க்ளைமாக்ஸ் காட்சிக்காக அமைக்கப்பட்டிருந்த கோர்ட் சாட்சி கூண்டை பார்த்துவிட்டார்.

"அண்ணே அந்த கூண்டுல நின்னு எடுத்துக்கலாமா... வித்தியாசமான அனுபவமா இருக்கும்" என்று கேட்டார்.

மக்ககள் திலகம் சிரித்துக்கொண்டே, அதனாலென்ன... என்று சொல் யபடி, சாட்சி கூண்டில் ஏறிவிட்டார். ஜெமினிகணேசனும் ஏறி நின்றார். அப்படியே நான் பல கோணங்களில் போட்டோ எடுத்தேன்.

என்னது... அம்மா இறந்துட்டாங்களா...

'உரிமைக்குரல்' படத்தில் நான் பணியாற்றவில்லை. ஆனால் அந்தப்படத்தின் படப்பிடிப்பில் நடந்த சம்பவம் எனக்குத்தெரியும். சிவந்தமண், இதயக்கனி, ஊருக்கு உழைப்பவன் படங்களுக்கு ஒளிப்பதிவு செய்த பிரபல ஒளிப்பதிவாளர் பாலகிருஷ்ணன் அப்படத்திற்கு ஒளிப்பதிவு செய்தார்.

அன்று அவர் படப்பிடிப்பிற்கு வரவில்லை. உதவியாளர்கள்தான் பணிபுரிந்து கொண்டிருந்தார்கள். படப்பிடிப்பு துவங்கி கொஞ்ச நேரம் கழித்து இதைக் கவனித்துவிட்ட மக்கள் திலகம், "பால கிருஷ்ணன் எங்க..." என்று கேட்டார்.

"அவருடைய அம்மா இறந்துட்டாங்க..." என்று டைரக்டர் ஸ்ரீதர் சொன்னார்.

"என்னது... அம்மா இறந்துட்டாங்களா...இதை ஏன் என்கிட்ட முன்னமேயே சொல்லல... நம்ம கூட வேலை பார்க்குற ஒருத்தருக்கு ஒரு துக்கமுன்னா நாமதான முன்ன நிற்கணும். நாம எல்லோரும் அவருக்கு உதவியா இருந்து அவர் துக்கத்துல பங்கெடுத்திருக்கணும்... ஆனா நாமெல்லாம் ஷூட்டிங்ல நடிச்சிச்சுக்கிட்டு இருக்கிறோம்... இது என்ன கொடுமை..." என்றார்.

"இல்ல... நீங்க ஏதும் நினைச்சுக்குவீங்களோன்னு..." என்று இழுத்தார் ஸ்ரீதர்.

"நீங்க இப்படி செஞ்சதுதான் என் மனசுக்கு கஷ்டமாயிருக்கு. சரி, போகட்டும்; இதுக்கு மேல ஷூட்டிங்கை நிறுத்துனா தயாரிப் பாளருக்கு நஷ்டமாகிடும். அதனால... நடப்பது நடக்கட்டும். ஷூட்டிங்கை 5 மணிக்கே முடிச்சிடலாம். எல்லோரும் சென்று இறுதிச் சடங்கில் கலந்துக்கலாம்" என்றார் மக்கள் திலகம்.

அதே மாதிரி 5 மணியோடு ஷூட்டிங்கை முடித்துவிட்டு, படப்பிடிப்பு குழுவினர் அனைவரையும் அழைத்துக்கொண்டு ஒளிப்பதிவாளர் பாலகிருஷ்ணன் வீட்டிற்கு சென்றார் மக்கள் திலகம்.

சுடுகாடு வரை மக்கள் திலகம் நடந்தே சென்றார். படப்பிடிப்புக் குழுவினரும் அவருடன் சென்றார்கள்.

நீங்க சொல்றது சரிதாண்ணே... மன்னிச்சுடுங்க

என் அனுபவத்தில் மக்கள் திலகத்தை பெயர் சொல் அழைத்தது எம்.ஆர்.ராதா அண்ணன் மட்டும்தான். ஆனால் மக்கள் திலகம் அவரை பெயர் சொல் அழைக்கமாட்டார். அண்ணே என்றுதான் பாசமாக அழைப்பார்.

பெற்றால்தான் பிள்ளையா ஷூட்டிங் சத்யா ஸ்டுடியோவில். அன்று மாலை 6 மணி முதல் இரவு 2 மணி வரை கால்ஷூட். மக்கள் திலகம் ஒரு மணி நேரம் தாமதமாக வந்தார்.

அவர் செட்டில் உள்ளே நுழைந்ததும், அங்கே உட்கார்ந்திருந்த ராதா சார், "என்ன ராமச்சந்திரா... ஏன் இவ்வளவு லேட்டா வர்ற...?" என்று கேட்டார்.

யாரும் பெயர் சொல் யே அழைக்க மாட்டார்கள். அதுவும் ராதா சார் ஏன் லேட்டு என்று கேட்டது எனக்கு ஆச்சரியமாக இருந்துச்சு. அதைவிட ஆச்சரியம் மக்கள் திலகம் அப்படி கேட்டதற்கு கோபப்படவில்லை.

"இல்லண்ணே மீட்டிங்..." என்று சிரித்தார்.

"எனக்கும் மீட்டிங் இருக்குது. ஷூட்டிங்னு வந்துட்டா மீட்டிங் பற்றி எல்லாம் பார்க்கக்கூடாது. தொழில்னு வந்துவிட்டால் சரியான நேரத்துக்கு வந்துடனும். இத நான் உனக்கு சொல்லத் தேவையில்ல..." என்று சொன்னார் ராதா சார்.

அதற்கு மக்கள் திலகம், "நீங்க சொல்றது சரிதாண்ணே... மன்னிச்சுடுங்க" என்று சொன்னார்.

வந்த இடத்தில் இப்படி கொடுப்பது ரொம்ப ஆச்சரியம்

ஜெய்ப்பூரில் 'அடிமைப் பெண்' படத்தின் ஷூட்டிங். புரடக்ஷன் மேனேஜரை கூப்பிட்டு எல்லோருக்கும் ஒரே ஓட்ட ல் ரூம் போடச்சொல் விட்டார். நாகேஷுக்கும் மக்கள் திலகத்திற்கும் அந்த பட சமயத்தில் ஏதோ மன வருத்தம் இருந்தது. அதனால் சோ, தேங்காய் சீனிவாசன் நடித்துக்கொண்டிருந்தார்கள்.

ஷூட்டிங் ஸ்பாட்டுக்கு தினமும் முத ல் நான், கேமராமேன் ராமமூர்த்தி, டைரக்டர் சங்கர்,சோ எல்லோரும் ஒரு காரில் போவோம். எங்களுக்கு பிறகு மக்கள் திலகம் வருவார். கடைசியாக ஜெய தா வருவார்.

எங்கள் எல்லோருக்கும் முன்பு ஷூட்டிங் ஸ்பாட்டில் 2 கோகோ கோலா வேன் நிற்கும். வெயில் அப்படி அடித்தது. அதனால்தான் அந்த வேனுக்கு ஏற்பாடு செய்தார் மக்கள் திலகம்.

அந்த மாநில முதல்வர், மக்கள் திலகம் மற்றும் முக்கிய டெக்னீஷியன்களை அழைத்து விருந்து வைத்தார். விருந்துக்கு பிறகு, முதல்வரிடம் நிதி கொடுத்தார் மக்கள் திலகம்.

"நீங்க புகழ் பெற்ற நடிகர். ஆனா இன்னொரு மாநிலத்துக்கு... வந்த இடத்தில் இப்படி கொடுப்பது ரொம்ப ஆச்சரியமாயிருக்கு" என்று சொல் மக்கள் திலகத்தை கட்டிப்பிடித்துக்கொண்டார் முதல்வர்.

ஓ! எம்.ஜி.ஆரு ஷூட்டிங்கிலிருந்து... கோ..கோ..

'இதயக்கனி' ஷூட்டிங் பெங்களூரில் நடந்தது. ஷூட்டிங் எல்லாம் முடிந்து நான், படத்தின் டைரக்டர் ஜெகன்நாதன், கேமரா மேன் பாலகிருஷ்ணன் மூன்று பேரும் காரில் வந்துகொண்டிருந்தோம். டைரக்டர் ஜெகன்நாதன் காரின் முன்சீட்டில் அமர்ந்திருந்தார். நானும், கேமராமேன் பாலகிருஷ்ணனும் பின் சீட்டில் அமர்ந்திருந்தோம்.

கார் ஒருவழிப்பாதையில் போய்விட்டது. போலீசார் மடக்கி விட்டனர். கன்னட மொழியில் கேள்வி கேட்டனர். ஜெகன்நாதன், பாலகிருஷ்ணனுக்கும் மொழி புரியவில்லை. எனக்கு தெரிந்த கன்னடத்தில் பேசினேன்.

"எங்கிருந்து வருகிறீர்கள்" என்று கேட்டார்கள்.

"எம்.ஜி.ஆர். ஷூட்டிங்கில் இருந்து வருகிறோம்" என்று சொன்னேன்.

"ஓ! எம்.ஜி.ஆரு ஷூட்டிங்கி ருந்து... கோ... கோ" என்று விட்டார் கள். மக்கள் திலகத்திற்கு கர்நாடகத்திலும் அப்படி ஒரு மதிப்பு.

சென்னை வந்ததும் மக்கள் திலகத்திடம் ஜெகன்நாதன் இந்த விசயத்தை சொன்னார். சங்கர்தான் அவருக்கு தெரிஞ்ச அளவுக்கு பேசி சமாளித்தார். உங்க பேரச்சொன்னதும் விட்டுட்டாங்க என்றதும் சிரித்தார்.

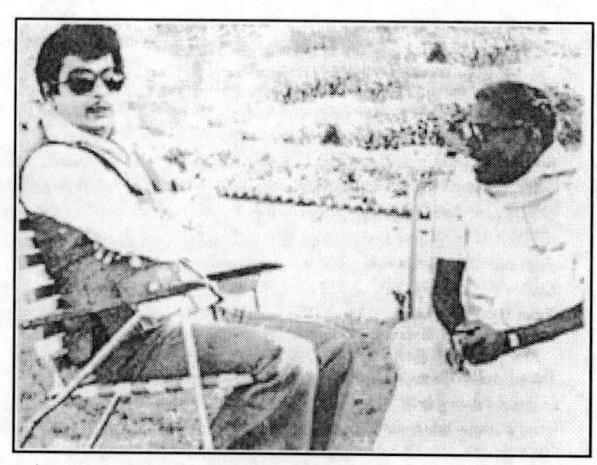

மணிமாலாவை ஸ்டில் எடுக்க நாலு மணி நேரம்

மாமா வீட்டில்தான் எல்லோரும் ஸ்டில்ஸ் எடுத்துக்கொள்ள வருவார்கள். மாமா கையால் ஸ்டில் எடுத்துக்கொண்டால் பட வாய்ப்பு கிடைத்துவிடும் என்று நம்பினார்கள். அதுமட்டுமல்ல படவுலகில் நல்ல செல்வாக்கு கிடைக்கும் என்றும் நம்பினார்கள். மாமா கைராசிக்காரராக இருந்ததால் இந்திய திரையுலகத்துக்கே முக்கியமானவராக இருந்தார்.

அவர் ஸ்டில் எடுப்பதற்காக மாடியில் அதற்கென்றே ஸ்டுடியோ மாதிரி அமைத்து வைத்திருந்தார். ஜெயல தா, மஞ்சுளா, லதா, மணிமாலா எல்லோரையும் நடிக்க வைக்கும் போது மக்கள் திலகம் அவர்களை அழைத்து வந்தார்.

மாமா ஸ்டில் எடுக்கும் வரை மக்கள் திலகம் வெளியே காத்துக் கொண்டிருப்பார். மாமா ஓகே என்றதும் மக்கள் திலகம் உள்ளே வருவார். ஸ்டில்ஸை பார்த்துவிட்டு திருப்தி அடைந்ததும் நடிக்க வைப்பார்.

மணிமாலாவை ஸ்டில் எடுக்க நாலு மணி நேரம் ஆகிவிட்டது.

பத்மநாபன் சார்தான் அப்ப புரொடக்ஷன் மேனேஜர். அவர்தான் புகாரி ஓட்ட ல் இருந்து சமூசா, ஐஸ்கிரீம் எல்லாம் வாங்கி வருவார்.

மணிமாலா ஸ்டில் பார்த்து மக்கள் திலகத்திற்கு திருப்தி வந்துவிட்டது. அந்த ஸ்டில்சை பார்த்துவிட்டுதான் 'பெரிய இடத்துப் பெண்'ணில் வாய்ப்பு கொடுத்தார். "கட்டோடு குழலாட.... பாடலுக்கு" ஆடினார்.

அவரைத்தான் வெண்ணிறஆடை மூர்த்தி திருமணம் செய்துகொண்டார்.

சரோஜாதேவி உதவியாளருக்கு விட்ட பளார்

'நீதிக்குப்பின் பாசம்' படத்தின் வாங்க வாங்க கோபாலய்யா பாடல் ஷூட்டிங். இந்தப்படம் எடுத்த போது நான் சினிமாவுக்குள் வரவில்லை. மாமா சொன்ன சம்பவம் இது.

மக்கள் திலகமும் மற்ற டெக்னீசியன்களும் படப்பிடிப்பு தளத்தில் பாடல் காட்சிக்கு தயாராகிக்கொண்டிருந்தார்கள். மாமா நாக ராஜராவ் ஸ்டில் எடுப்பதற்காக ஆங்கிள் பார்த்துக்கொண்டிருந் திருக்கிறார். ஷூட்டிங் ஸ்பாட் பரபரப்பாக இயங்கிக்கொண்டிருந் திருக்கிறது.

மேக்கப் ரூமில் இருந்த சரோஜாதேவிக்கு அவரது அசிஸ்ட் டெண்ட் பொன்ராஜ் உதவியாய் இருந்திருக்கிறார்.

"நாகராஜராவ கூப்பிடு" என்று பொன்ராஜிடம் சொல் யிருக் கிறார் சரோஜாதேவி.

மேக்கப் ரூமில் இருந்து வேக வேகமாக வெளியே வந்த பொன்ராஜ், " நாகராஜராவ்... அம்மா கூப்புடுறாங்க..." என்று சத்தம் போட்டு சொன்னாராம்.

அவர் போட்ட சத்தத்தில் பட யூனிட் மொத்தமும் திரும்பி பார்த்திருக்கிறது. மக்கள் திலகம் மாமாவைப்பார்த்தாராம். பட யூனிட்டினரையும் பார்த்தாராம். பிறகு, விறு விறுவென்று பொன் ராஜை நோக்கி நடந்தாராம்.

மக்கள் திலகத்தின் பார்வையிலும், நடையிலும் ஏதோ நடக்கப் போகிறது என்பது மட்டும் தெரிந்ததாம். பொன்ராஜிடம் நெருங்கிய மக்கள் திலகம்,

ஓங்கி ஒரு அறை விட்டாராம். பொன்ராஜுக்கு வியர்த்துவிட்டது.

"அவரு எவ்வளவு பெரிய மனுசன்... நாங்க யாருமே அவர பெயர் சொல் கூப்பிடமாட்டோம். நீ பேரைச்சொல் ... அதுவும் அதட்டலா கூப்பிடுற. முத ல் பெரியவங்களுக்கு மரியாதை கொடுக்க தெரிஞ் சுக்க. யார் யார்கிட்ட எப்படி நடந்துக்கணும்னு தெரிஞ்சுக்க" என்று கோபமாய் சொல் விட்டு போய்விட்டாராம் மக்கள் திலகம்.

இத்தோடு இந்த பிரச்சனை முடிந்ததே என்று நிம்மதி பெருமூச்சு விட்டிருக்கிறார் பொன்ராஜ்.

ஆவேசத்தை அடக்கிய அண்ணா

ஆர்ட் டைரக்டர் அங்கமுத்துன்னா அங்கமுத்துதான். ரொம்ப நுட்பமா செட் போடுவார். ராஜா காலத்து செட்டெல்லாம் தத்ரூபமா போடுவார். ராஜாதேசிங்கு படத்திற்கு மாமாதான் ஸ்டில்ஸ். டைரக்டர் யோகானந்த். செஞ்சிக்கோட்டையில் ஷூட்டிங் செய்திருக்காங்க. சில முக்கிய காட்சிகள் எடுப்பதற்காக இங்கே ஸ்டூடியோவில் செஞ்சிக்கோட்டை செட் போட்டிருக்கார் அங்கமுத்து.

மக்கள் திலகம் வேகவேகமாக நடந்து வந்தபோது பாறைகளைப் பார்த்து மோதி விடுவோமே என்று பயந்து நின்றுவிட்டாராம். அங்கமுத்து, "ஏன் நின்னுட்டீங்க?" என்று கேட்டிருக்கிறார்.

அதற்கு மக்கள் திலகம், "குறுக்கும் நெடுக்குமாக பாறைகள் இருக்கு. கொஞ்சம் கவனமாத்தான் போகணும் போ ருக்கு" என்று சொல் யிருக்கிறார்.

"அது பாறை இல்ல... நான் போட்ட செட்" என்று சொல் யிருக்கிறார். மக்கள் திலகத்தால் நம்பவே முடியவில்லையாம். தொட்டு தொட்டுப் பார்த்து ஆச்சர்யப்பட்டாராம். அவர்தான் ' உலகம் சுற்றும் வா பன்' படத்திற்கு ஆர்ட் டைரக்டர். மாமா (நாகராஜராவ்)

மாதிரியே அவரும் மக்கள் திலகத்தின் பத்து படங்களில் 8 படங்களுக்கு புக் ஆகிவிடுவார். ஆர்ட் என்றாலே அங்கமுத்துவை போடுங்க என்று சொல் விடுவார் மக்கள் திலகம். அந்த அங்கமுத்துதான் அ.தி.மு.க.வின் கட்சிக் கொடியை வரைந்தார்.

மக்கள் திலகம் கட்சி துவங்கப்போகிறார் என்றதும், எதிர்க்கட்சிக்காரர்கள் கலகத்தில் ஈடுபடப்போகிறார்கள் என்ற பேச்சு எழுந்தது. எம்.ஜி.ஆர். கட்சி ஆரம்பித்தால் கொடியை கீழே போட்டு மிதிப்போம், கிழித்து கொளுத்துவோம் என்றெல்லாம் ஆவேசப்பட்டதாக பேச்சு இருந்தது.

இது பற்றி மக்கள் திலகத்திடம் கேட்டதற்கு, "அது மாதிரி எதுவும் செய்யமாட்டார்கள்; செய்யவும் முடியாது" என்று சொல் யிருக்கிறார்.

"அது எப்படி இத்தனை உறுதியாய் சொல்கிறீர்கள்" என்று கேட்டிருக்கிறார்கள். "பொறுத்திருந்து பாருங்கள்" என்று புன்சிரிப்பை உதிர்த்திருக்கிறார்.

17.10.1972 அன்று அதிமுக உதயமானது. மக்கள் திலகம் சொன்னது மாதிரியே கட்சிக்கும், கட்சி கொடிக்கும் ஒரு பங்கமும் வரவில்லை. காரணம் கட்சி பெயரிலும், அந்தக் கொடியிலும் அண்ணா இருந்தார்.

கறுப்பு, சிவப்பு, நடுவில் அண்ணாவின் உருவம் என்று மக்கள் திலகத்தின் கருத்துப்படி அண்ணா திராவிட முன்னேற்றக் கழகத்தின் கொடியை அமைத்துக் கொடுத்தவர் ஆர்ட் டைரக்டர் அங்கமுத்து தான். இவர் மேலவை உறுப்பினராகவும் இருந்தார்.

1975-ஆம் ஆண்டு புரட்சித்தலைவர், கழகத்தின் பெயரில் ஒரு மாற்றத்தைச் செய்ய விரும்பினார். அண்ணா திராவிட முன்னேற்றக் கழகத்திற்குத் தமிழகத்தில் மட்டுமின்றி ஆந்திரம், கேரளம், கர்நாடகம், மாகராஷ்டிரம் ஆகிய மாநிலங்களிலும்கூட கிளைக் கழகங்களும் மன்றங்களும் தோன்றி வளர்ந்து கொண்டிருந்தன.

எனவே, 1975-ல் கட்சிப் பெயருக்கு முன்னால் அனைத்திந்திய என்னும் வார்த்தையை சேர்த்தார் மக்கள் திலகம்.

கடந்த 2010-ம் ஆண்டு அந்த அங்கமுத்து காலம் சென்றார். மறக்க முடியாத அந்த மனிதருக்கு இறுதி மரியாதை செலுத்திவிட்டு வந்தேன்.

லைட்டை தலையில போட்டுடுவாங்க

மக்கள் திலகத்திற்கு அரசியல் எதிர்ப்புகள் அதிகம் இருந்த சமயம். நேரிடையாகவும், மறைமுகமாகவும் அவரை தாக்க வருவதும், தானே நேரில் எதிர்கொண்டு சமாளிப்பதும் வாடிக்கையாகி விட்டிருந்த சமயம்.

கத்திச் சண்டையும், சிலம்புச் சண்டையும் சினிமாவில் போட்டதை விடவும் நிஜவாழ்க்கையில் அதிகம் சண்டை போட்டுக் கொண்டிருந்த சமயம்.

சென்னையில் இருந்து மதுரை போவதற்குள் 6 கார் மாற்றிவிடுவார். அங்கங்கே ஒரு கார், வேன், லாரி, மாட்டுவண்டி என்று மாறி மாறிப்போவார். மக்கள் திலகம் காரில் உட்கார்ந்தால் அவர் கால் வைப்பதற்கு ஒரு கட்டை இருக்கும். காரு ஸ்பீடா போகனும்னா டிரைவர் தோளைப்பிடித்து அழுத்துவார்.

எந்த நேரமும், எந்த இடத்திலும் உஷாராக இருந்தார். ஷூட்டிங் ஸ்பாட்டில் சேரில் உட்காரும் போது மேலே பார்த்துவிட்டுத்தான் உட்காருவார். அடிக்கடி மேலே மேலே பார்த்துக்கொண்டிருப்பார்.

"என்ன சார் மேலே மேலே பார்க்குறீங்க" என்று கேட்டேன்.

"யார் எப்படின்னு சொல்ல முடியாது. லைட்டை தலையில போட்டுவிடுவானுங்க. நாம் தான் உஷாராக இருக்க வேண்டும்" என்று சொன்னார்.

○

அந்த கர்லா கட்டையை தூக்கப்போனேன்

'உலகம் சுற்றும் வா பன்' படத்திற்கு பிறகு ஒவ்வொரு படத்திற்கும் மொத்தமாக கால்ஷீட் கொடுத்துவிடுவார் மக்கள் திலகம். உழைக்கும் கரங்கள் படத்திற்கும் அப்படித்தான் கால்ஷீட் கொடுத்திருந்தார். அந்த படத்திற்காக மைசூர் போயிருந்தோம்.

மக்கள் திலகம் தங்கியிருந்த இடத்திற்கு காலை 6 மணிக்கு சென்றேன். பனியன் மட்டும் போட்டுக்கொண்டு ரெண்டு கையிலும் ரெண்டு கர்லா கட்டை வச்சு சுத்திக்கொண்டிருந்தார். அவர் கீழே வைத்ததும், "வா சங்கர்" என்றார்.

அந்த கர்லா கட்டையை தூக்கப்போனேன். "சங்கர்... வேண்டாம்ப்பா கை பிசகிடும். பயிற்சி இருந்தாதான் தூக்கணும்" என்று சொன்னார்.

தினமும் 1 மணி நேரம் அல்லது 2 மணி நேரமும் இந்த கர்லா கட்டையை வைத்துதான் பயிற்சி செய்து வந்தார் மக்கள் திலகம். பயிற்சி முடித்ததும் புரோட்டீனக்ஸ் சாப்பிடுவார்.

லேசாக தூக்கிப்பார்த்தேன். எப்படித்தான் ரெண்டு கையாலும் தூக்கினாரோ என்று ஆச்சரியமா இருந்துச்சு. அந்த ரெண்டு கர்லா கட்டைகளில் ஒன்றைத்தான் நடிகர் சத்யராஜுக்கு கொடுத்தார்.

சிலகாலம் கழித்து சத்யராஜ் வீட்டிக்கு சென்றபோது அவர் "இந்த கர்லா கட்டையைக் காட்டி வாத்யார் கொடுத்தது" என்றார். அப்போது நான், "உங்களுக்கு முன்பே இதை நான் தொட்டுப் பார்த்திருக்கிறேன். என்னை அவர் தூக்கவிடவில்லை" என்று நடந்ததை சொன்னேன்.

ஜானகியம்மாவின் ஆசை

'ராமன் தேடிய சீதை' படத்திற்காக காஷ்மீர் சென்றோம். அங்கே 20 நாட்கள் ஷூட்டிங் நடந்தது. ஒரு நாள் அவுட்டோர் ஷூட்டிங்கிற்காக கிளம்பிக்கொண்டிருந்தோம்.

ஜானகியம்மா என்னை அழைத்து, "சங்கர் கொஞ்சம் இரு. நீ ஷூட்டிங்கிற்கு லேட்டா போகலாம்" என்று சொன்னார். மக்கள் திலகம், ஜெயலதா, நம்பியார் எல்லோரும் கிளம்பி போய் விட்டார்கள். நாம லேட்டா சென்றால் என்ன நினைப்பார்கள் என்ற தவிப்பில் இருந்தேன். அதை புரிந்துகொண்ட ஜானகியம்மா, "அவருகிட்ட நான் சொல்க்கிறேன். நீ இரு" என்று சொன்னார்.

அதற்கு மேல் எதற்கு மக்கள் திலகத்திற்கு பயப்பட வேண்டும் என்று உட்கார்ந்துவிட்டேன்.

கொஞ்ச நேரத்தில் காஷ்மீர் உடையில் வந்தாங்க ஜானகியம்மா. "இந்த காஷ்மீர் டிரெஸ்ஸை ரொம்ப ஆசைப்பட்டு எடுத்தேன். அதனாலதான் இந்த டிரெஸ்ல போட்டோ எடுக்கணும். அதுக்காகத் தான் உன்னை இருக்கச் சொன்னேன்" என்று சொன்னார்.

ஜானகியம்மா தங்கியிருந்த அறைக்கு உள்ளேயும், வெளியேயும் அவரை 7 விதமான கோணங்களில் ஸ்டில் எடுத்தேன்.

ஸ்டில் எடுத்து முடித்ததும், "உனக்கு மேரேஜ் ஆகிட்டா சங்கர்?" என்று கேட்டார்.

"இல்லம்மா" என்று சொன்னதும், ஐந்து நூறு ரூபாய் நோட்டை என்னிடம் கொடுத்து, "போகும் போது வீட்டுக்கு ஏதாவது வாங்கிட்டு போ" என்று சொன்னார்.

மக்கள் திலகத்திற்குத்தான் வள்ளல் குணம் என்றால், அவரின் மனைவிக்கும் அந்த குணம் இருப்பதை கண்டு பெருமையாக இருந்தது.

...இதனால்தான் மாமா மீது தனிப்பட்ட பாசம்

இப்போது எப்படி கேன்சரோ அப்படித்தான் அப்போது டி.பி. வியாதி. எளிதில் குணப்படுத்த முடியாது. டி.பி. வந்துவிட்டால் எல்லோரும் பயப்படுவாங்க. மாமா நாகராஜராவின் முதல் மனைவி இறந்துட்டாங்க. அவுங்க டி.பி.யாலதான் இறந்தாங்க.

அவர் டி.பி.யால் அவதிப்பட்டபோது மாமா, அத்தையை வேலூர் மருத்துவமனைக்கு அழைத்துப்போவாராம். அப்போது மக்கள் திலகம் தன் மனைவி சதானந்தவதியை மருத்துவமனைக்கு அழைத்து வருவாராம். அவர் மனைவிக்கும் டி.பி.

இருவரின் மனைவியும் இறந்துவிட்டார்கள். இதனாலேயே மாமா மீது மக்கள் திலகம் தனிப்பட்ட பாசம் வைத்திருந்தார்.

நான் நாகராஜராவின் மகன் என்றே என்மீதும் அதிகம் பாசம் வைத்திருந்தார். நான் மகன் அல்ல; மருமகன் என்று தெரிந்தபோதும் என் மீதுள்ள பாசத்தை குறைத்துக்கொள்ளவில்லை.

〇

பாஸ் ஆப் பாஸ்

சின்னவங்க பெரியவங்க என்று வித்யாசம் பார்க்க மாட்டார். எல்லோருக்கும் மரியாதை கொடுப்பார் மக்கள் திலகம். அதனாலதான் பத்து வருசம் அவர் சாப்பாடு சாப்பிட்டேன். மாமாவை பெரும் பாலும் பாஸ் என்று சொல்லுவார் மக்கள் திலகம்.

சில சமயங்களில் பாஸ் ஆப் பாஸ் என்று சொல்லுவார். அதாவது பாஸுக்கும் பாஸ். சில சமயங்களில் குருஜி என்றும் கூப்பிடுவார்.

விவசாயி படத்தின் ஷூட்டிங்கில் மாமா ஸ்டூல் மீது ஏறி நின்று போட்டோ எடுத்தார். நான் கீழே நின்று ஸ்டூலை பிடித்துக் கொண்டேன். அருகில் நின்றுகொண்டிருந்த மக்கள் திலகம் வந்து ஸ்டூ ன் இன்னொரு பக்கத்தை பிடித்துக்கொண்டார்.

அப்போது மாமா ஸ்டூல் மீது ஏறியதும், கீழே ஸ்டூலை பிடித்துக் கொண்டிருந்த மக்கள் திலகம் மாமா காலைத்தொட்டு வணங்கினார்.

என் அப்பாவோட மூத்த அக்கா மகன் தான் நாகராஜராவ். என் தாத்தாவுக்கு நாலு பெண்கள், மூன்று பையன்கள். கடைசிப் பிள்ளை யோட மகன் தான் நான். மூத்த அக்காவோட மகன் தான் நாகராஜராவ்.

எனக்கு தெரிந்து மக்கள் திலகம் யார் கா லும் விழுந்து ஆசீர்வாதம் வாங்குவதை பார்க்கல. போட்டோவில் சாந்தாராம் கா ல் விழுந்து ஆசீர்வாதம் வாங்குவதை பார்த்திருக்கிறேன்.

கொடுத்த வாக்கை நிறைவேற்றினார்

'நாடோடி மன்னன்' படம் எடுப்பதற்கு அளவுக்கு அதிகமாக கடன் வாங்கிவிட்டாராம் மக்கள் திலகம். அதனால்தான் படம் வெளி வந்தால்தான் தெரியும்... எம்.ஜி.ஆர். நாடோடியா? மன்னனா? என்று எழுதினார்கள்.

முக்கியமானவர்களுக்கு எல்லாம் படத்தை போட்டுக் காட்டினாராம் மக்கள் திலகம்.

அப்போது மாமா நாகராஜராவ் கிட்ட, -"படம் எப்படியிருக்கு பாஸ்" என்று கேட்டிருக்கிறார்.

"படம் நூறுநாள் ஓடும். நீங்க பட்ட கடனையெல்லாம் அடைச் சிடுவீங்க. நம்பிக்கையோடு இருங்க" என்று சொன்னாராம் மாமா.

"நீங்க சொல்றது மட்டும் ப ச்சிடுச்சுன்னா ஆயிரம் ரூபா தர்றேன்" என்று சொன்னாராம் மக்கள் திலகம்.

மாமா சொன்னது மாதிரி ப ச்சது. மக்கள் திலகமும் கொடுத்த வாக்கை நிறைவேற்றினார். சில பேர் சொல்வார்கள். அது மட்டும் நடந்துட்டா உனக்கு அது பண்றேன் இது பண்றேன்னு. ஆனா நடந் துட்டா எதுவும் செய்ய மாட்டார்கள். ஆனால் மக்கள் திலகம் அப்படியில்லை. நாம் மறந்துவிட்டாலும் அவர் சொன்னதை செய்து விடுவார்.

நூறு நாளையும் தாண்டி நாடோடி மன்னன் வெற்றிகரமாக ஓடிக் கொண்டிருந்தது. சென்ட்ரல் மூர்மார்க்கெட்டின் பின்பக்கம் 100வது நாள் விழா நடந்தது. முக்கிய விழாக்கள் எல்லாம் அங்குதான் நடக்கும். சர்க்கஸ்தான் அங்கு அதிகம் நடக்கும். இப்போதும் அங்கு சர்க்கஸ் நடக்குது. நான் அந்த சமயத்தில் சினிமாவில் இல்லை. இல்லை யென்றாலும் படவிழாவில் கலந்துகொள்ளும் ஆசையில் தஞ்சாவூரில் இருந்து வந்திருந்தேன். விழா மேடையில் மாமாவை கூப்பிட்டு ஆயிரம் ரூபாய் கொடுத்தார் மக்கள்திலகம் அண்ணன் எம்.ஜி. சக்கரபாணி. மாமாவுக்கு ஒன்றுமே புரியவில்லை. அன்று நடந்ததை மறந்துவிட்டார் மாமா. ஆனால் மக்கள் திலகம் அதை மறக்கவில்லை. நல்லதை என்றுமே அவர் மறந்ததில்லை. ஞாபகம் வைத்து கொடுத்தார்.

அப்போது ஒரு பவுன் 80 ரூபாய். ஆயிரம் ரூபாய் கொடுத்தார் என்றால் பார்த்துக்கொள்ளுங்கள்.

தி.மு.க. கரை போட்ட வேட்டிதான் கொடுப்பார்

அப்போது மக்கள் திலகம் திமுகவில் இருந்தார். ஒவ்வொரு பொங்கல் பண்டிகைக்கும் அவருடன் பழகிய எல்லோருடைய வீட்டுக்கும் ஜீப் வரும். அந்த ஜீப்பில்தான் வேட்டி, பட்டுப்புடவைகள் இருக்கும். சத்யா ஸ்டுடியோ மேனேஜர் பத்பநாபன்தான் அந்த ஜீப்பில் வந்து கொடுப்பார்.

தி.மு.க. கரை போட்ட வேட்டிதான் கொடுப்பார். என்னிடம் அது மாதிரி 6 வேட்டியும், 6 பட்டுப்புடவையும் இருந்தன.

தமிழ்ப்புத்தாண்டு அன்று ராமாவரம் தோட்டத்திற்கு போய் விடுவோம். தோட்டத்தில் எம்.ஆர். ராதா சுட்ட அந்த அறையில்தான் மக்கள் திலகம் உட்கார்ந்திருப்பார். பக்கத்தில் இருக்கும் பெட்டியில் இருந்து பணத்தை எடுத்து கொடுப்பார். வெளியே வந்து பிரித்து பார்த்தால் நூறு ரூபாயும் இருக்கும்.. 10 ரூபாயும் இருக்கும். எண்ணிப் பார்த்து கொடுக்கமாட்டார். கையில் என்ன வருதோ அதைக் கொடுப்பார்.

நான் அவரிடம் ஆசிர்வாதம் வாங்கிக்கொண்டு பணம் வாங்கிக் கொள்வேன். அது மாதிரி 10 வருசம் பணம் வாங்கி யிருக்கிறேன்.

ஊட்டி, காஷ்மீர் போய்விட்டால் எல்லோருக்கும் சுவட்டர், தொப்பி,ஷூ எல்லாம் வாங்கித்தருவார். 20 ஆயிரத்துக்கும் மேல் ஆகிவிடும். அது எல்லாம் அவர் செலவுதான். அவர் ஒரு சகாப்தம். அதெல்லாம் எங்கே மீண்டும் வரப்போகுது.

தம்பியை புரிந்து கொண்ட அண்ணன்

'அரசக்கட்டளை' படத்தை மக்கள் திலகம் தான் தயாரித்தார். ஆனால் அவரது அண்ணன் எம்.ஜி. சக்கரபாணிக்கு உதவும் நோக்கில் அவரின் மூத்த மகன் எம்.சி. ராமமூர்த்தியை தயாரிப்பாளராக அறிவித்தார். அப்படத்தின் மூலம் அண்ணனை பெருமைப்படுத்தும் நோக்கில் சக்கரபாணியையே இயக்குநராக்கினார்.

சக்கரபாணியின் முத்த மகன் எம்.சி. ராமமூர்த்தி. அடிமைப்பெண் உட்பட பிரபல படங்களை இயக்கிய டைரக்டர் சங்கரின் மகளைத்தான் இவர் மணந்துகொண்டார். மக்கள் திலகம்தான் இந்த திருமணத்தை பேசி முடித்து முன் நின்று நடத்தினார்.

சொந்தப்படமான அரசக்கட்டளை 1967-ல் வெளிவந்தது. இதையடுத்து 1969-ல் எம்.ஜி.ஆர். பிக்சர்ஸ் என்று தனது சொந்தப்பெயரிலேயே அடிமைப்பெண் எடுத்தார். 1970-ல் எம்.ஜி.ஆர். பிக்சர்ஸில் 'உலகம் சுற்றும் வா பன்' படத்தை துவக்கினார். ஜப்பான் 'எக்ஸ்போ-70'-ல் படம் எடுத்தார். 1973-ல் அப்படம் திரைக்கு வந்தது.

மக்கள் திலகத்தின் எல்லா படங்களிலும் அவர்தான் எழுபத்து ஐந்து சதவிகித இயக்குநராக இருப்பார். அதுமட்டுமல்ல, இசை, ஒளிப்பதிவு, எடிட்டிங் என்று எல்லா துறைகளிலும் அவர்தான் எழுபத்து ஐந்து சதவிகித பங்கு வகிப்பார்.

எல்லா துறைகளிலும் அவருக்கு திறமை இருந்ததால் மற்றவர்களும் அவரை எதிர்த்து பேச முடியாது. அப்படி ஒவ்வொரு துறையிலும் இறங்கி வேலை செய்ததால்தான் அவருடைய எல்லா படங்களும் வெற்றியை தேடித்தந்தன.

அரசக்கட்டளையிலும் அப்படித்தான் எழுபத்து ஐந்து சதவிகிதம் பங்கெடுத்துக்கொண்டார். ஒவ்வொரு காட்சிகளையும் அப்படி எடுக்க வேண்டும் இப்படி எடுக்க வேண்டும் என்று விளக்குவார். அப்படி அந்த காட்சி சரியாக எடுக்கப்படவில்லை என்றால் அவரே இயக்குவார். பி ம் ரோல் செலவைப்பற்றி அவர் கவலைப்படவே மாட்டார். எத்தனை ரோல் செலவானாலும் பரவாயில்லை என்று காட்சி திருப்திகரமாக அமையும்வரை எடுத்துக்கொண்டே இருப்பார்.

மக்கள் திலகம் இல்லாதபோது அவர் சம்பந்தப்படாத காட்சிகளை சக்கரபாணி எடுத்து முடித்துவிடுவார். மக்கள் திலகம் வந்ததும், எடுத்த காட்சிகளை கேட்டுவிட்டு, "ரொம்ப சிறப்பா எடுத்திருக்கீங்கண்ணே... ஆனா அதை இப்படி எடுத்தால் சிறப்பாக இருக்குமே. அது மாதிரி எடுத்திடுவோமா" என்று கேட்பார்.

''அதுக்கென்ன ராமச்சந்திரா அப்படியே எடுத்திட்டா போச்சு" என்று தம்பிக்கு பாசமாய் பதிலளிப்பார் சக்கரபாணி.

மக்கள் திலகம் இல்லாத நேரங்களில் அவர் சம்பந்தப்படாத காட்சிகளை எடுத்துக்கொண்டிருப்பார் சக்கரபாணி. ஆனால் அதிக காட்சிகளை எடுக்கமாட்டார். கொஞ்சம் எடுத்துவிட்டு போதும் உட்கார்ந்துவிடுவார்.

''இன்னும் சில காட்சிகளை எடுத்திடலாமே'' என்று ஒளிப்பதிவாளர் கேட்பார்.

"எதுக்கு பி ம் ரோலை வீணாக்கணும். எப்படியும் ராமச்சந்திரன் வந்ததும் அதை இப்படி மாத்தினா நல்லாயிருக்கும் இதை இப்படி மாத்தினா நல்லாயிருக்கும் என்று சொல் விட்டு எடுத்த காட்சிகளை எல்லாம் மாத்திடுவான். அதுக்காக நாம எடுக்காமலும் இருக்க முடியாது.

இவ்வளவு நேரமும் அப்ப சும்மாதான் இருந்தீங்களா என்று வருத்தப்படுவான். சமயத்துல கோபப்படுவான். அதனால எடுத்தோம் கிற பேருக்கு எதையாவது கொஞ்சம் எடுத்து வைப்போம். அது போதும்" என்று சொல் விட்டு சிரிப்பார்.

அண்ணன் தம்பிகளுக்குள் விட்டுக்கொடுக்கும் மனப்பான்மை இருந்தது. இப்படித்தான் எடுக்கணும் என்று மக்கள் திலகம் ஒரு நாள் கூட அவரிடம் சொல் யது கிடையாது. இப்படி எடுத்தால் நல்லா இருக்கும் என்று அண்ணன் மனம் புண்படாதவாறு சொல்லுவார்.

சக்கரபாணியும், தம்பி சொல்றது சரிதானே; அதுதானே சரியா இருக்கும் என்று மனம் விட்டு பாராட்டுவார்.

மக்கள் திலகத்தின் ஸ்யாமளா ஸ்டூடியோ

மக்கள் திலகத்திற்கு அடையாறில் சத்யா ஸ்டூடியோ இருந்தது போல், சென்னை விருகம்பாக்கத்திலும் சொந்தமாக ஸ்யாமளா ஸ்டூடியோ இருந்தது. ஆவிச்சி ஸ்கூல் அருகே இருந்தது. அதற்கு பக்கத்தில்தான் இயக்குநர் கே.எஸ்.கோபாலகிருஷ்ணனின் கற்பகம் ஸ்டூடியோ இருக்குது. அதற்கு அடுத்துதான் இந்த ஸ்டூடியோ இருந்தது. அந்த ஸ்டூடியோவில்தான் அரசக்கட்டளை படத்தின் படப்பிடிப்பு நடந்தது.

அந்தப்படத்தில் மாமா நாகராஜராவுடன் நானும், மாமாவின் மகன் பாபுவும் பணியாற்றிக்கொண்டிருந்தோம். சக்கரபாணியும் மாமாவும் வாடா போடா என்றுதான் பேசிக்கொள்வார்கள்.

மாமாவிடம், "இந்த ஸ்டூடியோவை ராமச்சந்திரன் விற்கணும் என்கிற முடிவில் இருக்கிறான். ஒரு ஏக்கர் 7 ஆயிரம்தான். சங்கர் பெயரில் 2 ஏக்கரும், பாபு பெயரில் 2 ஏக்கரும் வாங்கிப் போட வேண்டியதுதானே. சம்பளத்தில் கழித்துக்கொள்ளலாம்டா" என்று சொன்னார் சக்கரபாணி.

"இப்போ எங்கடா வாங்குறது" என்று அலட்சியமாக சொல் விட்டார் மாமா. நானும் எதுவும் சொல்லவில்லை. அலட்சியமாக விட்டுவிட்டேன்.

ஆனால் இப்போது அந்த இடத்தின் மதிப்பு பல கோடி ரூபாயாக மாறியிருக்கிறது. தவறு செய்துவிட்டோமே. அவர் சொன்னதை கேட்கவில்லையே என்று வருத்தப்படுகிறேன்.

எனக்கு குழந்தைகளே இல்லை; அதனால்...

'அரசக்கட்டளை' படத்தில் இடிச்சபுளி செல்வராஜ் உதவி இயக்குநராக பணி புரிந்தார். மக்கள் திலகம் நடித்த பல படங்களுக்கு அவர் உதவி இயக்குநராக இருந்திருக்கிறார். பி.ஆர்.பந்துலுவின் எல்லா படங்களிலும் அவர் உதவி இயக்குநராக இருந்தார்.

ஷூட்டிங் ஸ்பாட்டில் அவர் கிளாப் போர்டு அடிக்கும் விதம் ரொம்ப ஸ்டைலாக இருக்கும். அது மக்கள் திலகத்திற்கு ரொம்ப பிடிக்கும். அவரின் ஸ்டைலை சொல் மகிழ்வார் மக்கள் திலகம்.

இடிச்சபுளி செல்வராஜின் தம்பி பாண்டு இப்போது சினிமாவில் பிரபல காமெடி நடிகராகிவிட்டார். மக்கள் திலகம் இறந்து பல வருடங்களுக்கு பிறகு இடிச்சபுளி செல்வராஜை வி.ஜி.பி. தங்கக் கடற் கரையில் சந்தித்தேன். அப்போது அவர் ஒரு தொலைக்காட்சி தொடரில் நடித்துக்கொண்டிருந்தார்.

மக்கள் திலகம் பற்றி பேச்சு வந்ததும் ஒரு சம்பவத்தை

சொல் விட்டு கண் கலங்கினார்.

கல்யாண பத்திரிகை அச்சடிப்பதற்காக மக்கள் திலகத்திடம் மாடல் எடுத்து சென்றிருக்கிறார் செல்வராஜ். இத்திருமணத்தை தலைமையேற்று நடத்துபவர் மக்கள் திலகம் என்று எழுதியிருப்பதை பார்த்ததும் அதை பேனாவால் அடித்துவிட்டு, "எனக்கு குழந்தைகளே இல்லை. அதனால் நான் தலைமையேற்று நடத்துவது அவ்வளவாக நல்லாயிருக்காது.

தலைமையேற்று நடத்துபவர் என்கிற இடத்தில் அண்ணன் பெயரை போட்டுவிடு" என்று சொல் விட்டு அவரே எம்.ஜி.சக்கர பாணி என்று எழுதிக் கொடுத்திருக்கிறார்.

"உங்கள் பெயரும் பத்திரிகையில் வரவேண்டும்" என்று செல்வராஜ் பிடிவாதமாக இருந்திருக்கிறார்.

"அப்படியென்றால் ஒன்று செய்யலாம் என்று சொல் விட்டு, எம்..ஜி.சக்கரபாணி தலைமையில் என்கிற பெயருக்கு அடுத்து, எம்.ஜி.ஆர். முன்னிலையில்... என்று எழுதி, இப்படி வேண்டுமானால் போட்டுக்கொள்" என சொல் யிருக்கிறார் மக்கள் திலகம்.

மக்கள் திலகத்திற்கு குழந்தைகள் இல்லாதது ஒரு குறையாகவே இருந்துவிட்டது. அந்தக்குறை அவர் மனசை எந்த அளவிற்கு பாதித் திருக்கும். எத்தனை ஆயிரம் பேர் வாழ்க்கைக்கு விளக்கு ஏற்றி வைத் திருக்கிறார். அவர் வாழ்க்கையிலா இப்படி ஒரு குறை இருக்க வேண்டும்.

"கல்யாண பத்திரிக்கையில் மாற்றி எழுதிக்கொடுத்த அவரின் மனசு எந்த அளவிற்கு நொந்து போயிருக்கும்" என்று சொல் விட்டு கண் கலங்கினார் செல்வராஜ்.

மக்கள் திலகம் விட்ட அம்பு

பிரபல ஒளிப்பதிவாளர் எ.சண்முகம் ராணுவத்தில் பணியாற்றி ஓய்வு பெற்றவர். இவர் படப்பிடிப்புகளுக்கு சைக்கிளில் தான் வருவார்.

பாலகிருஷ்ணன் அரசக்கட்டளைக்கு ஒளிப்பதிவு செய்தார். மக்கள் திலகம் எத்தனையோ முறை கார் வாங்கித்தருகிறேன் என்று அவரிடம் கேட்டார். ஆனால் அதெல்லாம் வேண்டாம் என்று மறுத்துவிட்டு சைக்கிளில்தான் சென்று வருவார்.

அரசக்கட்டளையில் மக்கள் திலகம் அம்பு எய்வது போல் ஒரு காட்சி. இந்த காட்சியை திரையில் பார்க்கும் போது ரசிகர்களை நோக்கி அம்பு பாய்வது போல் உணர்வை ஏற்படுத்த வேண்டும் என்று விரும்பினார் மக்கள் திலகம்.

சத்யா ஸ்டுடியோ 'டி' புளோரில் இந்த காட்சிக்காக அரங்கம் அமைக்கப்பட்டது. இந்த இடத்தில்தான் பின்னாளில் உலகம் சுற்றும் வா பன் படத்திற்காக புத்தர்கோயில் செட் அமைக்கப்பட்டது.

அம்பு விடும்காட்சி டிரிக் காட்சி என்பதால் அந்த காட்சியை ஒளிப்பதிவு செய்வதற்காக பிரபல ஒளிப்பதிவாளர் ரஹ்மானை அழைத்திருந்தார் மக்கள் திலகம். மும்பையைச்சேர்ந்த இவர் பறக்கும் பாவை, மதுரை வீரன், பெரிய இடத்துப் பெண் ஆகிய படங்களுக்கு ஒளிப்பதிவு செய்திருந்தார்.

மக்கள் திலகத்தை கேமராவை நோக்கி அம்பு எய்துங்கள் என்று சொல் விட்டார். கேமராவுக்கு அருகில் யாரும் நிற்கக்கூடாது என்று சொல் எல்லோரையும் தூரத்தில் நிற்கவைத்துவிட்டார். அம்பு எய்த தும் நான் தலையை குனிந்துகொள்கிறேன் என்று சொன்னார் ரஹ்மான்.

கேமரா கோணங்கள் எல்லாம் சரிபார்த்துவிட்டு மக்கள் திலகத்தை அம்பு விடச்சொன்னார். அவர் எய்த அம்பு புல்லட் வேகத் தில் வந்தது. அதனால் ரஹ்மான் குனிவதற்குள் அவரின் தலையில் லேசாக குத்திவிட்டது. புல்லட் மாதிரி வந்த வேகத்திற்கு நேராக குத்தி யிருந்தால் என்ன நடந்திருக்கும்.

நல்ல வேளையாக பக்கவாட்டில் லேசாக குத்தியது. அதற்கே ரத்தம் பீறிட்டது. மக்கள் திலகமே காரில் அவரை ஏற்றிக்கொண்டு போய் சிகிச்சை அளித்தார்.

நீக்ரோ கெட்டப்பில்

மக்கள் திலகத்திற்கு ஆஸ்த்தான மேக்கப்மேன் பீதாம்பரம். (டைரக்டர் பி.வாசு தந்தை) அவர் தான் மக்கள் திலகத்தை வைத்து ‘கிழக்கு ஆப்பிரிக்காவில் ராஜூ’ படம் ஆரம்பித்தார். டைரக்‌ஷன் மக்கள் திலகம்தான். சத்யா ஸ்டுடியோவில் ஷூட்டிங்.

பக்கத்து புளோரில் என்.டி.ஆர். 'பல்லாண்டு வாழ்க' தெலுங்கு படத்தில் நடித்துக்கொண்டிருந்தார்.

மக்கள் திலகமும், லதாவும் நீக்ரோ கெட்டப்பில் நடித்தார்கள். 'உலகம் சுற்றும் வா பன்' படத்திற்கு பிறகு அந்தப்படம் ஆரம்பிக்கப் பட்டதால் பெரிய எதிர்பார்ப்பு இருந்தது. அந்த படத்திற்கு. ஆனால் படம் ஆரம்பத்திலேயே நின்றுவிட்டது.

இரண்டு நாள் மட்டும் ஷூட்டிங் நடந்தது.

முதல் நாள் ஷூட்டிங்கில் மக்கள் திலகமும், லதாவும் நீக்ரோ கெட்டப்பில் இருந்தார்கள். மக்கள் திலகம்தான் டைரக்ஷன் என்பதால் அவர் நடித்துவிட்டு, பின்பு மேக்கப்பை கலைக் காமல். ஆனால் காஷ்ட்யூமை மட்டும் மாற்றிக்கொண்டு டைரக்ஷன் செய்தார்.

அந்த சமயத்தில் பக்கத்து புளோரில் இருந்த என்.டி.ஆர். வந்தார். அவர், "படத்தின் டைட்டிலை கேட்கும்போதே படம் எப்போது வரும் என்ற ஆவலை தூண்டுகிறது.

அதிலும் நீக்ரோ கெட்டப் என்று பார்க்கும் போது படத்தின் கதை எப்படி இருக்கும் என்று இன்னும் ஆவலை தூண்டுகிறது" எனச் சொன்னார்.

தனிக் கட்சி துவங்கி தீவிர அரசியலை சந்திக்க வேண்டியிருந்ததால் இப்படம் நின்று போனது.

அப்போ நீ நாகராஜராவ் மகன் இல்லையா

மக்கள் திலகம் என்னை நாகராஜராவ் மகன் என்றே நினைத் திருந்தார். 'உலகம் சுற்றும் வா பன்' ஷூட்டிங் முடிந்து இந்தியா திரும்பிக் கொண்டிருந்தோம். மக்கள் திலகமும், ஜானகியம்மாவும் அருகருகே உட்கார்ந்திருந்தார்கள். நான் நாகேஷுடன் உட்காருவதற்கு சென்றேன்.

அப்போது மக்கள் திலகம் என்னை அழைத்தார். ஜானகியம்மாவை மஞ்சுளா பக்கத்தில் உட்காரச்சொல் விட்டு என்னை அவர் அருகில் உட்கார வைத்துக்கொண்டார்.

"அப்பாவுக்கு மொத்தம் எத்தன பசங்க" என்று கேட்டார்.

"மூணு பசங்க சார். அதுல ரெண்டு பேரு பொண்ணுங்க"

"நாகராஜராவ்க்கு நீ எத்தனயாவது பையன்?"

"அவரு என் மாமா சார்"

"அப்போ நீ நாகராஜராவ் மகன் இல்லையா. இவ்வளவு நாளும் அவரோட மகன்னு நினைச்சிருந்தேன். சரி, உனக்கு கல்யாணம் ஆச்சா?"

"இல்ல சார்"

"உனக்கு கல்யாணம் ஆகி, குடும்பம் குழந்தைகள்ன்னு வரும். இப்பவே பொறுப்பா இருக்க ஆரம்பிச்சாதான் இதெல்லாம் நல்ல விதமா நடக்கும்" என்று சொன்னார்.

சரி, சார் என்று தலையாட்டிக்கொண்டேன். நாகேஷுடன் சேர்ந்து சிங்கப்பூரில் நான் டிரிங்ஸ் சாப்பிட்டதை பார்த்துவிட்டார் மக்கள் திலகம். ஆனால் அப்போது அவர் கண்டுகொள்ளாமல் விட்டு விட்டார். இப்போதும் அதைச்சொல்லாமல் உணர்த்துகிறார் என்பதை புரிந்துகொண்டேன்.

''உனக்கு படங்கள் தனியா பண்ணனும்னு விருப்பம் இருக்கா" ன்னு கேட்டார்.

நான் எதுவும் சொல்லாமல் அவர் முகத்தையே பார்த்தேன்.

"உனக்கு விருப்பம் இருந்தா சொல்லு. என் படங்களுக்கெல்லாம் நீயே பண்ணு"

“ஒரு வாரம் டயம் குடுங்க சார்..யோசிச்சு சொல்றேன்”

“ஒரு வாரம் இல்ல..ஒரு மாசம் கூட டயம் எடுத்துக்க. அது உன் வாழ்க்கை; நீயே முடிவெடுத்து சொல்லு” என்று என் நலனில் மிகுந்த அக்கறை கொண்டு சொன்னார்.

அவர் கண்களில் இருந்து கண்ணீர்

அந்த நேரத்தில் ஸ்ரீகாந்த்-பிரமிளாவை வைத்து கோமாதா என் குல மாதா படம் எடுத்தார் தேவர். அந்தப்பட ஷூட்டிங்கில் இருந்த போது, “எவ்வளவு நாளைக்குத்தான் அசிஸ்ட்டெண்ட்டாவே இருப்ப... தனியா பண்றதா இருந்தா சொல்லு..என் படங்கள் எல்லாம் பண்ணு” என்று சொன்னார்.

“ஒரு மாசம் டயம் கொடுங்கண்ணே..நான் தனியா பண்றேன்...” என்று சொன்னேன். அப்போது தேவரின் மருமகன் தியாக ராஜன், “மாமாவையும் மருமகனையும் எதுக்கு பிரிக்கிறீங்க” என்று கேட்டார்.

“பிரிக்கணும்கிற நோக்கத்துல நான் அப்படிச்சொல்லல... சங்கருக்கு எதாவது பண்ணனும்னு தோணிச்சு. அதான் சொன் னேன்” என்றார் தேவர். தேவர் இப்படிச்சொல்லுறார். தனியா பண்றதா இருந்தா என் படங்கள் எல்லாம் பண்ணு என்று மக்கள் திலகமும் சொல் யிருக்கிறார். அதனால் தனியே செய்யலாமா என்று யோசித் தேன். மாமாவை விட்டு வருவதா வேண்டாமா என்ற குழப்பத்தில் இருந்தேன். மாமா நாகராஜராவிடமே விசயத்தைச்சொன்னேன். அப்போது அவருக்கு 70 வயசு. இந்த விசயத்தைச்சொன்னதும் எழுந்து வந்து என்னை கட்டிப்பிடித்துக்கொண்டார்.

“இந்த வயசுல நான் தனியா செய்ய முடியுமாடா. உன்னைத்தான் நம்பியிருக்கிறேன்; நீயே இப்படிச்சொல்றியேடா” என்று சொல் விட்டு உட்கார்ந்தார். அவர் கண்களில் இருந்து கண்ணீர் கசிந்தது. எனக்கு என்னவோ போல் ஆகிவிட்டது. “இல்ல மாமா நான் தனியா பண்ணல” என்று சொல் விட்டேன்.

இதனால் நான் மக்கள் திலகம் படங்களுக்கு தனியாக வொர்க் பண்ணும் பாக்கியம் இல்லாமல் போய்விட்டது. நான் தனியாக வொர்க்பண்ண ஆரம்பித்தபோது மக்கள் திலகம் முதல்வர் ஆகிவிட்டார்.

அய்யோ...
மாடு கன்னுக்குட்டிய விரட்டிடுச்சே...

76–ல் என் கல்யாணம். மாமா நாகராஜராவ் வீட்டுக்கு அருகிலேயே குடியிருந்தேன். சின்ன மனஸ்தாபத்துல மாமா என்னை (1970 நவம்பர் 28-ல்) வெளியே அனுப்பிட்டார். வெளியே வந்ததும் முதன் முதலாக அசோகன் சாரைத்தான் சந்தித்தேன்.

அவரு விசயத்தை கேள்விப்பட்டதும், ''அய்யோ... மாடு கன்னுக்குட்டிய விரட்டிடுச்சே'' என்று வருத்தப்பட்டார். தன் காரிலேயே என்னை அழைத்துக்கொண்டு கம்பெனி கம்பெனியாக அலைந்து எனக்கு வாய்ப்பு வாங்கித்தந்தார்.

என் வீட்டுக்கு வந்து மனைவிகிட்ட 2001 ரூபாய் கொடுத்தார். அப்போதே 'வாடா' என்று என்னை அவர் வீட்டுக்க்கு அழைத்துக் கொண்டு போனார்.

'உலகம் சுற்றும் வா பன்' ஷூட்டிங்கில் மக்கள் திலகம், அவருக்கு கொடுத்த கேமராவை என்னிடம் கொடுத்து " இத வச்சு ஏதாவது பண்ணிக்க" என்று கொடுத்தார்.

'சார், இது எம்.ஜி.ஆர். உங்களுக்கு கொடுத்ததாச்சே' என்று சொன்னேன்.

'அது இருக்கட்டும்டா.. உனக்கு உதவுதே... விடு' என்று சொல் எனக்கு கொடுத்துவிட்டார்.

உன் உயிருக்கு நான் கேரண்டி

சத்யா ஸ்டுடியோவில் 'நினைத்ததை முடிப்பவன்' ஷ6ட்டிங். 'கண்ணை நம்பாதே உன்னை ஏமாற்றும்...' பாடல் காட்சி படமானது. அப்போது தேவர், கனகசபை செட்டியார், கோவை செழியன், மக்கள் திலகம் உட்பட பலர் ஷுட்டிங் இடைவேளையில் பேசிக் கொண்டிருந்தனர்.

நான் ரெண்டு தோளிலும் கேமராவை தொங்கவிட்டுக்கொண்டு, மரத்தில் சாய்ந்துகொண்டு இடுப்பை பிடித்துக்கொண்டு சோர்வாக நின்றுகொண்டு எங்கோ பார்த்துக்கொண்டிருந்தேன்.

கருப்புக்கண்ணாடி வழியாக மக்கள் திலகம் இதை கவனித்து விட்டார்.

மதியம் 2 மணிக்கு மக்கள் திலகம் உதவியாளர் சபாபதி வந்து, "அண்ணன் கூப்பிடுறாரு" என்று அழைத்தார். நான் மக்கள் திலகம் அறைக்குள் சென்றதும், "என்ன பண்ணுது உனக்கு....இடுப்பை பிடிச்சுக் கிட்டு நின்னுக்கிட்டு இருந்தியே" என்று கேட்டார்.

" இடுப்பு ரொம்ப வ க்குது சார்" என்றேன்.

உடனே மக்கள் திலகத்தின் பர்சனல் டாக்டர் சுப்ரமணியம் வர வழைக்கப்பட்டார். 'உலகம் சுற்றும் வா பன்' படத்திற்காக வெளிநாடு சென்றதால் எனக்கும் அவர் நன்கு பழக்கமாயிருந்தார். அவரிடம் விசயத்தை சொன்னார். அவர் என்னை பரிசோதித்து பார்த்தார். சட்டையை கழட்டிவிட்டு இருமச் சொன்னார்.

நான் இருமிக்காட்டினேன்.

"சங்கருக்கு இரணியா பிராப்ளம் இருக்கு. இது ஆரம்ப ஸ்டேஜ். இப்பவே ஆபரேஷன் செய்துட்டா நல்லது" என்றார். "அப்ப பண்ணிடலாமா" என்று கேட்டார் மக்கள் திலகம்.

"எஸ்... செய்துவிடலாம்" என்றார் டாக்டர்.

"சங்கர்.. .நாகராஜராவ் சாருக்கு போன் பண்ணி நாளை மறுநாள் ஆபரேஷன் என்று சொல் விடு" என்றார் மக்கள் திலகம்.

"இல்ல சார்... வேணாம்" என்று பயந்தேன்.

"துணிச்சல் வேணும்... இதுக்கெல்லாமா பயப்படுறது" என்றார். "அப்படின்னா அடுத்த மாசம் செய்யலாம் சார்" என்று சொன்னேன்.

மக்கள் திலகம் விடவில்லை, “அப்பொழுதும் நீதானே செய்து கொள்ளப்போகிறாய். ஒரு மாசம் தள்ளிப்போனா முத்திடும்” என்று சொல் விட்டு அவரே மாமா நாகராஜராவுக்கு போன் செய்து, “நாளை மறுநாள் பூந்தமல் சாலையில் உள்ள கேஜே மருத்துவ மனையில் சங்கருக்கு இரணிய ஆபரேசன்” என்று சொல் விட்டார்.

காலை 6.15க்கு ஆபரேசன் தியேட்டருக்குள் படுக்க வைத்து விட்டார்கள். கண்கலங்கிக் கொண்டிருந்தேன். அப்போது மக்கள் திலகம், நாகேஷ், ப.நீலகண்டன், ராமமூர்த்தி, சொர்ணம் என்று ‘நினைத்ததை முடிப்பவன்’ படக்குழுவினர் வந்திருந்தனர்.

“டேய்” என்றார் மக்கள் திலகம்.

“என்ன சார்” என்றேன்.

எதுக்கு அழுவற.. நான் இருக்கேன்ல... உன் உயிருக்கு நான் கேரண்டி என்றார்.

உடனே நாகேஷ், “நீங்க அவசரப்பட்டு நான் கேரண்டின்னு சொல்றீங்க. போயிட்டான்னா என்ன பதில் சொல்லுவீங்க” என்றார்.

“ நீ சும்மா இருக்கமாட்ட....” என்றார்.

“சரி, சரி... கேரண்டி கொடுத்தீங்களேன்னு போனதுக்கு பிறகு வந்து கேட்கவா போறான்” என்று நாகேஷ் விடாம கலாட்டா செய்து கொண்டிருந்தார்.

மக்கள் திலகமும் அவரை அதட்டிக்கொண்டே இருந்தார். அப்போது போட்ட மயக்க ஊசியில் நான் மயங்கிவிட்டேன்.

சாயங்காலம் 6 மணிக்கு மெல்ல கண் விழித்து பார்த்தேன். வெள்ளை தொப்பி மட்டும் முத ல் தெரிந்தது. கொஞ்சம் சிரமப்பட்டு கண் விழித்தேன்.

“எப்படி இருக்கே” என்று சிரித்தார் மக்கள் திலகம்.

அழுதேன். “ எதுக்கு அழுவுற...உனக்கு ஒன்னும் ஆகல. அடுத்த மாசம் இந்தோனேசியா போறோம்” என்று சொன்னார். ‘ஆப்பிரிக்கா வில் ராஜு’ படத்திற்காக இந்தோனேசியா போவதாக சொன்னார். ஆனால் அதன் பிறகு தனிக்கட்சி ஆரம்பித்துவிட்டதால் அந்த திட்டம் நிறைவேறவில்லையே.

இப்போது இரண்டு நாளிலேயே இரணியா ஆபரேஷன் செய்து அனுப்பிவிடுகிறார்கள். அப்போது ஒரு வாரம் ஆகும். கடைசி நாள் மாமா நாகராஜராவ் வந்தார்.

செக் புக்கை எடுத்துக்கொண்டு மொத்தம் பில் எவ்வளவு என்று ஆஸ்பத்திரி நிர்வாகத்திடம் கேட்டார்.

உடனே நிர்வாகம், "நேற்று இரவே எம்.ஜி.ஆர். பிளாங் செக்கை அனுப்பி வைத்து... ஆபரேசன் செலவுகள் எவ்வளவோ அவ்வளவையும் எழுதிக்குங்க. அதுபோக ஆஸ்பத்திரி ஊழியர்கள் அனைவருக்கும் சேர்த்து ஒரு தொகை எழுதிக்குங்க. அதை எல்லோருக்கும் கொடுத் திடுங்க என்று சொல் யிருக்காங்க" என்று சொன்னது நிர்வாகம்.

வீட்டில் சில நாட்கள் ஓய்வெடுத்துவிட்டு, பின்பு மக்கள் திலகம் ஷூட்டிங்கிற்கு சென்றேன். பீதாம்பரம் மேக்-அப் போட்டுக் கொண்டிருந்தார்.

மக்கள் திலகத்தின் கழுத்தில் நான் மாலை அணிவித்து விட்டு கா ல் விழுந்தேன். "இனிமே உனக்கு ஒண்ணும் இல்ல... கவலைப் படாதே" என்றார்.

சுடப்பட்ட சம்பவத்திற்கு முன்பு....?

அன்பே வா, நான் ஆணையிட்டால், முகராசி, நாடோடி, சந்திரோதயம், தா பாக்கியம், தனிப்பிறவி, பறக்கும் பாவை, பெற்றால்தான் பிள்ளையா என்று 1966-ம் ஆண்டில் 9 படங்களில் மக்கள் திலகம் நடித்தார். 6.12.1966-ல் 'பெற்றால்தான் பிள்ளையா' ரிலீஸ் ஆகி வெற்றிகரமாக ஓடிக்கொண்டிருந்தது.

12.1.1967 அன்று தேவர் பி ம்ஸ் தயாரிப்பான 'தாய்க்கு தலைமகன்' ரிலீஸ் ஆனது. அப்படம் ரிலீசான அன்றுதான் ராதா அண்ணன் மக்கள் திலகத்தை சுட்டார்.

எம்.ஜி.ஆரை எம்.ஆர்.ராதா சுட்டுட்டார்... எம்.ஜி.ஆரை எம்.ஆர்.ராதா சுட்டுட்டார்.... என்று எங்கும் பதட்டமான பேச்சு. கடைகள் அடைக்கப்பட்டுவிட்டன. பேருந்துகள் ஓடவில்லை. தியேட்டர்களில் எல்லாம் காட்சிகள் ரத்தானது. தமிழகமே ஸ்தம்பித்து போய்விட்டது.

ராயப்பேட்டை மருத்துவமனையில் தீவிர சிகிச்சை பிரிவில் வைக்கப்பட்டார் மக்கள் திலகம். உலகமெங்கும் வாழும் தமிழர்கள் எல்லோரும் வேதனையில் துடித்தார்கள். முக்கிய பிரமுகர்கள் எல் லோரும் ராயப்பேட்டை சென்று பார்த்து வந்தார்கள். ராயப் பேட்டையில் சிகிச்சை முடிந்து சென்ட்ரல் ஆஸ்பிட ல்

வைத்திருந்தார்கள். அப்போது அப்பல்லோ ஹாஸ்பிடல் எல்லாம் கிடையாது.

தேவர் , மருதமலைக்கு சென்று மக்கள் திலகம் பெயரில் தினமும் அர்ச்சனை செய்து பிரசாதம் எடுத்து சென்று கொடுத்தார். தேவரிடம் வேலைக்கு இருந்தவர்தான் தினமும் மருதமலை சென்று அர்ச்சனை செய்துவந்தார்.

உலகத்தமிழர்களை பதற வைத்த இந்த சம்பவம் நடந்த பின்னும் நான் மக்கள் திலகத்தை சென்று பார்க்கவில்லை.

என் மாமா நாகராஜராவ், "வாடா... போயி எம்.ஜி.ஆரை பார்த்துட்டு வரலாம்" னு சொன்னாரு. "இல்ல... நீங்க போங்க... நான் வரல..." ன்னு சொல் ட்டேன்.

"ஐசரிவேலனோட மாமனார் திருப்பதிசாமி வெளியே உட்கார்ந் திருக்காருடா... அவரு ஒரு நோட் வைச்சு எம்.ஜி.ஆரை பார்க்க வருவோர்கள் பெயரையெல்லாம் குறித்து வைக்கிறாருடா. அவரு உடம்பு சரியானதும் அதையெல்லாம் பார்ப்பாரு. உன் பேரு இல்லேன்னா.... அப்புறம் உனக்கே தெரியும்" என்று சொல் விட்டு போய்விட்டார்.

மக்கள் திலகம் ஹாஸ்பிடல்ல இருந்து டிஸ்சார்ஜ் ஆகி வீட்டுக்கு வந்துட்டார். நான் அவரைப்போய் பார்க்கவேயில்லை. அத்தனை பிடிவாதமாக நான் அவரைப்போய் பார்க்காமல் இருந்ததற்கு காரணம்... சுடப்பட்ட சம்பவத்திற்கு 15 நாட்களுக்கு முன்பு மக்கள் திலகத்திற்கும் எனக்கும் நடந்த விவகாரம்.

o

அத்தனை பேரும் பதறினர்

சூண்டடிபட்ட போதும் மக்கள் திலகத்தை பார்க்கப் போகாததற்கு காரணம், 'முகராசி' படப்பிடிப்பில் நடந்த சம்பவம்தான்.

'அரச கட்டளை' ஷூட்டிங் நடந்துகொண்டிருந்த சமயம். நானும் ஜெயல தாவும் சத்யா ஸ்டூடியோவில் மக்கள் திலகம் மேக்கப் ரூமுக்கு வெளியே பெஞ்சில் உட்கார்ந்து பேசிக்கொண்டிருந்தோம். நான் அடிக்கடி வாசல் கேட்டையே பார்த்துக்கொண்டிருந்தேன்.

"ஏன் இப்படி 'கேட்'டையே பார்த்துக்கொண்டிருக்கீங்க" என்று கேட்டார் ஜெயல தா.

இல்லே எம்.ஜி.ஆர். சார் வந்தார்னா.. .அவர் வர்றது தெரியாம நாம உட்கார்ந்து பேசிக்கிட்டு இருந்துடக்கூடாது அதனாலதான் னு சொன்னேன்.

சொல் முடிப்பதற்குள் மக்கள் திலகம் கார் வந்தது.

மக்கள் திலகம் காரில் இருந்து இறங்கியதும் நான் வணக்கம் வைத்தேன். ஜெயல தாவும் வணக்கம் வைத்தார். எப்போதும் பதில் வணக்கம் வைக்கும் அவர் எங்களையும் பார்க்காமல், வணக்கமும் வைக்காமல் நேரே அவர் ரூமுக்கு போய்விட்டார்.

ஏதாவது டென்ஷனில் இருப்பாரோ என்று நினைத்துக் கொண்டோம்.

மறுநாள் வாஹினி ஸ்டுடியோவில் 'உனக்கும் எனக்கும்தான் பொருத்தம்...' என்ற பாடல் ஷூட்டிங் நடந்தது. காட்சி முடிந்ததும் நான், 'சார் ஸ்டில்....' என்றேன்.

"அப்புறம் எடுத்துக்கலாம்" என்றார்.

மூன்று முறை சென்று, "சார் ஸ்டில்..." என்றேன். அப்போதும், "அப்புறம் பார்த்துக்கலாம்" என்றார்.

மக்கள் திலகம் நடிக்கும் போதெல்லாம் தேவர் சார் ஷூட்டிங் ஸ்பாட்டிலேயே இருப்பார். அவர் அடிக்கடி, "என்ன சங்கர் ஸ்டில் எடுத்துட்டியா?" என்று கேட்டுக்கொண்டே இருந்தார்.

தேவரைப் பொறுத்தவரை அன்றைக்கு நடந்த ஷூட்டிங் ஸ்டில்ஸை அன்று மாலையே பார்த்துவிட வேண்டும். 'விக்' கில் ஏதாவது கரெக்ஷன் செய்யணுமா, மேக்கப்பில் ஏதாவது கரெக்ஷன் செய்யணுமா என்பதையெல்லாம் ஸ்டில்ஸை வைத்துதான் முடிவு

பண்ணுவார். அதனாலதான் அவர் அடிக்கடி கேட்டுக்கொண்டே இருந்தார்.

ஒருமணிக்கு லஞ்ச் ப்ரேக்கும் வந்துவிட்டது. 'என்ன எடுத்துட்டியா?' என்று தேவர் கேட்டார். "இல்ல சார் என்னன்னு தெரியல... அப்புறம் எடுத்துக்கலாம்.. அப்புறம் எடுத்துக்கலாம்னு சொல் க் கிட்டே இருக்குறாரு" ன்னு சொன்னேன்.

"சரி... சரி ப்ரேக் முடிஞ்சு ஷூட்டிங் ஆரம்பிச்ச உடனேயேயாவது கேட்டு ஸ்டிஸ்ஸை எடுத்துடு... அப்பத்தான் ஈவ்னிங் ப்ரிண்ட் பார்க்க முடியும்" என்று சொன்னார்.

மற்ற கம்பெனி ஷூட்டிங் என்றால் மக்கள் திலகம் லஞ்ச் பிரேக் முடிந்து 2.30, 3 மணிக்குத்தான் செட்டுக்கு வருவார். ஆனா தேவர் ஷூட்டிங்னா கரெக்ட்டா 2 மணிக்கே வந்துடுவார். சில சமயம் 15 நிமிஷம் முன்னமேயே வந்துவிடுவார். மக்கள் திலகம் கொஞ்சம் தூங்கிக் கொண்டிருந்தாலும், 'என்னண்ணே இந்த வயசுல தூக்கம்' என்று எழுப்பி செட்டுக்கு அழைத்துவந்துவிடுவார் தேவர்.

லஞ்ச் ப்ரேக் முடிஞ்சதும் தேவர், மக்கள் திலகத்தை செட்டில் வந்து விட்டுவிட்டு செல்வார்.

2 மணிக்கு மக்கள் திலகம் செட்டுக்கு வந்தார். 2.05-க்கு ஷூட்டிங். தேவரின் தம்பி திருமுகம்தான் டைரக்டர். அவர், ஜெயல தா, நாகேஷ் எல்லோரும் இருந்தாங்க. தயாரிப்பாளர் ஜி.என்.வேலுமணி இன்னும் சிலருடன் பெஞ்ச்சில் அமர்ந்து பேசிக்கொண்டிருந்தார்.

ஷூட்டிங் ஆரம்பிச்சதும் நான் ஆக்ஷனில் ஸ்டில் எடுத்து விட்டேன். எப்போதும் ஸ்டில் எடுக்கும்போது நடித்து முடித்த பிறகு ஸ்டில்ஸுக்காக தனியாக போஸ் கொடுப்பார் மக்கள் திலகம்.

அன்று நான் அவர் நடித்துக்கொண்டிருக்கும்போதே எடுத்து விட்டேன். அவர் இதை கவனித்துவிட்டார். சட்டென்று நடிப்பதை நிறுத்திவிட்டு, "என்ன.... ஸ்டில் எடுத்தியா" என்று கோபமாக கேட்டார்.

"ஆமாம் சார்.... ஆக்ஷன்ல எடுத்தேன்..." என்று சொன்னேன்.

"யாரைக் கேட்டு எடுத்தே..."ன்னு கேட்டார்.

"யாரையும் கேட்கலே சார்... காலையில் இருந்து கேட்டுக்கிட்டே இருந்தேன். நீங்க வேண்டாம்னு சொல் ட்டீங்க. தேவர் சார் வேற ஈவ்னிங் ப்ரிண்ட் பார்க்கணும்னு சொல்லுறாரு. இப்ப எடுத்தாதான் டெவலப் பண்ணி ப்ரிண்ட் போட்டு ஈவ்னிங் காட்ட முடியும்.

அதனாலதான் எடுத்துட்டேன்” என்று பயந்தபடியே சொன்னேன்.

“சரி, எடுத்துட்டியா?” என்று கேட்டார்.

“எடுத்துட்டேன் சார்” என்றேன்.

‘‘நீ கிளம்பு... போகும்போது நீ இதுவரைக்கும் எவ்வளவு எடுத்தேன்னு கணக்கு கொடுத்திட்டுப்போ” ன்னு கோபமா சொன்னார்.

இனிமே நீ வேண்டாம்...வேலையை விட்டு கிளம்பு என்பதைத் தான் அவர் சூசகமாக அப்படிச்சொன்னார். அதைப்புரிந்து கொண்டேன்.

சுற்றி எல்லோரும் இருந்ததால் எனக்கு என்னவோபோல் ஆகிவிட்டது. திடீர்னு இப்படி வேலையை விட்டு அனுப்புறாரேன்னு கோபமும் வந்துச்சு. சின்ன வயசா... 25 வயசுதான அப்போது எனக்கு... இளரத்தம் கொதிச்சிச்சு.

அதனாலதான் அவர் கணக்கு கொடுத்துட்டு போன்னு சொன்ன தும், ‘யு ஆர் நாட் மை பாஸ். யு வாண்ட் நோ எனித்திங் எபவுட் த ஸ்டில்ஸ் ஆஸ்க் நாகராஜராவ். ஆர் யு வாண்ட் நோ எபவுட் த பிக்சர் ஆம் மிஸ்டர் தேவர்’ என்று சத்தம் போட்டுச் சொன்னேன்.

நான் இப்படிச்சொன்னதும், அப்படியே ஜெய தா 10 அடி பின்னால போயிட்டாங்க. திருமுகம் பின்னே போயிட்டார். ஜி.என்.வேலுமணி எல்லோரும் எழுந்து நின்னுட்டாங்க. நாகேஷ் செட்டை விட்டே போய்விட்டார்.

தேவர் எப்போதும் மக்கள் திலகம் லஞ்ச் பிரேக் முடிந்ததும் அவர் அறையில் உட்கார்ந்துதான் களி சாப்பிடுவார். சொக்கன் (உதவியாளர்) என்பவர் ஓடிப்போய் களி சாப்பிட்டுக்கொண்டிருந்த தேவர்கிட்ட, “அண்ணே அண்ணே சங்கருக்கும் எம்.ஜி.ஆருக்கும் முட்டிக்கிச்சு” என்று சொன்னதும், அவர் பதறி அடிச்சிக்கிட்டு ஓடி வந்தார்.

“என்ன நடந்துச்சு என்ன நடந்துச்சு” என்று தேவர் கேட்டுக்கிட்டே தலைதெறிக்க ஓடிவந்தார். மக்கள் திலகம். அதையெல்லாம் கவனிக்கல. விருவிருன்னு நடந்து ரூமுக்குள் போயிட்டாரு. அறைக்குள் நுழையும் போது ‘விக்’ கை கழட்டிட்டாரு.

அவரு விக்கை கழட்டியதைப் பார்த்ததும் இனி ஷூட்டிங் அவ்வளவுதான்னு முடிவு பண்ணிட்டார் தேவர்.

டபுள் கலர் எம்.ஜி.ஆர்.

நாகேஷ் சும்மா இருக்காம, 'கேட்டான்யா சங்கராவ் ஒரு கேள்வி... டபுள் கலர பார்த்து...'என்று சொல்ல (அப்போ அ.தி.மு.க. கிடையாது; தி.மு.க.தான். கருப்பு சிகப்புன்னு தி.மு.க. சின்னம் இருந்ததால அந்த கட்சியில எம்.ஜி.ஆர். இருந்ததால மக்கள் திலகத்தை நாகேஷ் டபுள் கலர் என்று சொல்லுவார்.) அது காட்டுத் தீ போல பரவிடுச்சு.

வாஹினி ஸ்டுடியோவில் எட்டு புளோரில் படப்பிடிப்புகள் நடந்துகொண்டிருந்தன. நாகேஷ் மூட்டிய தீயால் எல்லோருக்கும் இந்த விசயம் பரவிடுச்சு. எம்.ஜி.ஆரையே பகைச்சுக்கிட்டான் என்று பேசிக்கொண்டிருந்தார்கள்.

மாமா நாகராஜராவ்தான் மக்கள் திலகம் படங்களுக்கு போட்டோகிராபர். நான் அசிஸ்டெண்ட்தான். அசிஸ்டெண்டே பகைச்சுட்டானேன்னு எல்லோரும் பேசிக்கொண்டிருந்ததால் டென்ஷன் ஆகி செட்டைவிட்டு வெளியேறினேன்.

என்ன பைட்டண்டி எம்.ஜி.ஆர் கூட

பக்கத்து புளோரில் என்.டி.ஆரும் வாணிஸ்ரீயும் வரகட்டணம் (வரதட்சணை) படத்தில் ஆக்ட் பண்ணிக்கொண்டிருந்தார்கள். என்.டி.ஆருக்கு விசயம் தெரிந்ததால் செட்டுக்கு வெளியே நின்று கொண்டிருந்தார்.

நான் வேக வேகமாக செட்டை கடந்ததும் அவர் என்னை இழுத்து, "சங்கர்காரு, என்ன பைட்டுண்டி எம்.ஜி.ஆருகூட" என்று பதறினார். அவர்கள் எல்லாம் இப்படி கேட்க கேட்க இளரத்தம் என்னவோ செய்தது. நான் ரொம்ப துள்ளிக் குதிச்சேன். 'அதெல்லாம் ஒண்ணுமில்லே சார்' என்று சொன்னேன். அவர் விடுவதாக இல்ல.. "செப்பண்டி செப்பண்டி" என்று கேட்டுக்கொண்டே வந்தார்.

அதற்குள் வரகட்டணம் செட்டுக்குள் இருந்து ஓடிவந்த மாமா, "என்னடா பிரச்சனை " என்று கேட்டார்.

மாமா வந்து கேட்டதும் முத ல் கோபமாக, "இப்பவே நான் தஞ்சாவூருக்கு கிளம்பறேன்" என்று சொன்னேன். அப்புறம், எனக்கு சினிமாவே வேண்டாம்னு சொல் ட்டு அழுதேன். "கொஞ்சம் பொறுமையா இரு. நீ வரவேண்டாம்... இங்கேயே இரு. நான் என்னன்னு பேசிட்டு வர்றேன்"னு சொல் ட்டு போனார் மாமா.

அங்கே ரூமுக்கு வெளியே கையை பிசைஞ்சுக்கிட்டு நின்று கொண்டிருந்திருக்கிறார் தேவர்.

மாமாவைப்பார்த்ததும், ''உள்ளே போகாதீங்க ரொம்ப டென்ஷன்ல இருக்காரு" என்று சொல் யிருக்கிறார்.

"எனக்கு என் பசங்கதான் முக்கியம். அவன் அங்க அழுதுக்கிட்டு நிற்குறான். என்ன நடந்துச்சுன்னே தெரியல..." என்று சொல் விட்டு மாமா சட்டென்று ரூமுக்குள் நுழைந்திருக்கிறார்.

மாமாவைப் பார்த்ததுமே, "பாஸ் வாங்க உட்காருங்க" என்று சொல் யிருக்கிறார் மக்கள் திலகம்.

"நான் உட்கார்றது அப்புறம் இருக்கட்டும். முதல்ல உங்களுக்கும் சங்கருக்கும் என்ன நடந்துச்சு..." என்று கேட்க,

"எனக்கும் சங்கருக்கும் ஆயிரம் இருக்கும். நீங்க அதுல தலை யிடாதீங்க பாஸ்" என்று மக்கள் திலகம் சொல் யிருக்கிறார்.

"அவன் அங்க அழுதுக்கிட்டு நிற்குறான் அதான் வந்தேன்... நீங்கதான் சொன்னீங்க அவன் நல்லா வொர்க் பண்றான்... அவனே தொடர்ந்து வரட்டும்னு, இப்ப..." என்று மாமா சொல் யிருக்கிறார்.

"அதெல்லாம் எதுவும் பிரச்சனையில்ல நீங்க போய் சங்கரை அனுப்பி வையுங்க" என்று சிரித்துக்கொண்டே சொல் யிருக்கிறார்.

வெளியே வந்ததும் மாமா, மக்கள் திலகம் சொன்னதைச் சொன்னதும் தேவர் உட்பட எல்லோரும் கொஞ்ச நேரம் எதுவும் பேசலையாம். 'என்னடா இவ்வளவு கூத்து நடந்திருக்கு. எதுவும் இல்லேன்னு சொல் ட்டாரேன்னு எல்லோருக்கும் ஆச்சரியம்.

மாமா என்கிட்ட வந்து, "எந்த பிரச்சனையும் இல்லேன்னு சிரிக் கிறாரு எம்.ஜி.ஆரு, உன்னை கூப்பிடுறாரு" என்று சொன்னார்.

"எம்.ஜி.ஆர். சார் படமெல்லாம் வேணாம். வேணும்னா வேற ஷூட்டிங்கிற்கு போறேன். சிவாஜி, ஜெய்சங்கர் படங்களுக்கு வேணும்னா வொர்க் பண்ணுறேன்" ன்னு சொன்னேன்.

"இல்லடா இந்த படத்தை முடிச்சி கொடுக்கணும்டா" என்று சொன்னதும்,

"ஒண்ணு செய்யுறேன்... எம்.ஜி.ஆர்.செட்டுல இருக்கும்போது நான் போகமாட்டேன். மற்ற ஆர்ட்டிஸ்ட் இருக்கும்போது நான் போறேன்" என்று சொன்னேன். சரின்னுட்டார் மாமா.

அதேமாதிரி அந்தப்படம் முடியும்வரை ஜெயல தா, எஸ்.வி.ரங்காராவ், மனோரமா, நாகேஷ், எஸ்.என்.லட்சுமியம்மா எல்லோரும் இருக்கும்போது செட்டுக்குப் போவேன்.

மக்கள் திலகம் செட்டில் இருக்கும்போது நான் போக மாட்டேன். அப்படியே போக நேர்ந்தாலும் அவரும் என்னைப் பார்க்கமாட்டார். நானும் அவரைப் பார்க்கமாட்டேன். நேருக்கு நேர் பார்க்க நேரிட் டாலும் அவரும் வணக்கம் வைத்ததில்லை. நானும் வைக்கவில்லை.

இது மாதிரி இரண்டு மூன்று முறை மனஸ்தாபம் வந்து போய் விடுவேன். மக்கள் திலகம்தான் என்னை கூப்பிடுவார். அவர் எவ்வளவு பெரிய மனுசர். எத்தனை பேருக்கு அவர் கடவுள். அந்த சின்ன வயசுல அதெல்லாம் எனக்கு தெரியல.

அதனாலதான் அப்படி பிடிவாதமா இருந்திருக்கிறேன்; அப்படி நடந்துகொண்டிருந்திருக்கிறேன்.

தொண்டையில் ரணம் இருந்ததால்...

சூண்டு பாய்ந்ததில் தொண்டையில் ரணம் இருப்பதால் மூன்று மாதத்திற்கு டயலாக் பேசக்கூடாது; பைட் பண்ணக்கூடாது பாடக்கூடாது... பாடுவது மாதிரி மூவ்மெண்ட் வேணும்னா கொடுக்கலாம் என்று டாக்டர் அட்வைஸோடு டிஸ்சார்ஜ் ஆனார்.

அந்த சமயத்தில் 'பெற்றால்தான் பிள்ளையா' படத்தின் 100-வது நாள் விழா ஏவி.எம். ராஜேஸ்வரி மண்டபத்தில் நடந்தது. அந்தப் படத்தில் பணியாற்றியவர்களுக்கு விழாவில் அறிஞர் அண்ணா எல்லோருக்கும் கேடயம் பரிசளிப்பதாக அறிவிக்கப்பட்டிருந்தது.

என் மாமா அன்று பம்பாயில் இருந்தார். எனக்கு போன் செய்து, "என்னால வரமுடியாது... எனக்குப் பதில் நீ போய் வாங்கிட்டு வா" என்றார். "நான் போகமுடியாது" என்று மறுத்தேன்.

பின்பு மாமா பிடிவாதமாக, ''எம்.ஜி.ஆர். கொடுக்கல... அண்ணாதான் கொடுக்கிறார்... போ" என்று கேட்டுக்கொண்டதால் விழாவுக்கு போனேன். அரங்கத்திற்கு வெளியேயும் கூட்டம் இருந்தது. நாகராஜராவ் வெளியூரில் உள்ள காரணதால் அவரின் சார்பில் அவர் உதவியாளர் இந்த கேடயத்தை வாங்கிக்கொள்வார் என்றதும் நான் மேடைக்கு போனேன். அண்ணா எனக்கு கேடயத்தை கொடுத்துவிட்டு, "எப்படி இருக்க தம்பி" என்று விசாரித்தார்.

அண்ணாவுக்கு அருகில் மக்கள் திலகம் உட்கார்ந்து கொண் டிருந்தார். நான் அவரைக்கவனிக்காமல் கேடயத்தை வாங்கிக்கொண்டு கிளம்பினேன்.

"ஸ்ஸ்... சங்கர்..." என்று மெல்ல மக்கள் திலகம் குரல் கேட்டதும் திரும்பினேன். தொண்டையில் ரணம் இருந்ததால் அவரால் சரியாக பேசமுடியவில்லை. வாய் குளறி குளறி... "நாளை குடியிருந்த கோயில் ஷூட்டிங் இருக்கு. நீ வந்துடு" என்றார்.

நான் எதுவும் சொல்லாமல் வந்துவிட்டேன்.

வீட்டுக்கு வந்ததும் மாமாவுக்கு போன் போட்டு விசயத்தை சொன்னேன். "அவரு எவ்வளவு பெரிய மனுசர். அவரே கூப்பிடுறாரு... போடா" என்று சொன்னார். 'சரி'ன்னு போயிட்டேன்.

சரியாக வாயசைக்கிறாரா..?
மொத்த கூட்டத்தின் ஆவல்...!

சுடப்பட்ட சம்பவத்திற்கு பிறகு முதன் முதலாக 'குடியிருந்த கோயில்' படத்தில் நடிப்பதற்காக சத்யா ஸ்டுடியோவிற்கு வந்தார் மக்கள் திலகம்.

அவர் பிழைத்து வந்ததே பெரிய விசயம். படப்பிடிப்பில் எல்லாம் கலந்துகொள்வாரா என்று நினைத்திருந்தவர்கள் அவர் மீண்டும் நடிக்கிறார் என்றதும் நேரில் பார்க்க பல வி.ஐ.பி.கள் வந்துகொண்டே இருந்தார்கள்.

படத்தின் தயாரிப்பாளர் ஜி.என்.வேலுமணி ஆளுயர மாலை கொண்டுவந்து போட்டு மக்கள் திலகம் கால் விழுந்தார்.

அந்த மாலையை கழட்டி வைத்துக்கொண்டு, "சங்கர் எங்க..." என்று கேட்டார். படத்தின் டைரக்டர் சங்கர், "இதோ இருக்குறேன்" என்று ஓடிவந்தார்.

"நான் போட்டோகிராபர் சங்கரை கேட்டேன்" என்றார். என்னைத்தான் கூப்பிட்டார் என்று தெரிந்ததும் 'சார்...' என்று அவர் முன் நின்றேன்.

அந்த மாலையை என் கழுத்தில் போட்டு முத்தம் கொடுத்தார். எவ்வளவு பெருந்தன்மை அவருக்கு. என் கண்களில் கண்ணீர் வந்து விட்டது.

சத்யா ஸ்டுடியோவிற்கு வெளியே மக்கள் கூட்டம் கூடிக் கொண்டேயிருந்தது. தள்ளுமுள்ளு அதிகமாகிக்கொண்டே இருந்தது.

இதைக் கவனித்துவிட்ட மக்கள் திலகம், "அவர்களை உள்ளே அனுப்புங்க" என்று சொல்விட்டார். கேட்டை திறந்ததும்... திபு திபுன்னு மொத்தக் கூட்டமும் வந்துவிட்டது.

'உன் விழியும் என் வாளும் சந்தித்தால்...' என்ற பாடலுக்கு அவர் ஆடினார். அந்தப் பாடலுக்கு சரியாக வாயசைக்கிறாரா என்று மொத்த கூட்டமும் அவர் வாயையே பார்த்துக்கொண்டிருந்தது.

அப்படி ஒரு சம்பவமே நடக்காதது மாதிரி (சுடப்பட்ட சம்பவம்) மக்கள் திலகம் எப்போதும்போல் பாடலுக்கு வாயசைத்துக் கொண்டிருந்தார்.

அதுமட்டுமா... அவர் துள்ளிக்குதித்து ஆடியதும், ஆஹா வாத்தியார் நல்லாயிட்டாரு என்று மொத்த கூட்டமும் துள்ளிக் குதித்தது.

குடியிருந்த கோயிலுக்கு முதல் வைத்த பெயர் சங்கமம் தயாரிப்பாளர் ஜி.என்.வேலுமணி.

இதற்கு மறுநாள் வாகினி ஸ்டூடியோவில் 'காவல்காரன்' ஷூட்டிங். அங்கேயும் கூட்டம். தள்ளுமுள்ளுவை பார்த்ததும் உள்ளே விடச் சொல் விட்டார் மக்கள் திலகம்.

மக்கள் திலகத்திற்கு ஒரு 'வில் பவர்' இருக்கு. அவர் உடம்புக்கு சரியில்லேன்னாலும் அதை வெளியில் காட்டிக்கொள்ளமாட்டார். அது தெரியாத அளவுக்கு எப்போதும்போல் படப்பிடிப்பில் நடிப்பார்.

வாஹினியில், 'நினைத்தேன் வந்தாய் நூறு வயது' என்ற பாடலுக்கு ஆடினார். நான் நல்லா இருக்கேன். உடம்புக்கு எந்த குறையும் இல்லை என்பதை உணர்த்த... துள்ளிக் குதித்து ஆடினார். பொதுவாகவே மக்கள் திலகம் ஒரு இடத்தில் நின்று பாடமாட்டார். அங்கே இங்கே ஓடி ஆடிப் பாடுவார்.

அதேமாதிரி செய்ததும் பழையபடி பார்க்க முடியாதா என்று ஏங்கிக்கொண்டிருந்த மக்கள் திலகம் ரசிகர்கள் எல்லோரும் சந்தோசத்தில் கத்தினார்கள்.

அன்பு அண்ணன் எம்.ஜி.ராமச்சந்திரன்

சத்யா ஸ்டுடியோவில் "நான் ஏன் பிறந்தேன்" படத்தின் ஷுட்டிங் கில் க்ளோசப்பில் படம் எடுத்தேன். அதை பிரிண்ட் போட்டு வந்து அதில் ஆட்டோகிராப் போடச்சொல் கேட்டேன்.

"என் அன்புத்தம்பி

உழைப்பால் உயர்ந்தவர்

சங்கர்

– அன்பு அண்ணன்
எம்.ஜி.ராமச்சந்திரன்"

-என்று ஆட்டோகிராப் போட்டுக் கொடுத்தார்.

அதை இப்போதும் பத்திரப்படுத்தி வைத்திருக்கிறேன். எனக்குப் பிறகும் இது என் வீட்டை அலங்கரிக்க வேண்டும் என்று பிள்ளை களுக்குச் சொல் யிருக்கிறேன்.

மாமாவுக்கும் எனக்கும் கிடைத்த பெரும் பாக்கியம்

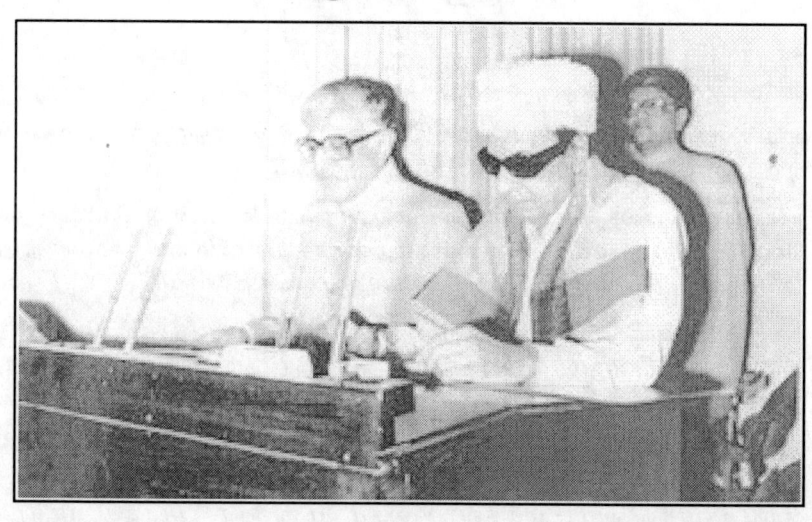

மக்கள் திலகம் முதல்வர் ஆனதும் பதவியேற்பு நாள் அன்று 'இதயம் பேசுகிறது' மணியன் (அப்போது ஆனந்த விகடனில் இருந்தார். உலகம் சுற்றும் வா பன் படத்திற்காக வெளிநாடுகளுக்காக வந்தபோதும் அவர் ஆனந்த விகடனில்தான் இருந்தார்.) மாமா நாகராஜராவ் வீட்டிற்கு வந்தார்.

மாமையையும், என்னையும் அழைத்துக்கொண்டு போனார். பதவியேற்பு விழா முடிந்ததும் அரசாங்க கோப்புகளில் முதல் கையெழுத்து போடுவதை மாமாதான் படம் எடுக்க வேண்டும் என்று மக்கள் திலகம் அழைத்தார். மாமா சென்று கலரில் படம் எடுத்தார். அடுத்து நான் கருப்பு வெள்ளையில் நிறைய படங்கள் எடுத்தேன். இது எங்களுக்கு கிடைத்த பெரும் பாக்கியமாகக் கருதினேன்.

மாமா எடுத்த படம் ஆனந்த விகடனில் அட்டைப் படமாய் வந்தது. கோப்புகளில் மக்கள் திலகம் கையெழுத்துப் போடும் அந்த படம் மக்களிடையே பெரும் வரவேற்பை பெற்றது. புத்தகத்தின் உள்ளே நான் எடுத்த கருப்பு-வெள்ளை படங்கள் இருந்தன.

'அட்டைப்பட பிரத்யேக ஸ்டில் நாகராஜராவ், உள் படங்கள் சங்கர்ராவ்' என்று அச்சிட்டிருந்தார்கள்.

வள்ளலுக்கு நிதி திரட்டல்

கைரேகை பார்ப்பதில் வல்லவர் மக்கள் திலகம். 'மாட்டுக்கார வேலன்' படப்பிடிப்பில் உதவி இயக்குநர் ஜெகன்நாதனின் கையை பிடித்து கைரேகை பார்த்தார் மக்கள் திலகம்.

'நீ வருங்காலத்துல பெரிய டைரக்டரா வருவே' என்று சொன்னார். பின்னாளில் அவரே ஜெகன்நாதனின் திறமையை உணர்ந்து 'இதயக்கனி' படத்தை இயக்கும் வாய்ப்பை கொடுத்தார்.

இதயக்கனி எ.ஜெகன்நாதன் 1985-ல் கற்பூர தீபம் படத்தை இயக்கினார். சிவகுமார், சுஜாதா, அம்பிகா நடித்தார்கள். 'சிகப்பு ரோஜாக்கள்' ஷூட்டிங் நடந்த வீட்டில்தான் அன்றைய ஷூட்டிங் நடந்தது.

அன்று மக்கள் திலகம் பிறந்தநாள். அவரால் வளர்ந்தோம் என்கிற நன்றி உணர்விலும், மக்கள் திலகம் மீதுள்ள பாசத்தினாலும் படக்குழுவினர் எல்லோருக்கும் 10 ரூபாய் கொடுத்தார் ஜெகன்நாதன்.

இரண்டு வருடங்கள் கழித்து மக்கள் திலகம் மிகவும் நோய்வாய்ப் பட்டிருந்த நிலையில் அவருக்கு சின்ன சந்தோஷத்தைக் கொடுக்க நினைத்தார்கள். கலைஞர்கள் தங்களால் இயன்ற பணம் தந்து உதவி அவரை மகிழ்விக்க வேண்டும் என்று முடிவெடுத்தார்கள்.

வாரி வாரி கொடுத்த அந்த வள்ளலுக்கு கலைஞர்கள் நிதி திரட்டியபோது நான் 500 ரூபாய் கொடுத்தேன். ஜெகன்நாதன் பத்தாயிரம் ஆயிரம் ரூபாய் கொடுத்தார்.

பாலுமகேந்திரா செய்த காரியம்

மக்கள் திலகத்திற்கு ‘டாக்டர் பட்டம்’ வழங்கப்பட்டதற்காக திரைப்படக் கலைஞர்கள் பாராட்டுவிழா எடுத்தனர். இப்போது நேரு ஸ்டேடியம் இருக்கும் இடம் அப்போது கா இடமாக இருந்தது. அங்குதான் பாராட்டுவிழா நடந்தது. பிரம்மாண்ட அரங்கம் அமைத்து அந்த விழா நடந்தது.

பாரதிராஜா, பாக்யராஜ், டி.ராஜேந்தர் என்று மக்கள் திலகம் மீது மரியாதை கொண்ட அனைவரும் வந்து மனதார வாழ்த்தினர். நடிகை ரேவதி உட்பட பலர் நடனம் ஆடினார்கள்.

இந்த விழா நடப்பதற்கு இரண்டு தினங்கள் முன்பு, அடையாறு பார்க் ஷெரட்டன் ஓட்ட ல் சின்ன விழா நடந்தது. அங்கேயும் திரை பிரபலங்கள் குவிந்திருந்தார்கள்.

மக்கள் திலகம் அப்போது முதல்வர் என்பதால், அவர் வரமாட்டார் என்கிற நினைப்பில் நான், ஜெய்சங்கர் உட்பட சிலர் ட்டிரிங்ஸ் சாப்பிட்டுக்கொண்டிருந்தோம்.

திடீரென்று மக்கள் திலகம் வந்து விட்டார். அப்போது இலங்கை பிரச்சினை உச்சத்தில் இருந்ததால் அவர் கருப்பு உடையில் வந்திருந்தார்.

அவர் வந்ததும் நாங்கள் சாப்பிட்டுக் கொண்டிருந்த டிரிங்சை மறைத்துவிட்டோம்.

நான் அவசர அவசரமாக ஓட்டல் ஊழியரிடம் சென்று டூத் பேஸ்ட் வாங்கி பல் துலக்கிவிட்டு வந்து மக்கள் திலகத்திற்கு வணக்கம் வைத்தேன். “எப்படியிருக்கு சினிமா ” என்று கேட்டார் மக்கள் திலகம்.

‘நல்லாயில்ல சார்’ என்றேன்.

“ஏன் அப்படிச் சொல்ற?”

“நீங்கதான் சி.எம். ஆகிட்டீங்களே சார்”.

சிரித்துக்கொண்டே என் தோளில் கை போட்டார்.

பல் துலக்காததால் மது வாடை அடிக்கும் என்பதால், அது மக்கள் திலகத்திற்கு பிடிக்காது என்பதால் தூரத்திலேயே நின்று கொண்டிருந்தார் ஜெய்சங்கர்.

மக்கள் திலகம் சில கலைஞர்களுடன் தோளில் கை போட்டுக் கொண்டு போஸ் கொடுத்தார். நான் படம் பிடித்தேன்.

அப்போது டைரக்டர் பாலுமகேந்திரா மக்கள் திலகம் தோள் மேல் கை போட்டு விட்டார்.

அவர் தோளில் கை போட்ட அடுத்த நிமிடமே பட்டென்று மக்கள் திலகம் தட்டிவிட்டார்.

அவசரத்தில் இதையும் நான் படம் பிடித்துவிட்டேன். மக்கள் திலகம் இதைக் கவனித்துவிட்டார்.

நடிகை ஷோபா பாலுமகேந்திராவால் கொலை செய்யப்பட்டார் என்று பேசப்பட்ட நேரம் அது.

'முதல்வர் என்பதால் வழக்கில் இருந்து தப்பிக்க மக்கள் திலகத்திற்கு நெருக்கமாக இருப்பதுபோல் காட்டிக் கொள்வதற்காக அப்படி தோளில் கை போட்டு படம் எடுக்கப் பார்த்திருக்கிறார் பாலுமகேந்திரா' என்று முணுமுணுத்தார்கள்.

'பெருந்தன்மையாக எல்லோருடைய தோளிலும் முதல்வர் கை போடுகிறார். அதற்காக அவர் தோளிலேயே கை போடலாமா?' என்று சிலர் சிடுசிடுத்துக் கொண்டிருந்தார்கள்.

விழா நடந்த அன்று இரவு 11 மணிக்கு நான் வீட்டிற்குள் வந்து நுழைந்தேன். கொஞ்ச நேரத்தில் கதவு தட்டும் சத்தம் கேட்டது. திறந்தபோது ஜேப்பியார் நின்று கொண்டிருந்தார்.

"என்ன சார் நெகடிவ் ரோலை எல்லாம் வாங்கிக்கொண்டு வரச் சொன்னாரா எம்.ஜி.ஆர். சார்" என்று கேட்டேன்.

"அதெப்படி இவ்வளவு கரெக்ட்டா சொல்லுறீங்க" என்று கேட்டார்.

"இத்தனை வருஷம் அவர்கூட இருந்திருக்கிறேன். இது தெரியாதா சார். பாலுமகேந்திரா தோளில் கை போட்டதும் நான் படம் எடுத்ததை மக்கள் திலகம் பார்த்துவிட்டார். நிச்சயம் பி ம் ரோலை வாங்கிக் கொள்வார் என்று தெரியும்." என சொல் விட்டு, பி ம் ரோலை ஜேப்பியாரிடம் கொடுத்தேன்.

அதை வாங்கிக்கொண்டதும் அவர் தலைவர் கொடுக்கச் சொன்னார் என்று ஒரு கவர் கொடுத்தார். பிரித்து பார்த்தேன். அதில் நூறு ரூபாய் நோட்டுக்கள் பத்து இருந்தன.

ராஜா வளர்த்த ராஜா

இசை, ஒளிப்பதிவு, எடிட்டிங், என்று சினிமாவில் எத்தனை டிபார்ட்மென்ட் இருக்குதோ அத்தனையிலும் உள்ள தொழில் நுட்பங்கள் மக்கள் திலகத்திற்கு அத்துப்படி. கேமரா உதவியாளர் இல்லாத நேரத்தில் அவரே லென்ஸ் சரி செய்வார். மேக்கப்மேன் பீதாம்பரம் இல்லாத நேரத்தில் அவரே மேக்கப் போட்டுக்கொள்வார். அவரே காஸ்ட்யூம் கவனித்துக் கொள்வார்.

எல்லாம் அறிந்து வைத்திருந்ததால்தான் சினிமாவில் எவரும் அசைக்க முடியாத சக்கரவர்த்தியாக இருந்தார்.

'அடிமைப் பெண்' படத்தின் க்ளைமாக்ஸ் காட்சிக்காக மக்கள் திலகம் அவ்வளவு மெனக்கெட்டார். தாய் பண்டரிபாயை சிங்கத்திடம் இருந்து காப்பாற்றும் அந்த சண்டைக்காட்சி ரசிகர்களிடையே பெரும் வரவேற்பை பெற்றது.

சிங்கத்தின் வாயைப் பிளக்கும்போது விசில் சத்தம் தியேட்டரை பிளக்கும். இந்த அளவுக்கு ரசிகர்கள் மத்தியில் வரவேற்பை பெற்ற அந்த காட்சிக்கு மக்கள் திலகம் அந்த அளவிற்கு முயற்சி எடுத்தார்.

பாஞ்சாப்பில் இருந்து 15 ஆயிரம் ரூபாய்க்கு சிங்கம் ஒன்று வாங்கினார். (1968)

சிங்கத்தின் கூடவே அதன் பயிற்சியாளரையும் சென்னைக்கு வரவழைத்துவிட்டார். அந்த சிங்கம் இங்கே வரும்போது எலும்பும் தோலுமாக இருந்தது. மக்கள் திலகத்தின் பார்வைக்கு வந்த பிறகு நன்கு வளர்ந்திருந்தது. சத்யா ஸ்டுடியோவில் பெரிய கூண்டு வைத்து அந்த சிங்கத்தை பராமரித்தார். அதற்கு ராஜா என்று பெயர் வைத்தார்.

சிங்கத்தைப் பராமரிக்கும் பஞ்சாபி ஆளுக்கு அடையாறில் ரூம் எடுத்து கொடுத்திருந்தார். அவருக்கு தமிழ் தெரியாது. இந்திதான் தெரியும். மக்கள் திலகம் அவரிடம் சரளமாக இந்தியில் பேசுவார்.

சத்யா ஸ்டுடியோ பின் புறம் 30 அடி ஆழத்திலும் 30 அடி அகலத் திலும் கிணறு மாதிரி வெட்டச்சொன்னார் மக்கள் திலகம். அந்தக் குழிக்குள் சிங்கத்தின் கூண்டுவை வைத்துவிட்டார். படப்பிடிப் பின் போது சிங்கத்தின் கூண்டு திறந்துவிடப்படும்.

அந்த காட்சி முடிந்ததும் சிங்கம் கூண்டுக்குள் சென்றுவிடும். கூண்டுக்குள் இருந்து வெளியே வந்த சிங்கம் மேலே வந்துவிடக் கூடாது என்பதற்காகத்தான் அத்தனை பெரிய பள்ளம் வெட்டச்

சொல் யிருந்தார்.

சிங்கம் நம்மை அடித்தால் அந்த அடி 250 பவுண்டு எடை கொண்ட பொருளால் தாக்கியபோல் இருக்கும் என்று பயிற்சியாளர் எச்சரித்திருந்தார்.

சிங்கம் பசித்தால்தான் இறைதேடும். பசி இல்லையென்றால் பக்கத்தில் போய் நின்றால் கூட நம்மை தாக்காது என்று காலை முதல் மாலை வரை சிங்கத்திற்கு தேவையான உணவை கொடுத்துவிடச் சொல்லுவார்.

ஒரு நாளைக்கு இரண்டு ஷாட் தான் எடுத்து முடிக்க முடிந்தது. அந்த க்ளைமாக்ஸ் காட்சி மட்டும் எடுத்து முடிக்க 25 நாட்களுக்கு மேல் ஆனது. 25 நாட்களும் இரவில் தான் படப்பிடிப்பு நடந்தது.

மக்கள் திலகத்தின் முயற்சியும், கேமராமேன் ராமமூர்த்தியின் பக்கபலமும் இருந்ததால்தான் அந்த காட்சியை அவ்வளவு சிறப்பாக எடுக்க முடிந்தது.

'அடிமைப் பெண்' ஷுட்டிங் முடிந்ததும் அந்த சிங்கத்தை ராமா வரம் தோட்டத்தில் வைத்து பராமரித்தார். மூன்று வருடங்களுக்கு பிறகு ராஜாவை பராமரித்து வந்த பஞ்சாபிக்காரர் அவர் ஊருக்கே சென்றுவிட்டார்.

அதன்பிறகு சில வருடங்கள் கழித்து திடீர் என்று நோய்தாக்கி ராஜா இறந்துவிட்டது.

ராஜா மீது அதிக பாசம் வைத்திருந்த மக்கள் திலகத்திற்கு அதன் இழப்பை தாங்கிக்கொள்ள முடியவில்லை. அதனால் உடனே பஞ்சாபிக் காரர் வரவழைக்கப்பட்டார்.

அவரின் உதவியுடன் ராஜா பாடம் செய்யப்பட்டு கண்ணாடிக் கூண்டுக்குள் வைக்கப்பட்டது.

இன்றும் தி.நகர். ஆற்காடு சாலையில் உள்ள மக்கள் திலகம் நினைவு இல்லத்தில் கம்பீரமாக நிற்கிறது ராஜா.

மாமா மகன் பாபு, மாமா நாகராஜராவ், மக்கள் திலகத்துடன் நானும் மனைவி இந்திராவும்.

நான் உனக்கு சொந்தக்காரன் இல்லையா

உலகத்துல எந்த மூலையில இருந்தாலும் உன் திருமணத்திற்கு வந்துவிடுவேன் என்று அடிக்கடி சொல் க்கொண்டிருப்பார் மக்கள் திலகம்.

மாமாவுடன் சென்று மக்கள் திலகத்திடம் என் திருமண பத்திரிகை கொடுத்தேன். வாங்கிப்பார்த்த அவர், “அடடா இந்த தேதியில நான் டெல் யில இருப்பேனே. இந்திராகாந்தியுடன் சந்திப்பு இருக்கு” என்று சொன்னார்.

உலகத்துல எங்க இருந்தாலும் வந்துடுவேன்னு அடிக்கடி சொல் யிருக்கீங்க. அதெல்லாம் பொய்யா சார் என்று கேட்டேன். அவர் மவுனமாக இருந்தார்.

“நான் வேண்டுமானால் திருமண தேதியை மாற்றுவதற்கு ஏற்பாடு செய்யவா சார்”

“திருமணம் தேதி எல்லாம் பெரியவங்க முடிவு செஞ்ச விசயம். அதை மாற்றக்கூடாது. நான் வேண்டுமானால் டெல் புரோகிராமை

சங்கர்ராவுக்கு திருமணப் பரிசு அளிக்கிறார் மக்கள் திலகம்

சங்கர்ராவுக்கு திருமண வரவேற்பில் தேவர்

மாத்திக்கிறேன்" என்று சொன்னார்.

"ரொம்ப நன்றி சார்" என்று சொல் விட்டு நான் அவர் கா ல் விழுந்து ஆசி வாங்கிக்கொண்டேன்.

திருமண பத்திரிகையை மீண்டும் ஒரு முறை படித்தார். "திருமண வரவேற்பு நியூ உட்லண்ட்ஸ் ஓட்ட ல் என்று போட்டிருக்கு. திரு மணம் எங்க நடக்குதுன்னு போட யே" என்று கேட்டார்.

"சொந்தக்காரங்கள மட்டும் வச்சு திருமணத்த முடிச்சிடுறோம் சார். ரிசப்ஷனுக்குத்தான் எல்லோருக்கும் சொல் யிருக்கிறோம் சார்" என்று சொன்னதும் சிரித்துக்கொண்டார்.

திருமண வரவேற்பிற்காக நியூ உட்லண்ட்ஸ் ஓட்டலுக்கு வந்து வாழ்த்துவார் என்ற சந்தோசத்தில் ராமாவரம் தோட்டம் விட்டு வெளியே வந்தேன்.

பூந்தமல் சாலையில் உள்ள தாசப்பிரகாஷ் ஓட்ட ல் திருமணம் வைத்திருந்தேன். காலை 7 மணிக்கு முகூர்த்த நேரம். 6.30 மணிக்கு ஓட்ட ல் உள்ள என் அறையில் நான் மாப்பிள்ளை கோலத்தில் பட்டு வேட்டி, பட்டுச்சட்டை போட்டு தலை வாரிக்கொண்டிருந்தேன்.

என் அறையை வேகமாகத் திறந்த உறவினர், சங்கர்...

நியூ உட்லண்ட்ஸ் ஓட்டலில் திருமண வரவேற்பின்போது உணவருந்துகிறார் மக்கள் திலகம்.
அருகில் அமர்ந்திருப்பவர் நாகராஜராவ்.

என் மனைவியுடன் மாமா நாகராஜராவ் மற்றும் அவரது மனைவி.

எம்.ஜி.ஆரும்-ஜானகியம்மாவும் வந்திருக்காங்க என்று சொன்னார்.

"என்ன சொல்றீங்க... அவர் ஈவ்னிங் ரிசப்ஷனுக்கு இல்ல வருவார்".

"நீ என்ன இப்படி கேட்டுகுற...அவர் வந்து மேலே சாப்பிடுறாரு" என்று சொன்னதும் என்னால் நம்ப முடியவில்லை. நம்பாமல் அங்கே யே இருக்கவும் முடியவில்லை. மாடிக்குச்சென்றேன்.

மக்கள் திலகமும், ஜானகியம்மாவும் சாப்பிட்டுக்கொண்டிருந் தார்கள். சந்தோசத்தில் எனக்கு பேச்சே வரவில்லை. "முகூர்த்தத்திற்கு ரெடியாகுற நேரத்துல நீ ஏன் இங்கு வந்த.. என்று கேட்டுக்கொண்டே" எழுந்தார் மக்கள் திலகம்.

அவர் அருகில் வந்ததும் நான் கா ல் விழுந்து ஆசி வாங்கிவிட்டு நின்றேன்.

"ஆமாம்... நீ என்ன சொன்னே?" என்று கேட்டார்.

நான் ஏதோ சொல்லக்கூடாததை சொல் விட்டேன் என்பது மாதிரி இருந்தது அவரின் கேள்வி.

"தயங்கியபடியே... எப்ப... சார்?" என்று கேட்டேன்.

பத்திரிகை கொடுக்கும்போது... என்று அவர் சொன்னதும் எனக்கு

ஒன்றும் புரியவில்லை.

"என்ன சொன்னேன் சார்" என்று தயங்கி நின்றேன்.

"திருமணத்துக்கு சொந்தக்காரங்கள மட்டும் அழைச்சிருக்கேன்னு சொன்னியே. அப்ப நான் சொந்தக்காரன் இல்லையா. என்னை நீ சொந்தமா நினைக்கலையா?" என்று கேட்டதும்,

சந்தோசத்தில் நான் கண்கலங்கி நின்றேன். 'சரிசரி நீ மண மேடைக்குப் போ" என்று அனுப்பினார். திருமணம் முடிந்ததும் ஜானகியம்மாவும், மக்கள் திலகமும் வாழ்த்திவிட்டு சென்றார்கள்.

அன்று மாலையில் 'நியூ உட்லண்ட்ஸ்' ஓட்டல் நடந்த திருமண வரவேற்பிற்கும் ஜானகியம்மாவுடன் வந்து திருமண பரிசு கொடுத்து, வாழ்த்தினார். உணவு அருந்தியதும் கொஞ்ச நேரம் உட்கார்ந்துவிட்டு சென்றார்.

திரையுலக பிரமுகர்கள் அனைவரும் வந்து வாழ்த்தினார்கள்.

உனக்காகவோ உன் மனைவிக்காகவோ கொடுக்கவில்லை

சி.எம். ஆனபிறகு மக்கள் திலகத்தை அடிக்கடி சந்திப்பேன். அப்படியொரு சந்தர்ப்பத்தில் "என்ன சங்கர்...சொந்த வீடு வாங்கி யாச்சா?" என்று கேட்டார்.

"இல்ல சார்" என்றேன்.

"எங்க வீடு வேணும்?" என்றார்.

"அண்ணாநகர் ஹவுசிங் போர்டுல..." என்றேன்.

"அண்ணா நகர்னா... அது திருநாவுக்கரசு இல்ல முடிவு பண்ணணும்" என்றார்.

"அவரே நீங்க பார்த்து வந்தவர்தானே" என்று சொன்னேன்.

சிரிச்சார்.

அடுத்த பத்தாவது நாளில் அண்ணா நகரில் வீடு கட்ட இடம் எனக்கு ஓ.கே. ஆச்சு.

அண்ணா நகரில் ஒண்ணே கால் கிரவுண்ட்டில் இடம் கிடைப் பது என்பது எவ்வளவு பெரிய விசயம். ஆனால் அதை நான் வீணடித்து விட்டேன். அந்த இடத்தை விற்று 'கன்னடப் படம்' எடுத்தேன். ஒரு வாரம் கூட ஓடவில்லை. பி ம் பெட்டி திரும்பிவிட்டது.

அப்போதைக்கு எனக்கு 7 லட்ச ரூபாய் நஷ்டம். இப்போதைய மதிப்பு பல கோடி.

மக்கள் திலகம் நல்ல மனதோடு இடம் கொடுத்தார். நான் அதை பயன்படுத்திக் கொள்ளவில்லை. என்னதான் எண்ணெய்யை தடவிக்கொண்டு வீதியில் புரண்டாலும் ஒட்டுறதுதானே ஒட்டும்.

ராமாவரம் தோட்டத்தில் வைத்துதான் அந்த இடப் பத்திரத்தை எனக்கு கொடுத்தார். அப்போது ஜானகி அம்மா அருகில் இருந்தாங்க. அப்போது நான், மனைவி, குழந்தைகளையும் அழைத்து சென்றிருந் தேன்.

பத்திரத்தைக் கொடுக்கும் போது, "உனக்காகவோ உன் மனைவிக் காகவோ நான் இந்த இடத்தை கொடுக்கவில்லை. பிற்காலத்தில் இந்த இடம் இரண்டு குழந்தைகளுக்கும் பயன்பட வேண்டும். அதற்காகத் தான் கொடுக்கிறேன்" என்று சொன்னார்.

விதியை வெல்ல யாரால் முடியும். என் குழந்தைகளுடன் இப்போது வாடகை வீட்டில் வசிக்கிறேன்.

சொன்னது பலித்தது

எனக்கு திருமணமான புதில் எதிர்காலம் கருதி என் மனைவி இந்திராவுக்கு வேலை வாங்கித்தருவதாக சொன்னார் மக்கள் திலகம். ஆல் இந்தியா ரேடியோவில் வாய்ஸ் டெஸ்டில் செலக்ட் ஆனார் மனைவி. தமிழ்நாடு கோ-ஆப்ரேட்டிவ் வங்கியிலும் செலக்ட் ஆனார். வேலை செல்லும் பயத்திலும் இருப்பதே போதும் என்ற மனத்திலும் இரண்டையும் மறுத்துவிட்டார்.

"இருக்குறது போதும்னு நினைக்கிறதே நல்ல குணம் தான்" என்று இந்திராவை வாழ்த்தினார்.

ஒரு முறை ராமாவரம் தோட்டத்தில் மனைவி குழந்தைகளுடன் மக்கள் திலகத்தை சந்தித்தேன். ஜானகி அம்மா என் குழந்தைகளை மாடிக்கு கூட்டிட்டு போனாங்க. அப்போது என் மகள் கல்பனாவுக்கு 5 வயசு. மகன் ரவிகிரணுக்கு 3 வயசு.

ஜானகி அம்மா எடுத்துக்கொடுக்க இரு குழந்தைகளுக்கும் வள்ளல் தங்கச் சங்கி அணிவித்து ஆசிர்வதித்தார்.

அப்போது வள்ளல் என் மனைவியிடம், "உன் கணவர் உழைப்பால் உயர்ந்தவர். பிற்காலத்தில் நல்ல நிலையில் இருப்பார்" என்று சொன்னார்.

அவரின் வாக்கு ப த்துவிட்டது.

என் மகள் கல்பனா அமெரிக்காவில் பி.எச்.டி படித்துவிட்டு அங்கேயே வேலை பார்க்கிறார். அவரின் கணவர் காசிநாதனும் (திருச்சி) அமெரிக்காவில்தான் வேலை பார்க்கிறார்.

ரவிகிரண் பி.இ. படித்துவிட்டு போர்டு கார் கம்பெனியில் என்ஜினியராக வேலை பார்க்கிறார். வள்ள ன் ஆசிர்வாதத்தால் என் இரு பிள்ளைகளும் நல்ல நிலைமையில் இருக்கிறார்கள். அதனால் நானும் நிம்மதியோடு இருக்கிறேன்.

ரொம்ப நெருக்கமானவங்களப் பார்த்துட்டா அழுதிடுவார்

அமெரிக்கா போய்விட்டு வந்ததும். நானும் மனைவியும் ஸ்கூட்டரில் ராமாவரம் தோட்டம் போனோம். அங்கே நெடுஞ்செழியன் உட்பட பலரும் இருந்தார்கள். யாராலயும் மக்கள் திலத்தை பார்க்க முடியல. இப்படியே ரெண்டு நாள் அலைந்தேன்.

மூன்றாவது நாள் போன போது மக்கள் திலகம் செக்யூரிட்டி ஆபீசர் நித்யானந்தம், "என்ன சங்கர் சார்... வந்து வந்து போறீங்க. நிலைமை அப்படியிருக்கு சார். ரொம்ப நெருங்குனவங்கள பார்த்துட்டா அழ ஆரம்பிச்சிடுறாரு. அதனாலதான் யாரையும் பார்க்க அனுமதிக்கக்கூடாதுன்னு டாக்டர் சொல் யிருக்காங்க. என்ன பண்றது சார் " என்று சொன்னார்.

" சரி சார்..அப்ப வேணாம்" என்று கிளம்பினேன். இருங்க என்று சொல் விட்டு கீழேயிருந்து ஜானகி அம்மாவுக்கு போன் போட்டு நான் வந்திருக்கும் விசயத்தை சொன்னார். போனை வைத்துவிட்டு, "சாருக்கு வயிற்றுப் போக்கு ஜாஸ்தியா இருக்கு. அதனால இன்னைக்கு யாரும் அவரைப் பார்க்க முடியாது" என்று சொன்னார் நித்யானந்தம். எல்லோரும் போய்விட்டார்கள்.

நானும் மனைவியும் கிளம்பினோம். நித்யானந்தம் சார் என்னை கூப்பிட்டு, "உங்கள மட்டும் ஜானகி அம்மா இருக்கச் சொல் யிருக்காங்க" என்று சொல் விட்டு 'கெஸ்ட் ஹவுசில் உட்கார்ந்திருங்க' என்றார். ' உங்க மனைவியை மேல அனுப்புங்க ஜானகி அம்மா கூப்புடுறாங்க' என்றார். மனைவி இந்திரா மேலே சென்று ஜானகி அம்மாவோடு பேசிக்கிட்டு இருந்தாங்க.

கடைசி சந்திப்பு

ரொம்ப நேரம் கழித்து மனைவி மாடிப்படி வழியே இறங்கி வந்தாங்க. பிறகு மக்கள் திலகம் ப்டில் வந்தார். ப்டில் இருந்து இறங்கியதும், அருகிலேயே இருந்த சேரில் உட்கார்ந்து கொண்டார்.

மாடிப்படி ஏற முடியாத காரணத்தால் அவர் அமெரிக்காவில் இருந்து வருவதற்கு முன்பே ப்ட் வசதி செய்து வைத்திருந்தார்கள். ப்டுக்கு அருகிலேயே சோபா, சேர், மேஜை, டெ போன் எல்லாம் வைத்திருந்தார்கள். ப்ட்டில் இருந்து இறங்கியதும் அங்கேயே உட்கார்ந்து கொள்வார்.

அவர் கால் வீங்கியிருந்தது. கை ரொம்ப நடுங்கியது அவருக்கு. டெ போனை பக்கதுல எடுத்து வைக்கப் போனார். கை எல்லாம் நடுங்குதே என்று நான் எடுத்து வைக்க போனை எடுத்தேன்.

அந்த நிலையிலும் அவர் வில் பவரை விட்டுக் கொடுக்கவில்லை. தன்னை இயலாதவன் என்று யாரும் நினைத்துவிடக்கூடாது என்பதில் உறுதியுடன் இருந்தார். என் கையை தட்டிவிட்டு, பல்லைக் கடித்துக் கொண்டு அவரே எடுத்து வைத்தார்.

கட்டையில் செஞ்சு வச்சிருந்தா எப்படி நரம்பு புடைக்கும். பெரிய இரும்பில் செஞ்சு தாங்க என்று தனிப்பிறவி படத்தின் படப் பிடிப்பில் சொன்னதையும் பார்த்திருக்கிறேன். இதையும் பார்த்தபோது எனக்கு மனசுக்கு என்னவோபோல் இருந்தது.

அவரால் சரியாக பேசவும் முடியல. குளறிக்கொண்டே... "என்ன சங்கர்... வீடு கட்டிட்டியா" என்று கேட்டார். அவர் குளறிக்குளறி கேட்டாலும் நான் புரிந்துகொண்டேன்.

"பொங்கல் கழிச்சு வா... பொங்கலுக்கு கூட்டம் அதிகமா இருக்கும். அதனால பொங்கல் முடிஞ்சே வா. வீடு கட்டப் பணம் தர்றேன்" என்று சொன்னார்.

வாய் சரியாக பேசமுடியாததால் அவர் இதைச் சொல்வதற்கு ரொம்பவும் சிரமப்பட்டார். அவர் பேசியது சட்டென்று புரியாது. இதைத்தான் சொல்கிறார் என்பதை நான் புரிந்துகொண்டேன். அவர் சொன்னது நான் சரி சார் என்று சொல்ல வாயெடுத்தேன். அதற்குள், என் மனைவி அப்படி ஒரு கேள்வியை கேட்டுவிட்டார். "நீங்க என்ன பேசுறீங்கன்னு புரியலயே அய்யா" என்று சொல் விட்டார்.

அவ்வளவுதான் மக்கள் திலகம் அழுதுவிட்டார். தான் பேசுவது

மற்றவர்களுக்கு புரியாத நிலைக்கு ஆளாகிவிட்டோமே என்று அவர் மனம் ஒடிந்துவிட்டார். அதுவும் ஒரு பெண் இப்படி கேட்டதும் அவரால் தாங்கிக்கொள்ள முடியவில்லை.

கடைசிவரையிலும் தன் இமேஜ் கெடாமல் வாழ்ந்த அவரைப் பார்த்து அப்படி கேட்கலாமா என்று நினைக்காமல் கேட்டுவிட்டார். தன்னை ஒரு பெண் கேட்டுவிட்டதை அவரால் தாங்கிக்கொள்ள முடியவில்லை.

நான் பதறிப்போய், "அதெல்லாம் ஒண்ணுமில்ல சார்.... புரியுது சார். அவுங்க வேறு ஏதோ கவனத்துல கேட்டுட்டாங்க சார்" என்று சொன்னேன்.

கொஞ்ச நேரத்திற்கு எதுவும் பேசமால் அமைதியாக இருந்தார். அவர் கண்களில் மட்டும் நீர் கட்டியிருந்தது.

எல்லோரையும் அனுப்பிவிட்டு நம்மள பார்க்கணும்னு வந்தாரே... இப்படி ஆயிட்டேன்னு பதறிப்போய்... நானாக பேச்சை ஆரம்பிச்சேன். "பணம் இல்ல சார் அதனாலதான் வீடு கட்டல. அது கிடக்கட்டும் சார்..." என்று பேச்சைத் தொடங்கினேன்.

பொங்கல் கழிச்சு வா. பணம் தர்றேன்... வீடு கட்டிக்க... என்று சொன்னார். ஆனால், அதுதான் கடைசி சந்திப்பாக இருக்கும் என்று அவரும் நினைக்கவில்லை. நானும் நினைக்கவில்லை.

நினைத்திருந்தால் எதுக்கு பொங்கல் கழிச்சி வான்னு சொல்லுறாரு. பொங்கலுக்கு முன்பே டிசம்பர் 24-ம் தேதி அவர் மறைந்துவிட்டார் என்கிற பெரிய இடி விழுந்துச்சு.

அந்தக் கோலத்தில் படம் எடுக்க மனசில்லை

அந்தப் பேரதிர்ச்சியான செய்தி வந்ததுமே டூவீலரில் ராமாவரம் தோட்டத்திற்குப் பறந்தேன். தோட்டத்தின் கேட்டிற்கு வெளியே ஆயிரக்கணக்கானோர் கண்ணீருடன் தலையில் அடித்துக்கொண்டே முண்டியடித்துக் கொண்டிருந்தனர். யாரையும் உள்ளே அனுமதிக்க வில்லை. வாசல் கேட்டில் தெரிந்தவர்கள் நின்று கொண்டிருந்தார்கள். ஆனால் கூட்டத்தை சமாளித்துக்கொண்டு கேட் அருகே போக முடியவில்லை. அப்படியே போனாலும் அந்த சூழ்நிலையில் எனக்காக கேட்டை திறக்கச்சொல் கேட்க முடியுமா?

நேரம் ஆக... ஆக கூட்டம் அதிகமாகிக்கொண்டே இருந்தது. இதற்கு மேலும் நின்றுகொண்டிருந்தால் சரிப்பட்டு வராது என்று முடிவெடுத்தேன்.

புது டூவிலர்; வாங்கி ஒருவாரம் தான் ஆகியிருந்தது. ஸ்டாண்ட் போடக்கூட பொறுமையில்லை; அதை அப்படியே ஒரு ஓரமாய் சாய்த் தேன். பூட்டு போடக்கூட இல்லை. அந்த சிந்தனை எல்லாம் அப் போது இல்லை.

சுவர் ஏறிக்குதிச்சு உள்ளே போய்விட்டேன். நேரே மாடிக்கு ஓடி னேன். அப்படி ஓடியும் அந்த முகத்தை பார்க்க முடியவில்லை. டாக்டர்களுடன் சேர்ந்து அவர் உடலை சரிப்படுத்திக் கொண்டிருந்தார்கள்.

இமேஜ் என்ற பெயரின் மறுபெயராக மக்கள் திலகம் விளங் கினார். அந்த அளவிற்கு கடைசி வரையில் தனது இமேஜ் கெடாமல் பார்த்துக்கொண்டார்.

பெரும்பாலும் அவர் நாற்கா யில் உட்காரமாட்டார். ஸ்டூ ல் தான் உட்காருவார். "நாற்கா யில் உட்கார்ந்தால் சாய்ந்துகொண்டு உட்கார தோன்றும். அது சோம்பேறித்தனத்தை கொடுக்கும்" என்பார். அப்படிப்பட்டவரை படுக்க வைத்துவிட்டதே காலம்.

பர்ஸனா ட்டியில் அவரை அடித்துக்கொள்ள ஆளே கிடை யாது. ஒரு நாளைக்கு இரண்டு, மூன்று முறை சேவிங் செய்து கொள்வார்.

அப்படிப்பட்டவரை அதே பர்சனா ட்டியுடன், கொஞ்சமும்

தரணி கண்ட தனிப்பிறவி எம்.ஜி.ஆர்.

இமேஜ் கெடாமல் பொதுமக்கள் அஞ்ச க்கு வைக்கவேண்டும் என்பதற்காகத்தான் அவரை அலங்கரித்துக்கொண்டிருந்தார்கள்.

'தரணி கண்ட அந்த தனிப்பிறவி' உடல் அடுத்து ராஜாஜி ஹாலுக்கு பொதுமக்கள் அஞ்ச க்காக எடுத்து செல்ல ஏற்பாடு ஆகிக் கொண்டிருக்கிறது என்பதை அறிந்தவுடன் ராஜாஜி ஹாலுக்கு சென்று காத்திருந்தேன்.

அந்த தனிப்பிறவியின் உடல் வந்ததும் கொஞ்ச நேரம் அருகிலேயே இருந்து பார்த்தேன்.

"நான் மாமா என்று பாசமாக கூப்பிடுவேன்" என இசையமைப் பாளர் கங்கை அமரன் தொலைக்காட்சிக்கு பேட்டி கொடுத்து கொண்டிருந்தார்.

கூ ங் கிளாஸ் போட்டுக்கொண்டு நடிகை பிரமிளா அஞ்ச செலுத்த வந்தார். எனக்கு கோபம் வந்துவிட்டது. இந்த மாதிரி இடத்திற்கும் கூ ங் கிளாஸ் போட்டுக்கொண்டுதான் வர வேண்டுமா? என்று ஆத்திரமாய் கேட்டேன். "என்ன பப்ளிக்ல இப்படி கோபப் படுறீங்க" என்று டென்ஷன் ஆனார். அதனால் கூ ங்கிளாசை கழட்டி விட்டு அஞ்ச செலுத்தினார்.

பெண்களின் ஒப்பாரியும், ஆண்களின் கதறலும் மனசை என்னவோ செய்தது. அதற்கு மேல் அங்கு நிற்க முடியாமல் நகர்ந்தேன். பொதுமக்கள் கூடிக்கொண்டே இருந்தார்கள். ஒரு ஓரமாய் போய் தூணில் சாய்ந்துகொண்டு நின்றிருந்தேன்.

என் காமிரா அந்த தங்கமுகத்தை எத்தனை ஆயிரம் முறை பதிவு செய்திருக்கும். ஆனால் அப்போது என் மனக்கண்கள் மட்டுமே பதிவு செய்துகொண்டிருந்தன.

எத்தனையோ போட்டோகிராபர்கள், போட்டோ எடுத்துக் கொண்டிருந்தார்கள். அப்போது என்னிடம் காமிரா இல்லை. எடுத்து வரவோ, எடுத்துவரச் சொல்லவோ நினைக்கவில்லை.

எத்தனை எத்தனை கோலத்தில் என் காமிராவுக்கு போஸ் கொடுத்த தனிப்பிறவியை அந்த கோலத்தில் படம் எடுக்க எனக்கு மனசில்லை.

கடைசிப் பாடல்

தான் பூமிக்கு வந்த கடமையை முடித்துக்கொள்ளும் நாள் வந்து விட்டது என்பதை முன்பே உணர்ந்துவிட்டார் மக்கள் திலகம். அதனால்தான் இறப்பதற்கு ஒரு வாரத்திற்கு முன்பு கிருபானந்த வாரியாரை அழைத்திருக்கிறார்.

உடல் நிலை மிகவும் மோசமாக இருந்ததால் படுத்த நிலையிலேயே இருந்தார் மக்கள் திலகம். கிருபானந்த வாரியார் வந்ததும் அவரை பாடச் சொல் கேட்டார்.

நிலைமையை புரிந்து கொண்ட முருக பக்தர் வாரியார், மக்கள் திலகம் முன் அமர்ந்து மனமுருக பாடினார்.

அப்போது ஜானகியம்மா மற்றும் நம்பியாரும், அவரது மனைவியும் அருகில் இருந்தார்கள்.

○

வள்ளலுக்காக உயிர்விட்ட வாயில்லா ஜீவன்

மக்கள் திலகம் ராமாவரம் தோட்டத்தில் மூன்று நாய்கள் வளர்த்தார். அதில் இரண்டு நாய்கள் உயர்ரக நாய்கள். ஒரு நாய் நாட்டு நாய். அந்த நாய்களுக்கு கழுத்தில் வெள்ளிச் சங்கி போட்டிருந்தார் மக்கள் திலகம்.

இரண்டு உயர்ரக நாய்களும் உலகம் சுற்றும் வா பன் படத்தில் நடித்தன. மனோகர் அந்த இரண்டு நாய்களையும் கையில் பிடித்துக் கொண்டு வருவார்.

'பத்து பயில்வானும் சரி இந்த ஒரு நாயும் சரி' என்று மனோகர் சொல்ல.. அப்படியா? என்று மக்கள் திலகம் கேட்க... 'சந்தேகம் இருந்தால் பாருங்க...' அப்படிங்குறதுக்குள்ள (சொடுக்கு) "உங்க கையில் இருக்கும் கடிகாரத்தை பிடுங்கிக்கொண்டு வரச்சொல்லுகிறேன் பார்க்கிறீங்களா" என்று சொல்லுவார்.

அருகில் இருந்தவரை கைகாட்டி, "நாய்களின் திறமையை அவர் பார்க்கட்டும். என்னுடைய திறமையை நீ பாரு" என்று சொல் விட்டு மக்கள் திலகம் மாடியில் இருந்து குதிப்பதுபோல் காட்சி இருக்கும்.

மக்கள் திலகம் இறந்ததும், ராமாவரம் தோட்டத்து இல்லத்தின் வரவேற்பறையில் அவரின் பளிங்கு சிலை அமைக்கப்பட்டிருந்தது. பார்ப்பதற்கு மக்கள் திலகம் நிஜமாய் நிற்பதுபோல் இருக்கும். அந்த சிலை பீடத்தின் மேல் அமைக்கப்பட்டிருந்தது.

மக்கள் திலகம் வளர்த்த நாட்டு நாய், அந்த பீடத்தின் மேல் ஏறி அவர் சிலையின் காலடியில் படுத்துக்கிடந்தது. ஒரு வாரத்திற்கு மேல் சரியாக எதுவும் சாப்பிடாமல் அவர் காலடியிலேயே சோகமாய் கிடந்து உயிர்விட்டது.

வாயில்லாத அந்த ஜீவனும் மக்கள் திலகத்தின் மீது உயிரையே வைத்திருந்திருக்கிறது. அதனால்தான் அவர் போனதும் அதன் உயிரும் உடன் சென்றுவிட்டது.

* * * * *